ஆனந்தவல்லி

லக்ஷ்மி பாலகிருஷ்ணன்

பாரதி
புத்தகாலயம்

Ananthavalli (in Tamil)
Lakshmi Balakrishnan
First Published: December, 2021
Published by
BHARATHI PUTHAKALAYAM
7, Elango Salai, Teynampet, Chennai - 600 018
Email: bharathiputhakalayam@gmail.com / www.thamizhbooks.com

ஆனந்தவல்லி
லக்ஷ்மி பாலகிருஷ்ணன்
முதல் பதிப்பு: டிசம்பர், 2021
வெளியீடு:

7, இளங்கோ சாலை, தேனாம்பேட்டை, சென்னை - 600 018
தொலைபேசி : 044-24332424, 24332924, 24356935

விற்பனை நிலையங்கள்
மதுரை: 37A, பெரியார் பேருந்து நிலையம் - 045 22324674
ஈரோடு: 39: 39 ஸ்டேட் பாங்க் சாலை - 9245448353
திண்டுக்கல்: பேருந்து நிலையம் - 9942331105, 9976053719
பழனி: பேருந்து நிலையம் அருகில் - 9442883696
திருப்பூர்: 447, அவினாசி சாலை - 9486105018
சேலம்: பாலம் 35, அத்வைத ஆஸ்ரமம் சாலை 0427 2335952
திருவல்லிக்கேணி: 48, தேரடி தெரு - 9444428358
வடபழனி: பேருந்து நிலையம் எதிரில் அடையார்
ஆனந்தபவன் மாடியில் - 9444476967
பெரம்பூர்: 52, கூக்ஸ் ரோடு - 9444373716
திருவாரூர்: 35, நேதாஜி சாலை - 9442540543
சேலம்: 15, வித்யாலயா சாலை சாலை
திருநெல்வேலி: 25A, ராஜேந்திரநகர் - 9442149981
அருப்புக்கோட்டை: 49A/4 மெயின் ரோடு, தெற்கு தெரு,-9994173551
மதுரை: சர்வோதயா மெயின்ரோடு
குன்னூர்: N.K.N வணிக வளாகம் பெட்போர்ட்
செங்கல்பட்டு: 1 D ஜி.எஸ்.டி சாலை - 044 27426964
விருதுநகர்: 131, கச்சேரி சாலை - 0456 2245300
கும்பகோணம்: 352, ரயில் நிலையம் எதிரில் - 9443995061
வேலூர்: பேஸ் III, சத்துவாச்சாரி - 9442553893
நெய்வேலி: பேருந்து நிலையம் அருகில், - 9443659147
தஞ்சாவூர்: காந்திஜி வணிக வளாகம் காந்திஜி சாலை - 9655542400
கோவை: 77, மசக்காளிபாளையம் ரோடு, பீளமேடு - 8903707294
திருச்சி: வெண்மணி இல்லம், கரூர் புறவழிச்சாலை - 9994289492
திருவண்ணாமலை: முத்தம்மாள் நகர்
நாகர்கோவில்: 699 கே.பி.ரோடு R.V.புரம் - 9443450111
சிதம்பரம்: 11 / 28 வெள்ள திறந்தான் தெரு, - 9994399347
கரூர்: நாரத கானசபா அருகில் (TNGEA OFFICE) - 9442706676
காரைக்குடி : 12, 2 வது தெரு, கம்பன் மணிமண்டபம் பின்புறம் - 9443406150

நினைத்த நூல்கள்... நினைத்த நேரத்தில்... thamizhbooks.com 8778073949

அச்சு : பிரிண்டெக், சென்னை - 600 005.

சமர்ப்பணம்

என்னை வளர்த்தெடுத்த தாயும் தந்தையுமான
திருமதி. சுலோசனா அம்மாள் & திரு. முத்துசாமி ஆகியோரின்
திருவடிகளுக்கு..

நன்றி:

ஆசிப் மீரான்
கென்னடி
சரவணன் பார்த்தசாரதி
மதுமிதா கலியபெருமாள்

உண்மைச் சம்பவத்தின் மீது எழுந்து நிற்கும் புனைவு

நான் சென்னையில் பிறந்தவளாக இருந்தாலும் வளர்ந்ததெல்லாம் தஞ்சை மாவட்டத்தின் ஒரு சிற்றூரில்தான். அந்த ஒட்டுறவால்தானோ என்னவோ தஞ்சை குறித்த வரலாற்று நூல்களின் மீது தணியாத ஆர்வமுண்டு. அவை புனைவோ அபுனைவோ, எதுவாயினும் வாசித்து விடுவது வழக்கம். அந்த வகையிலேயே மராட்டிய அரசர்கள் குறித்த சில நூல்களை வாசித்தபோது தென்பட்ட ஒரு கடிதம் என்னை வியக்கவும், அதிரவும் வைத்தது.

பொதுவாக நம் நாட்டிலிருந்து மனிதர்களை மேற்கிந்தியத் தீவுகளுக்கு அடிமைகளாக விற்றதைப் பற்றி மட்டுமே நாம் அறிந்திருக்கிறோம். ஆனால் உள்ளூருக்குள்ளேயும் அடிமை முறை இருந்திருக்கிறது என்பது பெரிய அளவில் பேசப்படவே இல்லை. குறிப்பாக பெண்களை விற்பது என்பது பிரிட்டிஷ் ஆட்சியின் முதல் நூற்றாண்டிலும் மும்மரமாகவே நடந்து வந்திருக்கிறது.

அந்த வகையில் மராட்டியர்களின் தஞ்சை அரண்மனையில் விற்பனை செய்யப்பட்ட ஒரு பெண்ணைப் பற்றிய கதைதான் இது. சிறுவயதில் மணம் முடிக்கப்பட்ட மகளை கணவனுக்குத் தெரியாமல் சொந்த தகப்பனே, அவளை விற்றுவிட, மனைவியைத்தேடும் கணவன் அரண்மனையிலும், பிரிட்டிஷ் அலுவலர்களிடமும் தொடர்ந்து முறையிடுகிறான். உச்சபட்சமாக மதராஸ் மாகாணத்தின் கவர்னருக்கு அந்தக் கணவன் எழுதிய கடிதம் ஒன்றை நான் படிக்க நேர்ந்த கணம்தான் இந்த நாவல் என் மனதில் உதித்தது. ஒரு உண்மைச் சம்பவத்தின் மீது எழுந்து நிற்கும் புனைவுதான் இந்த நாவல்.

இரு நூற்றாண்டுகளுக்கு முன்னர் ஒரு ஆண் தன் மனைவியை, அவள் விற்கப்பட்ட பின்னும், அவள் சமூகத்தின் பார்வையில் கற்புடனிருக்க வாய்ப்பில்லை எனும் போதும்கூடத் தேடி அலைந்திருக்கிறான் என்பதே ஒரு வியப்பான செய்தி. அந்தக்

கடிதத்தின் பின்னால் இருக்கும் அன்பும், நம்பிக்கையும் என்னை உருக வைத்தது. அபகரிக்கப்பட்ட மனைவியை தன் சொந்த வீரத்தைக் காட்டவே மீட்டேன் என்று சொல்லிவிட்டு, அவளை ஊரார் முன் தீக்குளிக்கச் சொன்ன ராமனை விடவும் அந்த எளிய மனிதனே ஒரு காவியத் தலைவனாகும் தகுதியுள்ளவன் என்றே எனக்குத் தோன்றுகிறது.

சதி எனும் உடன் கட்டை ஏறும் பழக்கத்திற்கான அகத்தூண்டல் பெண்களுக்கு இரு வகையில் அளிக்கப்பட்டு வந்தது. ஒரு புறம் நெருப்பில் இறங்கினால் கிடைக்கக் கூடிய தெய்வ நிலை பற்றிய விதந்தோதல். மாசத்திக் கல் எனும் நடுகல் நட்டு, சதி மாதாவை வழிபடும் பழக்கம் நமக்கு உண்டு. அத்தோடு அப்பெண்ணின் மைந்தருக்கு கிடைக்கும் குடிப்பெருமையும் சேர்ந்து கொண்டு தன்னிச்சையாகவே பெண்களை அம்முடிவை நோக்கி நகர்த்தவது..

உடன்கட்டையேறும் பெண்கள் அணிமணிகள் பூண்டு, மாமங்கலையாக நெருப்பில் நுழைய வேண்டும். அவர்கள் அணிந்திருக்கும் நகைகளை மறுநாள் சிதைச் சாம்பலில் இருந்து எடுத்துக் கொள்ளும் உரிமை ஈமக்கடனை நடப்பித்த புரோகிதருக்கு உரியது. இந்தப் பழக்கத்தை மனதில் கொண்டு பார்க்கும் போது, வைதீக மதம் சதியெனும் பழக்கத்தை எத்தனை உயர்வு நவிற்சிக்குட்படுத்தியிருக்கும் என்பதை உணர்ந்து கொள்ள முடியும்.

இன்னொரு புறம் அப்படி உடன் கட்டையேறாமல் கைம்பெண் வாழ்வைத் தேர்ந்தெடுத்தால் அவர்கள் மேற்கொள்ள வேண்டிய கைம்மை நோன்பு கொடூரமானது.

ஒல்லையூர் தந்த பூதப்பாண்டியனின் மனைவியான பெருங்கோப் பெண்டு இயற்றிய சங்கப்பாடல் இந்தக் கைம்மை நோன்பின் விதிமுறைகளை மேலோட்டமாகச் சொல்கிறது.

வெள்ளரி விதை போன்ற நெய்யற்ற நீர்ச்சோறு, எள்ளுத் துவையல், புளி விட்டு சமைத்த கீரை ஆகியவற்றை மட்டும் உண்டு, பரல் கற்கள் குத்தும் படுக்கையில் படுத்து உறங்கி விதவையாக வாழும் வாழ்கையை விட, என் கணவனின் சிதை நெருப்பில் பாய்வது தாமரைக் குளத்தில் பாய்வது போன்றது என்கிறார் அப்பெண்மணி.

ஆக இப்படி இரு முனைகளில் இருந்தும் உயர்குடிப் பெண்களின் மீது திணிக்கப்பட்ட உடன் கட்டையேறுதல் எனும் கொடும் பழக்கத்தைப் பற்றியும் இந்த நாவல் பேசுகிறது.

அதே நேரம் ஜாதி, பொருளாதாரப் படிநிலைகளில் கீழ்ப்படிகளில் இருக்கும் பெண்களிடம் உங்களுக்கு அத்தகைய நோக்கங்கள் தேவையில்லை, யாருக்கு அடிமையாக இருக்கிறாயோ அவர்களுக்கு விஸ்வாசத்தோடு இருப்பது மட்டுமே உனக்குப் போதும் என்றும் இதே சமூகம் சொல்வதில் உள்ள முரணை எடுத்துக்காட்டவும் இந்நாவலில் முயன்றிருக்கிறேன்.

மானுடம் வெல்லும் நாவலின் முன்னுரையில் சக்ரவர்த்தி பீட்டர் மற்றும் சிக்கவீர ராஜேந்திரன் ஆகிய இரு அந்நிய மொழி நாவல்களும்தான் தனக்கு வழிகாட்டிகள் என்று சொல்லுவார் பிரபஞ்சன். எனக்கு அவ்விரு நூல்களுடன் பிரபஞ்சனின் மானுடம் வெல்லும், வானம் வசப்படும் ஆகிய இரண்டு நூல்களையும் சேர்த்து நான்கு வழிகாட்டிகள் என்றே சொல்வேன்.

ஆய்வு நூல்களின் துணைகொண்டு, கதைக்களத்தை முடிவு செய்துவிட்டு, தஞ்சைக்குப் பயணம் மேற்கொண்டேன். வளர்ந்து படித்த பகுதிதான் என்றாலும் இம்முறை பயணத்தில் எனது பார்வையே வேறு விதமாக இருந்தது. தஞ்சாவூர், திருவிடைமருதூர், திருவையாறு என்று சென்று திரும்பிய ஊர்களில் எல்லாம் நான் பழமையைத் தேடினேன். புராதன கட்டிடங்களில் சில மட்டுமே தொல்லியல் துறைகளில் கட்டுப்பாட்டில் உள்ளன. ஆனால் அவையும் புதுப்பிக்கப்பட்டு, பழைய அடையாளங்களை தொலைத்துவிட்டு நிற்கின்றன. சில கட்டிடங்கள் தனியார் சொத்துக்களாகி இருந்தன. அங்கெல்லாம் உள்ளே செல்ல அனுமதி கேட்கவே நீண்ட நேரம் காத்திருக்க வேண்டியதிருந்தது. சில இடங்களில் உள்ளே செல்லவே அனுமதிக்கப்படவில்லை. ஏமாற்றமுடனே திரும்பினேன்.

இந்த நாவலை எழுத துணை நின்ற நூல்களின் பட்டியல் பெரிது என்றாலும் குறிப்பாக அறிஞர் கா.ம. வேங்கடராமையாவின் மராட்டியர் வரலாறு குறித்த நூல்கள் முக்கியமானவை. அந்த நூல்களைத் தேடும் பயணத்தில் வழிகாட்டி உதவிய தஞ்சை சரஸ்வதி மகால் நூலகத்தின் தமிழறிஞர் திரு. மணி. மாறனுக்கு சிறப்பு நன்றிகளைச் சொல்லவேண்டும். நூலில் மட்டுமே படித்திருந்த மோடி ஆவணங்களை நேரடியாகக் காட்டி, உதவினார்.

பண்டைய எழுத்து ஆவணங்கள் எப்படி எல்லாம் பாதுகாக்கப்படுகின்றன என்பதை விவரித்துக் கூறினார், அதுபோலவே, தஞ்சைத் தமிழ்ப் பல்கலைக்கழகப் பேராசிரியர் திரு. இரா.காமராசு, தமிழ்ப் பல்கலைக்கழக தலைமை நூலகர் திரு. சி.வேல்முருகன் ஆகியோருக்கும் எனது மனமார்ந்த நன்றியினைத் தெரிவித்துக்கொள்கிறேன்.

நாவலின் முதல் வடிவைப் படித்து அவசியமான திருத்தங்கள் சொன்ன அண்ணன்கள் திரு. யூமாவாசுகிக்கும் திரு. கரு. ஆறுமுகத்தமிழன் அவர்களுக்கும் அன்பும் நன்றியும். உண்மையில் இவ்விருவரின் தலையசைப்பிற்கு பின்னரே நூலை அச்சுக்குத் தரும் தைரியம் எனக்கு வந்தது எனலாம்.

நூலின் அட்டையையும் எழுத்துருவையும் சிறப்புற வடிவமைத்துக்கொடுத்த திரு. ஆர்.கார்த்திகேயன் அவர்களுக்கும், பின்னட்டைக்கான புகைப்படம் எடுத்துக்கொடுத்த தம்பி திரு. வின்சன்ட்பால் அவர்களுக்கும் மிகுந்த நன்றி.

கிட்டத்தட்ட எட்டு மாதங்களாக இந்த நாவலுக்கான உழைப்பில் என்னை மூழ்க அனுமதித்து, அதன் மூலம் ஏற்படும் சில்லரை அசௌகரியங்களைப் பொருட்படுத்தாது என்னை ஊக்குவித்த என் மகன் கனிவமுதனுக்கும், துணைவர் பாலாவுக்கும் என் அன்பும், நன்றியும்.

லக்ஷ்மி பாலகிருஷ்ணன்
lakshmibalawriter@gmail.com

1

காலை முதலே நற்குணத்திடம் யாரும் எதுவும் பேசிக் கொள்ளவில்லை. புதிதாய் மசை போட்ட ராட்டினம் போல வீட்டின் காரியங்கள் யாவும் துளியும் சத்தமின்றி நடந்து கொண்டிருந்தன. இத்தனைக்கும் அவரொன்றும் இம்மென்றாலே கோபப்படும் துர்வாச ரகமல்ல. குழந்தைகளைக் கண்டிக்கக் கூட குரலுயர்த்தாத சாதுவான மனிதர்தான். ஆனாலும் எல்லாவற்றிற்கும் ஒரு எல்லை உண்டுதானே?

சாப்பாட்டு வேலைகள் முடிந்து இறுதியாக அடுக்களைக்குள் பெண்கள் பந்தி நடந்து கொண்டிருந்தது. ஏற்கெனவே இருட்டாக இருந்த அடுக்களை, வாயிலில் வந்து நின்ற உருவத்தின் நிழலால் மேலும் இருண்டது. எல்லோர் கவனமும் வாயிலுக்குத் திரும்பியது. இரண்டு கைகளையும் நிலையின் இருபுறமும் ஊன்றிக்கொண்டு

நின்ற நற்குணம் உள்ளே பார்த்தார். வீட்டுப் பெண்கள் எல்லோரும் வட்டமாய் உட்கார்ந்திருக்க செங்கமலத்தின் பெண் தாயம்மாள் நடுவில் இருந்துகொண்டு எல்லோருக்கும் பரிமாறிக் கொண்டிருந்தாள். அந்த வட்டத்தில் இருப்பவர்களில் ஐம்பது பிராயம் தொட்ட தன் அக்கா செங்கமலத்தம்மாளைத் தேடிப்பிடித்தன நற்குணத்தின் கண்கள்.

“ஆயி, ஒரு சமாச்சாரம் சொல்லணும்.”

“இந்தா இன்னும் ரெண்டே கவளம். கை களுவிட்டு வரேன், பொறு.”

“இல்லாயி, ரகசியம் ஒண்ணுமில்ல. வூட்ல எல்லாருக்கும் தெரிஞ்சிருக்க வேண்டியதுதான். ரவைக்கு நம்ம நாட்டாம மருதனையும், தெருப் பெரியவங்க எல்லாத்தையும் வரச்சொல்லிருக்கேன். பாகத்த பிரிச்சுரலாம்னு பாக்கறேன்கா...”

கையில் எடுத்த மோர் சோற்றுக் கவளத்தோடு உறைந்து போனாள் செங்கமலம். நற்குணத்தின் கோபம் இந்தளவுக்கு போயிருக்குமென்று அவள் எதிர்பார்க்கவில்லை. எப்போதும் போல தன்னிடம் யோசனை கேட்கும் முகமாக தம்பி இதைச் சொல்லவில்லை என்பதும், இறுதியான முடிவாக அறிவிக்கிறான் என்பதும் புரிந்தது. பந்தியில் உட்கார்ந்திருக்கும் வீட்டு மருமகள்கள் அனைவருக்கும் ஒன்றாக சேதி சொல்வதற்காகத்தான் இங்கே வந்து போட்டு உடைக்கிறான் என்பதைப் புரிந்து கொண்டாள்.

நற்குணத்தின் மனைவியும், இந்த வீட்டின் மூத்த மருமகளுமான சிவகாமியின் முகத்திலும் திகைப்பே மண்டியிருந்தது. அவளிடம் கூட தம்பி எதையும் கலந்து பேசிவிடவில்லை என்று புரிந்து கொண்ட செங்கமலம் பெருமூச்சுடன் அந்தக் கவளத்தை வாயில் போட்டாள். இரண்டாமவனான வீரவாகுவின் மனைவி அங்காளியும், மூன்றாமவன் ஆறுமுகத்தின் மனைவி லட்சுமியும், கடைசித் தம்பியும், சிக்கலின் காரணகர்த்தாவானவுமான பெரிய நாயக் கொத்தனின் மனைவி பரிமளமும் பலத்த அதிர்ச்சியுடன் ஒருவரை ஒருவர் பார்த்துக் கொண்டிருந்தனர். வாயில் போட்ட கவளத்தை மென்று முழுங்கிய செங்கமலம் இன்னமும் நற்குணம் படியிலேயே நின்றிருப்பதைப் பார்த்தாள்.

“அதான் பெரிய பாறாங்கல்லா தூக்கி எந்தலைல போட்டுட்டயேடா.. இன்னமும் என்ன பாத்துகிட்டு நிக்கற?

மேக்கொண்டு என்ன வச்சிருக்கற அக்காளுக்கு?" சற்று காட்டமாகவே கேட்டாள் செங்கமலத்தம்மாள்.

அக்குடும்பத்தின் தலைமகனாக நற்குணம் பொறுப்பேற்றுக் கொண்ட இந்த பதினேழாண்டுகளில் ஒரு போதும் அவருக்கு எதையும் அறிவுரையாக சொல்ல வேண்டியிருந்ததே இல்லை. தந்தை வேலாயுதம் தலை சாய்ந்தது முதல் கூட்டுக் குடும்பத்தின் வரவு செலவு நிர்வாகம் முழுமையும் துளியும் குறைக்கு இடமில்லாமல் செய்து வந்தவர் இப்போது மனம் சலித்துப் போயிருப்பதன் காரணமும் அவளுக்குத் தெரியாமலில்லை.

"அக்காளுக்கு என் மேல மட்டும் கோவம் வருதாக்கும். நல்லாருக்கு ஆயி, நல்லாருக்கு ஒந்நியாயம். ம்ம்.. என்னத்த சொல்ல. நீ எவ்வளவுக்கு கோவிச்சுகிட்டாலும் இனி என் முடிவ மாத்திக்கறதா இல்ல. ரவைக்கு நம்ம சாதிக்கு பெரிய மனுஷனா இருக்கறவங்கள்ள பொறுக்கினாப்புல பத்து பேர கூப்பிட்டிருக்கேன். அவங்க மின்னாடி ஆருக்கு என்ன வேணும்னு பங்கிடு பண்ணிகிட்டம்னா நாளைக்கு காலைல பாடசால வாத்தியார விட்டு பத்திரம் எளுதிர வேண்டியதுதான். அப்புறம் அவங்கவங்க தனி வளைக்குப் போயி ஆண்டு அதிகாரம் பண்ணிகிட்டு சவுக்கியமா இருந்துக்கலாம்."

வீட்டு மருமகள்கள் யாரும் எதுவும் பேசத் தோன்றாமல் உட்கார்ந்திருந்தார்கள். செங்கமலத்தம்மாள் சாப்பிட்டு முடித்துவிட்டபடியால் மற்றவர்களுக்காக காத்திராமல் இலையை மடித்துக் கையில் எடுத்துக் கொண்டாள். இடது கையைத் தரையில் ஊன்றி, தன் பாரி உடம்பின் எடையை சமாளித்து எழுந்து நின்றாள்.

"எல்லாரும் அவசரப்படாம நிதானமா சாப்பிட்டுட்டு வாங்க. எனக்காகப் பாக்க வேணாம்." என்று தம்பி மனைவியரிடம் சொல்லிவிட்டு, சுவரோரமாக யார் மீதும் இடிக்காமலும், கையிலிருந்த எச்சிலிலையிலிருந்து எதுவும் பருக்கைகள் சிந்திவிடாமலும் கவனமாக நடந்து அடுக்களையை விட்டு வெளியே வந்தாள். அதற்குள் வழியில் நின்றிருந்த நற்குணம் நகர்ந்து கூடத்திற்குப் போய்விட்டிருந்தார். கொல்லையில் இருந்த குப்பைக் குழியில் இலையைப் போட்டுவிட்டு, கையலம்பிக் கொண்டு செங்கமலமும் கூடத்திற்கே வந்து சேர்ந்தாள். முற்றத்தில் காலைத் தொங்கவிட்டுக் கொண்டு, தூணில் சாய்ந்து உட்கார்ந்தவளின் மனதில் எண்ணங்கள் பொங்கிப் புரண்டன.

இவர்கள் ஐவருக்கும் தாயான மீனாட்சியம்மாளின் முதல் வருடத் திதி நான்கு நாட்களுக்கு முன்புதான் முடிந்திருந்தது. அதற்காகவே திருப்பூந்துருத்தியிலிருந்து செங்கமலத்தம்மாள் தன் மகளையும் அழைத்துக் கொண்டு பிறந்த வீட்டிற்கு வந்திருந்தாள். இன்னமும்கூட ஒரு வாரம் இங்கேயே இருந்துவிட்டுத்தான் தன் வீட்டிற்கு கிளம்ப எண்ணியிருந்தாள். இரண்டு நாட்களுக்கு முன் நீடாமங்கலத்திலிருந்து வந்திருந்த சுப்புக் கோனார் பற்ற வைத்துவிட்டுப் போன நெருப்பு, இந்தக் குடும்பத்தின் ஒற்றுமையை முழுமையாக பொசுக்கியே விட்டது கண்டு மருகினாள் செங்கமலம்.

ஐவரில் கடைக்குட்டியான பெரிய நாயக் கொத்தன் எப்போதுமே குடும்பத்திற்கு அடங்கினவன் இல்லை. அப்பனும், அம்மையும் இருக்கும்போதே அப்படித்தான். அவர்கள் பரம்பரையிலேயே யாருக்கும் இன்றுவரை இருந்திராத பழக்கங்களான சரளமாகப் பொய் சொல்வது, அகடுதகடு வேலைகள் செய்து மற்றவரை ஏய்த்துப் பணம் பறிப்பது என இதுவரை அவன் செய்த தவறுகள் எத்தனையோ உண்டு. பணத்தை ஏமாந்த பலரும் நற்குணத்திடம் வந்து முறையிடுவதும், இவர் மன்னிப்பும் கேட்டுக்கொண்டு முடிந்தவரை அவர்களுக்கு ஈடுகட்டுவதும் வழக்கம். அதற்காக கொத்தனை கண்டித்தாலும் பயனிருப்பதில்லை. வயது ஏற ஏற அவன் செய்யும் திருகுதாளங்கள் பெரிய அளவுக்கு பண மதிப்புக் கொண்டவையாக மாறிக் கொண்டே இருப்பதும், அதனால் ஒட்டு மொத்தக் குடும்பத்தின் செல்வமும் செல்வாக்கும் தேய்ந்து கொண்டிருப்பதும் கண்கூடு. நற்குணம் தவிர்த்த மற்ற இரு தம்பிகளும் ஏற்கெனவே முணுமுணுக்கவும், அவர்களின் மனைவிமார் அந்தக் கசப்பை பிரதிபலித்து பரிமளத்தை நோகடிக்கவும் ஆரம்பித்து வெகு நாட்களாயிற்று. இதோ இன்று நற்குணத்தின் மனமும் சலித்துவிட்டது. செங்கமலத்தம்மாளுக்கு நற்குணத்தின் செயலில் இருக்கும் நியாயம் புரிந்தாலும் அப்பாவியான பரிமளமும், பச்சைக் குழந்தையான மீனாட்சியும் என்ன கதியாவார்களோ என்ற கலக்கமும் தீரவில்லை.

அந்தி இருட்டும்வரை செங்கமலம் உட்கார்ந்த இடத்திலிருந்து நகரவில்லை. விளக்கேற்றிய அரை நாழிகைக்கெல்லாம் பக்கிரிசாமி பெரியப்பா முதல் ஆளாக உள் நுழைந்தார். மரியாதைக்காக எழுந்து நின்ற செங்கமலத்தை உட்காரச் சொல்லிவிட்டு பக்கத்தில் சுவாதீனமாக உட்கார்ந்தார் பக்கிரி.

“என்னாயி இதெல்லாம்? கொத்தன் சங்கதி எப்பவும் உள்ளதுதானே? இப்ப நற்குணமே வெறுத்துப் போறாப்பல என்ன ஆயிருச்சு?”

“என்னத்த சொல்ல பெரிப்பா. இந்தப் பய கண்ட எடத்துலயும் பொய்யும் புனசுருட்டுமா பேசி காச ஏச்சுகிட்டிருந்தான். அதுல ஒன்னுக்கு பாதிய குடும்பத்தோட மொத்த வரவுசெலவுலேர்ந்து எடுத்துக் குடுத்து நற்குணந்தான் ஈடுகட்டிக்கிட்டிருந்தான். அதுலயே வீரவாகுக்கும், ஆறுமுகத்துக்கும் கொஞ்சகாலமா பொகச்சல்தான்…”

“ம்ம்.. அப்பப்ப எங்கிட்டயும் வந்து பொருமுவானுங்க. நானும் நாலு நல்ல வார்த்த சொல்லி, சமாதானம் பண்ணி அனுப்பிகிட்டிருந்தேன்…”

“அம்மா திதிக்கு முன்னாடி கொஞ்ச நாள் கொத்தன கண்ணுலயே காணாம இருந்ததில்ல? அப்ப இவன் நீடாமங்கலத்துக்கு போயிருக்கான்.”

“எதுக்காம்?”

“ம்ம்.. ராமரு கோவிலுக்கு சாமி கும்புடவா போவப்போறான்? எல்லாம் வழக்கம் போல தாசிங்களத் தேடித்தான்.”

பக்கிரி பெருமூச்சுடன் முற்றத்தின் பக்கம் திரும்பிக்கொண்டார். செங்கமலம் தலையைக் குனிந்துகொண்டு தொடர்ந்தாள்.

“அங்க அன்னம்னு ஒரு தாசி இருக்கறாளாமே.. அவ அழகும் சாலக்கும் பத்தித்தான் தஞ்சாவூர் முழுக்க பேச்சாமில்ல? அவகிட்ட வரவும் போகவுமா மிராசுங்களும் செட்டியாருங்களுமா குவியறாங்களாம். அவளுக்கு ஒரு காரியஸ்தன் மாடசாமின்னு. அவன்கூடத்தான் நம்ம கொத்தன் இப்ப கூட்டாளியாகியிருக்கறான்.”

“மாமாப் பயலோட கூட்டாளியாவுறதா? நல்ல குடும்பத்துல பொறந்தவன் செய்யற வேலயா இதெல்லாம்? ம்ம்.. சரி, நீ மேக்கொண்டு விசயத்த சொல்லு…”

சுருக்கமாக விஷயத்தை சொல்லி முடித்தாள் செங்கமலம். அவள் வீட்டு அவலமல்லவா? அதனால் விவரிக்க கூசியவளாக ரத்தினச் சுருக்கமாக முடித்தாள். ஆனால், இரண்டு நாட்களுக்கு முன்பு சுப்புக் கோனார் இப்படி சுருக்கமாகச் சொல்லிவிடவிலை. நடுவில் இரண்டு முறை சுக்கு வெந்நீர் கேட்டு வாங்கிக் குடித்தபடி,

திண்ணையை நிறைத்து உட்கார்ந்துகொண்டு, அரை நாளுக்கு சங்கதிகளை அலசிக் காயப்போட்டார்.

யமுனாம்பாள்புரம் என்ற பெயர் கொண்ட நீடாமங்கலத்தில் உள்ள சந்தான ராமசாமி கோவிலுக்குப் பொட்டுக் கட்டிக் கொண்டவள் தாசி அன்னம். அன்னத்தின் அழகும் ஒயிலும் சுற்றுவட்டாரங்களில் மிகவும் பிரசித்தி. மற்ற மற்ற தேவரடியாள் பெண்களைப் போல ஆடலிலோ பாடலிலோ பெரிய நிபுணத்துவம் உள்ளவள் அல்ல என்றாலும் மனிதர்களின் மனோதத்துவத்தைப் புரிந்து நடந்து கொள்வதில் அவளுக்கு நிகரே கிடையாது. அதனால்தான் சுற்றுவட்டாரத்து ஊர்களின் மிராசுதார்கள், செட்டியார்கள், ஏன் தஞ்சை நகரத்து அரசப் பிரதானிகள் வரை எல்லோரும் மலர் நாடி வரும் வண்டு போல அன்னத்தை சுற்றி வருகிறார்கள்.

அவளது மகள் சுந்தரியும் அன்னையின் அதே அச்சாக வளர்ந்து வருகிறாள். அவளை எப்படியாவது தஞ்சைக்கு அனுப்பி ராஜ நர்த்தகியாக்கிவிடுவது என்பதுதான் அன்னத்தின் ஆசை. அரசர் சரபோஜியின் ராஜசபையில் எப்படியாவது மகளுக்கு அரங்கேற்றம் நடத்திவிட வேண்டும் என்பதுதான் அவளது இப்போதைய ஒரே இலக்கு.

சந்தான ராமசாமி கோவிலின் வடக்கு வீதியில்தான் அன்னத்தின் வீடு. அவ்வீட்டின் முன்பிருக்கும் கொட்டகையில் எப்போதும் ஏதேனும் ஒரு வண்டி இருந்த வண்ணமிருக்கும். அழகிய பூரணிக் காளைகள் பூட்டிய வில் வண்டியோ, மோழைக் காளைகள் பூட்டிய சாதாரண வண்டியோ, குதிரைகள் இழுக்கும் சாரட் வண்டியோ... ஏதேனும் ஒன்று அவிழ்த்து விடப்பட்டிருக்கும். வீட்டிற்கு உள்ளே வண்டியின் உடைமையாளருக்கு விருந்தென்றால் வெளியே வண்டியோட்டிக்கும், வண்டியை இழுத்து வந்த மிருகங்களுக்கும் தேவையான கவனிப்பும் விடுபடாமலிருக்கும். அன்னத்தின் விருந்தோம்பல் பண்பு அலாதியானது.

மாடசாமிக்கு அங்கே வரும் தனவந்தர்களின் சபலங்கள், பலவீனங்கள் எல்லாம் அத்துபடி. அவற்றை பயன்படுத்தி ஒவ்வொருவரிடமும் ஒவ்வொரு விதமாக பணம் பறிக்க அவனுக்கு தோதான கையாள் தேவைப்பட்ட நேரத்தில் சரியாக கொத்தன் அங்கு போய்ச்சேர்ந்தான். அணக்குடிப் பிள்ளை என்ற பெயர் போன மிராசுதாரிடம் மரகதக்கல் அட்டிகை ஒன்று வேண்டுமென்று

கேட்டு அன்னம் ஊடல் கொண்டு வாட்டிக் கொண்டிருந்த காலம் அது. தஞ்சையில் ராஜா ஊர்வலம் கிளம்பினால் அந்த ஊர்வலத்தில் முன் வரிசையில் போகக் கூடிய அளவுக்கு செல்வாக்கான மிராசுதார்தான் அவர். ஆனால் வெளியூருக்கு வந்த இடத்தில் மரகதக் கல்லுக்கும், கட்டித் தரும் பத்தனுக்கும் எங்கு போவது என்று அறியாமல், அன்னத்தின் ஊடலைத் தணிக்கவும் வழி தெரியாமல் திண்டாடிக் கொண்டிருந்தார்.

அப்போதுதான் மாடசாமி நம் கொத்தனைப் பற்றி அவர் காதில் போட்டான். அதாவது தஞ்சாவூருக்குப் பயணம் போய்க் கொண்டிருந்த நவரத்தின வியாபாரியாம் இந்தக் கொத்தன். வழியில் ராமர் கோவிலில் தரிசனம் செய்யவென்று அரண்மனைச் சத்திரத்தில் தங்கியிருக்கிறாராம். நரியைப் பரியாக்கியது போல அவனுக்கு நாராயண செட்டி என்று நாமகரணம் செய்து, செட்டியிடம் ஒரு மரகத அட்டிகை இருக்கிறதாம். அதை வேண்டுமானால் வாங்கி அன்னத்திடம் சமர்ப்பித்துப் பாருங்களேன் என்று மாடசாமி போட்ட தூண்டிலில் இரண்டாயிரம் புலி வராகன் இந்தப் பக்கமும், பித்தளையில் செய்து பச்சை வண்ண கண்ணாடி கற்கள் பதிக்கப்பட்ட அட்டிகை அந்தப் பக்கமும் கை சொடுக்கும் நேரத்தில் கைமாறின. அன்னத்தின் மனமும், அணக்குடி மிராசின் உடலும் குளிர்ந்த அந்த இரவில் இருநூறு வராகன் கொத்தனின் பைக்குள் வந்து விழுந்தது. ஆயிரம் வராகன் தூண்டிலின் புழுவான அன்னத்தம்மாளுக்கும், சூத்திரதாரியான மாடசாமிக்கு மீதத் தொகையும் போய்ச் சேர்ந்தது. அணக்குடியார் மறுவீடு வந்த புது மாப்பிள்ளை போல விருந்து கொண்டாடிவிட்டு ஊருக்குக் கிளம்பிய மறுநாளே அந்தக் கண்ணாடிக் கல் அட்டிகையை நொறுக்கி குப்பையில் போட்டாள் அன்னம்.

இத்தனை விவரத்தையும் சொல்லி முடித்துவிட்டு கடைசியாக சுப்புக் கோனார் வீசிய விதைதான் இரண்டு நாட்களில் அசுரத்தனமாய் வளர்ந்து இன்று இந்த வீட்டையே பிளக்குமளவு நிற்கிறது.

“இந்தா பாரு நற்குணம், தாசி வூட்ல வந்து குழஞ்சு நிக்கறப்ப எந்த மனுஷனுக்கும் புத்தி புல்லு மேயப் போயிரும். மோகத்துல வெந்துகிட்டு, அவளுக சொல்றதே வேதவாக்குன்னுதான் நிப்பானுக. அப்ப அவனுங்கள ஏச்சுக் கட்டிப்பிடறது ரொம்ப சுலபம். ஆனா, வீட்டுக்கு திரும்பிப் போனதும் அவனுக்குள்ள இருக்கற மிராசோ வியாவாரியோ வெளில வந்துருவான்.

அவனவனுக்கு உள்ள சாமர்த்தியமும், குயுக்தியும் வெளில வரும். கணக்கு பாப்பான். மோப்பம் பிடிச்சு கண்டுபிடிச்சுப்புடுவானுங்க. தேவடியாளுக்கு கொடுத்த காச வேணும்னா அவளுக கொடுத்த சொகத்த நெனச்சு விட்ருவானுங்கன்னாலும் சுத்துமுத்தும் இருந்து தன்ன ஏமாத்தினவனுகள மட்டும் அவங்களால மன்னிக்கவே முடியாது பாத்துக்க.

செல்வாக்கானவனுக்கு தன்ன ஒருத்தன் ஏச்சுபிட்டான்னா வர ஆங்காரம் கொஞ்சநஞ்சமா இருக்காது நற்குணம். நூலு பிடிச்சுகிட்டே வந்து குடும்பத்தையே இருந்த எடந்தெரியாதபடி ஆக்கிப்பிடுவானுங்க. ஒந்தம்பிகிட்ட சொல்லி வை" என்று கடைசியில் கொஞ்சம் நல்லுபதேசமும் தந்துவிட்டுக் கிளம்பினார் கோனார்.

செங்கமலம் இதையெல்லாம் எவ்வளவுக்குத்தான் சுருக்கிச் சொன்னாலும் தன் பட்டறிவினால் தெளிவாகப் புரிந்துகொண்டார் பக்கிரிசாமி. பெருமூச்சுடன், "இவ்வளவுக்கு ஆனப்புறம் நற்குணத்தோட முடிவுலயும் தப்பில்ல. கொத்தன் சொன்னாக் கேக்குறவனும் இல்ல. சரி, இனி ஆட்கொண்டான் விட்ட வழி!" என்று சொல்லிவிட்டு மற்ற பஞ்சாயத்தார்கள் எல்லோரும் வந்து சேர்வதற்காகக் காத்திருந்தார்.

2

அந்த செம்மண் சாலையில் சாரட் வண்டி நிதானமான வேகத்தில் ஓடிக் கொண்டிருந்தது. வண்டிக்குள் கண்களை மூடியபடி மஞ்சத்தில் சாய்ந்திருந்தார் அமரசிம்ம ராஜா. வண்டியின் ஒவ்வொரு குலுங்கலும் அவரது எண்ணவோட்டத்தின் திசையை மாற்றி மாற்றித் திருப்பிக் கொண்டிருந்தன. அவரது மனம் கடந்த காலத்திற்கும், நிகழ்காலத்திற்குமாக ஊசலாடிக் கொண்டிருந்தது. அவரது அவைப் புலவர்களும், அந்தரங்க ஊழியர்களும் அவரை ராஜரிஷியான ஜனகரைப் போன்றவர் என்று முகஸ்துதி செய்வதுண்டு. அது முழு உண்மை இல்லை என்றாலும்கூட ஓரளவுக்கு பற்றற்ற தன்மை கொண்டவர்தான். ஆனால், இன்று அந்த ஓடுகளைத் தாண்டி அவரது மனஅவசங்கள் வெளிக்கிளம்பின.

இந்திர பதவியிலிருந்து நழுவி நாகமாக மண்ணில் விழுந்த நகுஷனைப் போல் தன் வாழ்வின் ஏற்ற இறக்கங்களை எண்ணி மறுகினார். இந்த சோணாட்டின் அதிபதியாக, போன்ஸ்லே வம்சத்து அரசனாக தஞ்சபுரியில் பதினோரு ஆண்டுகள் வீற்றிருந்தவர்தான். இதோ இன்று திருவிடைமருதூரில் ஒரு சிறிய அரண்மனைக்குள் ஓய்வூதியம் பெற்றுக் கொண்டு அடைந்து கிடக்க வேண்டியிருக்கிறது. இயல்பிலேயே அமரசிம்மருக்கு பயணங்கள் என்றால் தனி மகிழ்ச்சிதான். ருக்மணியை அருகிலுள்ள திருவிசநல்லூருக்கு குடியேற்றியதுகூட அவளை சாக்கிட்டேனும் அரண்மனையிலிருந்து வெளியே போய்விட்டு வரலாமே என்பதற்காகத்தான்.

தஞ்சையிலே ராஜா சவாரி புறப்படுவதென்றால் தீவட்டிகளென்ன, வாண வேடிக்கைகளென்ன, வாத்திய கோஷ்டி என்ன என்று அமர்க்களமாக இருக்கும். அதற்காகவே இரவில் நகர்வலம் வருவதுண்டு. இங்கோ ஒரே ஒரு சாரட் வண்டிதான். அரசியரை எல்லாம் மகாலிங்க ஸ்வாமி தரிசனத்துக்கு அழைத்துப் போவதென்றால்கூட வண்டி இரண்டு நடை கோவிலுக்கும் அரண்மனைக்குமாக ஓட வேண்டியிருக்கிறது. கோஷா ஸ்திரீகளாயிற்றே, தெருவிலே நடந்து வரச் சொல்லவா முடியும்?

கும்பினிக்காரர்கள் கொடுக்கிற வருஷாந்திரம் இருபத்தி ஐந்தாயிரம் வராகனில் கட்டுசெட்டாகத்தான் வாழ்ந்தாக வேண்டும். இருக்கிற ஏவலர்கள், ஏவல் பெண்டுகள், பாதசார துருப்புக்காரர்கள், அக்காமார்கள் எல்லோருக்கும் மானியங்களை நிறுத்தாமல் தர வேண்டும். மகாலிங்கசுவாமிக்கும், சிவயோகநாதருக்கும், வைத்தியநாத சுவாமிக்கும் கட்டளைகள் உண்டு. இதுபோக இங்கே திருவிசநல்லூர் மாளிகைக்கும் செலவுத் தொகை தந்தாக வேண்டும். ருக்மணி பெரிய அளவில் செலவு செய்பவள் இல்லை. இருக்கிற ஏழெட்டு ஏவலர்களையும், பத்து ஏவல்பெண்டுகளையும் வைத்துக்கொண்டே சமாளித்துக் கொள்கிறாள். திருவிடைமருதூர் அரண்மனை செலவுகள்தான் கையை மீறிப் போகின்றன. தனக்கு வாய்த்த மனைவியர்தான் அப்படியென்றால், மகன் பிரதாபனுக்கு வாய்த்தவர்களும் குடும்ப நிலையை அனுசரிக்காதவர்களாகத்தான் வந்து சேர்ந்திருக்கிறார்கள். இருக்கிற இரண்டு மனைவியர் போதாதென்று அவனுக்கு மாமன் மகள் அம்முனி பாயி வேறு வேண்டுமாம். அது வேறு ஒரு பெரிய அந்தப்புரக் கலகம் நடந்து கொண்டிருக்கிறது.

இன்று சிவராயர் கொண்டு வந்த தகவல் எல்லாவற்றையும்விடப் பெரிய அபாயம் நெருங்கிக் கொண்டிருப்பதை உணர்த்தியது. கைவசமிருக்கும் முகாசா கிராமங்களின் விளைச்சலும் இனி கைக்கெட்டாதோ என்று சந்தேகத்தை கிளப்பி விட்டிருக்கின்றனர். தஞ்சையின் ரெசிடெண்ட் மக்லோட், 'இந்த அரசர்களுக்கு ஓய்வூதியம் மட்டுமே போதும் முகாசா கிராமங்களையும் ராயத்துகளுக்கே கொடுத்து, அவர்களிடம் வரி வசூல் செய்து கொண்டால் நமக்கு லாபம்' என்று மதராஸ் குவர்னருக்கு கடிதம் வேறு எழுதி உள்ளாராம். அப்படி மட்டும் நடந்துவிட்டால் நம் பாடு ரொம்பவும் திண்டாட்டமாகிவிடும்.

ஏதேதோ எண்ணங்களால் தலையை ஆட்டுவதும், கைகளால் மஞ்சத்தில் குத்துவதுமாக அமரசிம்மர் நிதானமிழந்தவராய் அலைபாய்ந்து கொண்டிருந்தார். நல்லவேளையாக திரைகள் கொண்டு மூடிய சாரட் என்பதால் அவரது நிலையை வெளியில் யாரும் அறிந்திட முடியாது. மெய்க்காவலன் விஜயனும் முன்னால் சாரதிக்கு அருகில் உட்கார்ந்திருந்தான். வண்டியின் ஓட்டத்தில் அவனும் ஒன்றையும் உணர்ந்திருக்க முடியாது. வண்டி சரிவில் இறங்கத் துவங்கியது. நீரின் குளுமையில் தோய்ந்த காற்று திரைகளையும் தாண்டி வண்டிக்குள் சுழன்றது. ஆற்று நீரின் சலசலப்பு ஒலியும் கேட்டது. இந்த அறிகுறிகளைக் கொண்டு வீரசோழனாறு நெருங்கிவிட்டதை ராஜாவால் உணர்ந்துகொள்ள முடிந்தது.

3

வளர்பிறைக் காலம் என்பதால் முற்றத்தில் நிலவு வெளிச்சம் நன்றாகவே இருந்தது. கூடத்திலும், ரேழியிலும் இருந்த சுவரொட்டி விளக்குகளில் இலுப்பெண்ணெய் வார்த்து ஏற்றி வைத்தாள் சிவகாமி. செங்கமலமும் பக்கிரியும் எல்லாவற்றையும் பேசி தீர்த்துவிட்டதால் அமைதியாக அமர்ந்திருந்தனர். ஐயாறப்பன் கோவில் சந்தியாகால பூஜை வேளைக்கான மணியோசையும், ரேழியில் கேட்ட காலடிச் சத்தமும் இருவரது சிந்தனைகளையும் கலைத்தது.

உள்ளே நுழைந்த உருவம் பெரிய நாயக் கொத்தன்தான். ஆறடி உயரத்தில் கோவில் சிற்பம் போன்ற பழுதில்லா உடல். அந்த இருட்டிலும்கூட கூடுதல் கருப்பாய் தெரியுமளவு கருநிறம். அந்த நிறத்தை இன்னமும் அழுத்திக் காட்டவே

படைக்கப்பட்டது போல மிளிரும் கண்களும், பற்களும். முதல் முறை பார்ப்பவர்களை கட்டி இழுக்கும் களையும், நம்பகமானவன் என்று நம்பவைக்கும் அப்பாவித்தனமும்தான் அவனது முதலீடுகள். இத்தனை குழப்பங்களையும் ஏற்படுத்திய பின்னரும் அவனைக் கண்டதுமே தன் மனம் இளகத் தொடங்குவதை நினைத்து வியந்தாள் செங்கமலம். 'இந்தப் பய என்னமோ சொக்குப் பொடியோடதான் திரியுறான் போல' என்று மனதுக்குள் எண்ணிக் கொண்டு முகத்தை இறுக்கமாக்கிக் கொண்டாள் செங்கமலம்.

நேராக வந்து செங்கமலத்திற்கும், பக்கிரிக்கும் எதிரில் முற்றத்து தரையிலேயே சம்மணமிட்டு உட்கார்ந்தான் கொத்தன்.

“என்னாயி.. ஒரு வழியா என்னய ஒதறி வுடறதா முடிவு கட்டிட்டீங்க போல? என்ன பெரியப்பா, உங்க செல்லப்புள்ள என்ன சொல்றாரு?”

“ஏண்டா கொத்தா இப்படியெல்லாம் பேசுற? நற்குணம் மட்டுமா எனக்கு செல்லமான புள்ள? நீங்க அஞ்சு பேரும் எனக்கு ஒண்ணுதாண்டா அறிவு கெட்டவனே...”

“அதெப்படி பெரிப்பா ஒண்ணா இருக்க முடியும்? அவங்கல்லாம் நல்லவங்களாச்சே. நாந்தா கேடுகெட்டவன்.. எப்படி எல்லாரும் ஒண்ணாருக்க முடியும்? என்னாயி, நீ ஒன்னுமே சொல்லாம இருக்குற? நீயும் ஒம்பங்குக்கு எதுனா சொல்றதுதானே?”

“என்னத்தடா தம்பி சொல்லணும்? இத்தினி வருஷமா சொல்லாததயா இன்னிக்கு புதுசா சொல்லப் போறேன்? நற்குணம் மனசே கசந்து போறாப்புல பண்ணிட்டயே..”

“அவரு மனசு கசந்து போறாப்புல என்னத்த நாம் பண்ணிபுட்டேன்? அவருல்ல வருஷக்கணக்கா என்னய நோகடிச்சுகிட்டு இருக்காரு?”

பதறிப்போனாள் செங்கமலம். பக்கிரிக்கும் பலத்த அதிர்ச்சிதான்.

“ஒங்காத்தா மீனாச்சிக்கு பொறந்தூடு சரி கெடயாது. பேருக்கு மூத்தவ, இந்த செங்கமலம் பொறப்புக்கு மட்டுந்தான் திருமானூர்ல போயி இருந்து பெத்துகிட்டு வந்தா. மத்தபடி நீங்க நாலு பேரும் பொறந்ததே இந்தூட்டுக்குள்ளதான். நீ கண்ணத் தொறந்து பாக்குறதுக்கு முன்னாடிலேர்ந்து ஒன்னய பாத்துகிட்டிருக்குறவன் நான். என்னடா புதுசா கத சொல்ற? அப்படி ஒன் மனசு நோகும்படி அவனென்ன செஞ்சான்னு சொல்லு கேப்போம்...”

“அவரென்ன செய்யல? எம்மேல வவுத்தெரிச்சல் புடிச்சவனுங்க ஆரு வந்து கோளு சொன்னாலும் அவனுங்க பேச்ச கேட்டுகிட்டு என்னய கண்டிக்க வேண்டியது. அவனுங்க சொல்றத நம்பி வீட்டுப் பொதுவுலேர்ந்து காசு, தானியம்னு அள்ளிவுட்டுப்புட்டு அப்புறம் அதெல்லாம் என்னால நஷ்டமாச்சுன்னு தெனமும் பொகய வேண்டியது. ஊருல இருக்கறவன் அத்தினி பேரும் நல்லவன், நாமட்டுந்தான் கெட்டவன்னு அவரே கரவம் கட்டிகிட்டில்ல இருக்காரு.”

“அவனென்னடா கரவம் கட்டறது? நீ பண்ணுற காரியம் அத்தினியும் அப்படித்தானே இருக்கு?” பதறினாள் செங்கமலம்.

“ஆயி, கொடுக்கல் வாங்கல்ல நாணயமா இருக்கணும்னா ரெண்டு தரப்பும் அப்படி இருக்கணும், இல்லியா? வாங்கறவன் பேராசக்காரனா இருந்தா கொடுக்கற நான் கொஞ்சம்கூட லாபம் பாக்க ஆசப்படக் கூடாதா? ஒங்களுக்கெல்லாம் ஏமாறுறவன் நல்லவன், ஏமாத்துறவன் மட்டுந்தாங் கெட்டவன்னு எண்ணம், இல்லியா? வாங்குறவனுக்கு பேராச இல்லாட்டா கொடுக்கற நான் எப்படி ஏமாத்த முடியுமாம்? இப்படித்தான் போன மார்கழில திருமஞ்சனவீதில இருக்கற சுப்பக்காளுக்கு ஒரு வராகன் எடைக்கு பொள்ளல் பவுனுன்னு சொல்லி முலாம் பூசின வெள்ளிக்கட்டிய வித்தேன். இல்லேங்கல. ஏழெட்டு மாத்து கம்மியான தங்கமே ஒரு வராகன் எடை ரெண்டு சக்கரத்துக்கு கொறயாம விக்குறப்ப பத்தர மாத்து தங்கத்த ஒன்னேகால் சக்கரத்துக்கு தரேன்னு நாஞ்சொன்னா, அந்தம்மா என்ன பண்ணியிருக்கணும்? சரி, நீ சொல்லு ஆயி, ஒங்கிட்ட ஒருத்தன் அவசரத்துக்கு நகயோ பவுனோ விக்க வரான்னா என்ன செய்வ?”

செங்கமலம் அமைதியாகவே இருந்தாள். சில நொடிகள் காத்திருந்துவிட்டு, பதில் வராததால் கொத்தனே தொடர்ந்தான்...

“ஒரு பத்தர கூப்ட்டுவுட்டு ஒரசி தரம் பாத்துட்டு, எட போட்டு வெல கொடுப்ப இல்லியா? சுப்பக்கா ஏன் அப்படி செய்யல?”

பெரியப்பனும் மகளும் மௌனத்தைக் கலைக்கவில்லை.

“இந்த ஏமாளி ஊர் வெல நெலவரந் தெரியாம அடிமாட்டு வெலக்கு தரேன்றான், வேற ஆரும் உள்ள பூந்து தட்டிரக்கூடாது, நாமளே கமுக்கமா வாங்கிரணும்னுதானே எந்த பத்தனயும் உள்ளற விடாம வாங்கி பொட்டில வச்சுப் பூட்டிச்சு அந்தம்மா? அந்த ஒன்னேகால் சக்கரத்துலயும் கொறைக்க முடியுமான்னு பேரம்

வேற பேசுனாங்க. அவங்க ஒங்களுக்கு நல்லவுங்களாகிடறாங்க, நான் மட்டும் கெட்டவன் இல்லயா?"

"கேட்டுக்கிட்டீங்களா பெரியப்பா, ஒங்க கடக்குட்டி பயலோட நியாய தர்மத்த?" கோபக்குரல் கேட்டு மூவரும் திரும்பிப் பார்த்தனர்.

மாடுகளுக்கு இரவுத் தீவனம் வைத்துவிட்டு, புழக்கடையிலிருந்து முற்றத்திற்குள் நுழைந்திருந்தார் நற்குணம். அவரைப் பார்த்ததுமே சட்டென எழுந்து எதிர் தாழ்வாரத்தின் தூணோரத்திற்கு நகர்ந்து கொண்டான் கொத்தன். என்னதான் நற்குணத்தின் மேல் நெஞ்சுமட்டுக் குறை இருந்தாலும்கூட அவரெதிரில் ஒரு வார்த்தையும் மரியாதைக் குறைவாகப் பேசிவிட மாட்டான். அவ்வளவு ஏன், பெரும்பாலான நேரங்களில் வாதிடக்கூட மாட்டான். அவரது திட்டுக்களையெல்லாம் மௌனமாக ஏற்றுக் கொண்டு தலைகுனிந்து நிற்பதே அவனது வழக்கம்.

"என்னாயி, காலைல பாகம் பிரிக்கணும்னு நாஞ்சொன்னப்ப தலைல கல்ல தூக்கி போட்டுட்டேன்னியே? இப்பக் காது குளிர கேட்டுகிட்டியா அவனோட நியாயத்த? கட்டுச்சோத்துக்குள்ள பெருச்சாளிய வச்சு கட்டிகிட்டாப்புல இப்படியாப்பட்ட தர்மவான இடுப்புல வச்சுகிட்டு குடும்பத்த கொண்டு செலுத்த முடியுமா சொல்லு... அந்த சுப்பக்காளுக்கு அடுத்த அறுப்புல பதினஞ்சு கலம் நெல்லு கொடுத்தில்ல சமாளிக்க வேண்டியிருந்தது?"

"அதத்தான் நானும் கேக்குறேன்... என்னோட கொடுக்கல் வாங்கல்ல நீங்க ஏன் தலையிடறீங்க? அப்புறம் என்னால நஷ்டம்னு வேற பொலம்பறீங்க.. யாருகிட்ட நஷ்டப்பட்டியோ அவனயே கேளுன்னு சொல்லி, என்னய கைகாட்டி உட்றதுதானே?"

"ஆமாடா, அதுதான் சரின்ற முடிவுக்குத்தான் நானும் இப்ப வந்திருக்கேன். பங்க பிரிச்சுபுட்டா நீ தனி தலக்கட்டாகிருவ. அதுக்கப்புறம் எவன் வந்து என்ன கேட்டாலும் நீ சொன்னாப்புல ஒன்னய கைகாட்டிட்டு நிம்மதியா எம்பொழப்ப பாத்துக்கலாம்னிருக்கேன். அதுக்குத்தான் இந்த பஞ்சாயத்தே. வீட்டு வரவு செலவு, சொத்து பத்து விவரம் எல்லாம் ஒனக்கு நல்லாவே தெரியும். என்னென்ன எதிர்பாக்குறன்னு பெரியப்பாகிட்ட சொல்லு. மத்தவங்களும் வந்ததும் கலந்து பேசி முடிவு கட்டிப்புடலாம். என்னால இதுக்கு மேலியும் இந்த மாதிரி ஏமாத்துக்கெல்லாம் சால்ஜாப்பு சொல்லிகிட்டிருக்க முடியாது.

பத்தும் பத்தாததுக்கு அவுசாரி வூட்ல போய் வேற கூட்டு களவாணித்தனம் பண்ண ஆரம்பிச்சிருக்க. ஒன் சங்காத்தமே எனக்கு வேணாமடா ஐயா..."

கோபத்தோடு நிமிர்ந்து பார்த்த கொத்தன் என்ன காரணத்தினாலோ அதை அடக்கிக் கொண்டான். சிற்சில பெருமூச்சுகளுடன் தன்னைக் கட்டுப்படுத்திக் கொண்டு மீண்டும் பேச ஆரம்பித்தான்:

"யாரு வேணா எத வேணா வச்சுக்கோங்க. என்னய கண்டாலே ஆகாம ஆனப்புறம் நானும் உங்க யாரு மூஞ்சிலயும் முழிக்க ஆசப்படல. வெட்டாத்தங்கர புதுத் தெருவுல வாங்கிப் போட்டிருக்கற ரெண்டு மனக்கட்டுங்கள மட்டும் எனக்கு கொடுத்துருங்க. எப்படியும் சாப்பாட்டுச் செலவுக்கு எனக்கு ஒரு பத்து மா நிலமாச்சும் வேணும். அத நீங்க மூனு பேருல யாராச்சும் ஒருத்தரே குத்தகயா எடுத்துகிட்டு, எனக்கு சம்பாவுல அம்பது கலமும், குறுவைல பதினஞ்சு கலமும் நெல்லா அளந்துருங்க. அப்புறம் ஆத்தா சாவுறதுக்கு முந்தி அதோட நகையெல்லாம் எம் பொண்ணுக்குத்தான்னு சொல்லிருந்துச்சு. அதயும் கைல கொடுத்துருங்க. நானும் என் குடும்பமும் உங்க கண் காணாம போயி பொழச்சுக்கறோம்.. ஆனா.."

குடும்பத்தின் மொத்த சொத்தில் நான்கிலொரு பாகத்துக்கு சொந்தக்காரனான கொத்தன், தனக்கென கேட்டது உண்மையாகவே வெகு சொற்பம்தான். பேராசை கொண்டவன், நயவஞ்சகன் என்றெல்லாம் நினைத்துக் கொண்டிருந்த ஒருவன் இத்தனை குறைவான பங்கு மட்டும் போதுமென சொல்வதை எப்படி எடுப்பது என அங்கிருந்த மூவருக்குமே புரியவில்லை. இதிலும் ஏதேனும் சூதிருக்குமோ என்றே நற்குணம் முதலில் நினைத்தார். தவிரவும் என்னதான் ஆத்தாள் சாகும் போது தன் நகையனைத்தும் மீனாளுக்குத்தான் என்று சொல்லியிருந்தாலும், செங்கமலத்துக்கும் நகையில் உரிமையிருக்கிறது. அக்காவைத் தனியாகக் கலந்து கொண்ட பிறகுதான் அதைப் பற்றி திட்டவட்டமாகச் சொல்ல முடியும். எண்ணங்கள் கிளை பிரிந்து ஓடிக் கொண்டிருந்தாலும் முக்கியமாகக் கொத்தனின் கடைசி வார்த்தைதான் அவருக்கு பெரிய சிக்கலாகப் பட்டது.

"என்னத்துக்கு ஆனான்னு இழுக்கற? சொல்லுறத முழுசாச் சொல்லு."

“இல்ல... மறுபடியும் ஆரு என்ன பிராதோட வந்தாலும் எனக்கு சாப்பாட்டுக்கு அளக்கப் போற நெல்லுல கை வைக்க மாட்டேன்னு நீங்க பஞ்சாயத்துல ஒத்துக்கணும்.” சற்றுத் தயக்கத்தோடுதான் இதை கொத்தன் சொன்னான்.

அவனையே சற்று நேரம் உற்றுப் பார்த்தார் நற்குணம். பார்வையைத் தாங்கமுடியாமல் வேறு புறம் திரும்பிக் கொண்டான்.

“அது சரிதான். ஒன்னய நம்பி இருக்குற ரெண்டு வயத்த பட்டினி போடச் மாட்டோம். ஆனா ஆத்தா நகை விஷயத்த பத்தி மட்டும் கொஞ்சம் யோசிச்சுத்தான் சொல்லணும்.”

யோசனை தன்னைப் பற்றியதுதான் என்பது புரிந்ததால் செங்கமலம் குறுக்கிட்டாள், “அதுல யோசிக்க என்ன இருக்குடா தம்பி? எனக்கு ஒண்ணும் பங்கு வேணாம். ஆத்தா ஆசப்பட்டது போல மீனாளுக்கே எல்லா நகையவும் கொடுத்திரலாம்...”

“சரியாயி, எல்லாத்தயும் அந்தப் புள்ளைக்கே கொடுக்கறதுன்னாலும் இவங்கையிலயா தூக்கி கொடுக்க முடியும்? கல்யாணம் காட்சின்னு ஆவுறப்ப பந்தலுல கொண்டு போயி கொடுத்துக்கலாம். அப்புறம் அத காப்பாத்திக்கறது சம்பந்தியாளுக சாமர்த்தியம்.”

“ஆக எம்புள்ள நகயக் கூட என்னய நம்பி கைல கொடுக்க மாட்டீங்க, அப்படித்தானே?”

“ஆமாடா, கல்யாணப் பந்தலுலதான் அந்த நகைங்கள கொடுப்பேன். அது வரிக்கும் அத காபந்து பண்ண வேண்டியது என் பொறுப்பு” நற்குணம் தீர்மானமாகச் சொல்லிவிட, அது சரிதான் என்பது போல செங்கமலமும் பக்கிரியும் தங்கள் மௌனத்தால் அதை அங்கீகரித்தனர்.

அன்பு என்பதை உன்னதமானதொரு விஷயமாகவே எப்போதும் நினைப்பது அறியாமை. அதுவே எத்தனையோ அழிவுகளுக்கும் வழிவகுக்கக் கூடும் என்பது ஆண்டு அனுபவித்த பெரியவர்களுக்கும் கூட பல நேரங்களில் புரிவதில்லை. அந்த மூவருமே மீனாட்சியின் மீதான அக்கறையாலும் அன்பாலும்தான் அந்த முடிவை எடுத்திருந்தனர். ஆனால், அதுவே அவளது வாழ்வின் அவலங்களுக்கான பிள்ளையார் சுழியாகுமென எதிர்பார்த்திருக்கவில்லை.

4

இரண்டு பேர் இழுக்கும் பங்கா அந்த அறையில் இயங்கிக் கொண்டிருந்த போதும் வரதானந்திற்கு வியர்வை ஊற்றெடுத்தது. எதிரில் நின்ற ஏவலன் தான் சொல்ல வந்த செய்தியைச் சொல்லி முடித்துவிட்ட ஆசுவாசத்துடன் நின்று கொண்டிருந்தான். தனது சிறு தவறு இன்று பெரிய சிக்கலில் இழுத்து விட்டதை உணர்ந்த வரதன் பதற்றமாய் எழுந்தான்.

"உனக்கு நிச்சயமா தெரியுமா?"

"ஆமாங்க, நானே சாரட் ஆத்துல பாதி தொலைவு வரத பாத்துட்டுத்தான் ஓடியாறேன்..."

"இன்னிக்கு சோமவாரம் ஆச்சே.."

இதற்கு என்ன பதில் சொல்வது என்று தெரியாமல் அமைதியாக நின்றான் அந்த ஏவலன். போன்ஸ்லே வம்சத்தவர்களுக்கு

சந்திரமௌலீஸ்வரர்தான் குலதெய்வம். அதனால் அவ்வம்சத்தவருக்கு சோமவார விரதம் தவிர்க்க இயலாத ஒன்று. விரதமென்றால் முழுப் பட்டினியெதுவும் இல்லை. பாலும் பழமும் மட்டும் உண்ண வேண்டும். காலையும் மாலையும் சிவபூஜை கட்டாயம். அன்று முழுவதுமே அரண்மனையில் ருத்ர பாராயணம், பஞ்சபுராணம் ஓதுதல் என்று ஏதேனும் சத்விஷயங்கள் நடந்துகொண்டே இருக்கும். அதிலும் அமரசிம்மர் திருவிடைமருதூருக்கு வந்தபின்னர் இந்த விரத அனுஷ்டானம் மிகத் தீவிரப்பட்டுவிட்டது. காலையும் மாலையும் மகாலிங்க ஸ்வாமியை தரிசனம் செய்து விட்டு வருவதும், பின்னர் அரண்மனையிலும் விஸ்தாரமாக பூஜை செய்வது என நடத்தி வந்தார்.

அப்படியிருக்க இன்று சோமவாரமாக இருந்தும் மாலை வேளையில் அவர் திருவிசநல்லூரை நோக்கி வந்து கொண்டிருக்கிறார் என்றால் அதன் நோக்கம் நம் பாயிசாகிப்பை சந்திப்பது தவிர வேறென்னவாக இருந்துவிட முடியும் என்று வரதனுக்கு புரியவில்லை. அரண்மனையிலேயே நாலு தர்ம பத்தினியர் இருக்க, விரத நாளில் இப்படி போக ஸ்திரீயை தேடி வரக் கூடிய அளவுக்கு இறங்குவார் என்று அவனால் நினைத்தே பார்க்க முடியவில்லை.

இதற்கு மேல் தான் மட்டும் தனியாக இந்த சிக்கலை தீர்க்க முடியாது என்பதை உணர்ந்த வரதன், எஜமானி அம்மாளின் காலில் விழுவதைத் தவிர வேறு வழியில்லை என்று முடிவுக்கு வந்தான். பீடத்தின் ஓரத்திலிருந்த சால்வையை அள்ளி தோளில் போட்டுக் கொண்டு வேகமாய் மகாலின் புழக்கடையை நோக்கி நடந்தான்.

கிணற்றடியையும், மாட்டுத் தொழுவத்தையும் தாண்டி பின்புற மதில் சுவரை ஒட்டிக் கட்டப்பட்டிருந்த ஒற்றை அறையின் முன்னால் வந்து நின்றான். மகாலின் எஜமானியும், அமரசிம்மரின் மனம் கவர்ந்த மாதரசியுமான ருக்மணி தேவி பாயி சாஹிப் மாதாந்திர விலக்கிற்காக அந்த சிற்றறையில் தங்கியிருந்தாள். அறைக்குள் ஒரு கயிற்றுக் கட்டிலில் கனத்த போர்வை ஒன்றினை விரித்து, அதில் படுத்திருந்தாள். அறைவாயிலில் ஆள் நடமாட்டம் தெரியவே, படுத்தபடியே "யாரடி அது?" என்று குரல் கொடுத்தாள்.

"நாந்தான் வரதன் வந்திருக்கேன்மா..."

ஆண் குரலைக் கேட்டதும் வியப்பும், கூடவே சற்று எரிச்சலும் ஏற்பட்டது ருக்மணிக்கு. கட்டிலின் கயிற்றுப் பின்னல் சற்றுப்

பழையது என்பதால் அவளது கனத்தினால் தொய்ந்து கிடந்தது. அதிலிருந்து எழுவது அத்தனை எளிதாக இல்லை. கட்டிலின் மரச்சட்டத்தில் கைகளை அழுந்த ஊன்றிக் கொண்டுதான் எழுந்து அமர வேண்டியிருந்தது. உட்கார்ந்த உடன் "என்னடா விஷயம்? இங்க வந்து தொந்தரவு பண்ற அளவு என்ன அவசரம் உனக்கு?" என்று எரிச்சல் தொனிக்கும் குரலில் கேட்டாள்.

"அம்மாஜி என்னை மன்னிக்கணும். ஒரு தப்பு நடந்து போச்சு."

"முதல்ல என்ன விஷயம்னு சொல்லு, அப்புறமா நான் மன்னிக்க முடியுமா, முடியாதான்னு சொல்றேன்..."

"நீங்க ரஜஸ்வலையாக இருக்கற தகவலை திருவிடைமருதூர் அரண்மனைக்கு சொல்லியனுப்ப மறந்துட்டேன்" என்று சொல்லிவிட்டு சற்று இடைவெளி விட்டான் வரதன். ஆனால் அதற்குள் ருக்மணிக்கு இது மட்டுமே செய்தியல்ல என்பது புரிந்திருந்தது. எனவே அவளும் எதுவும் பேசாமல் காத்திருந்தாள். அந்த அமைதியிலேயே வரதனால் அவளது கோபத்தை உணர முடிந்தது. மீண்டும் தைரியத்தை கூட்டிக் கொண்டு பேச்சைத் தொடர்ந்தான்.

"இப்ப வேறொரு வேலையா அக்கரைக்குப் போன ஏவலாள் ராஜாவோட சாரட் இந்தப் பக்கம் வரத பாத்துட்டு வந்து தகவல் சொன்னான். அனேகமா அவர் இங்கதான் வருவாரா இருக்கும். எப்படி அவர எதிர்கொள்றதுன்னு எனக்குப் புரியல. அம்மாஜிதான் பெரிய மனசு பண்ணி இந்த இக்கட்டுல என்னை காப்பாத்தணும்."

"வரதா, நேத்திக்கே சொல்லியனுப்பியிருந்தா, இப்படி ஒரு நிலம வந்திருக்குமா?"

"தப்புத்தான்மா. ரவி, சோமவாரங்களில் ராஜா இங்க வர வழக்கமில்லயே.. நிதானமா நாளைக்கு சொல்லியனுப்பிக்கலாம்னு அஜாக்கிரதையா இருந்துட்டேன்மா."

"இங்க மஹால் மத்தியஸ்தம் பண்றது மட்டும்தான் உன் வேல. அத மறந்துடாதே. மகாராஜா எப்ப எங்க வரணும், போகணும்னெல்லாம் நீதான் தீர்மானம் பண்றதா நினைப்போ?"

"அம்மாஜி மன்னிக்கணும். அவ்ளோ கர்வமெல்லாம் எனக்கில்லைம்மா. நாளைக்கு மெதுவா சொல்லியனுப்பிக்கலாம்னு இருந்துட்டேன். இப்படி திடும்னு ராஜா வருவார்னு எதிர்பார்க்கலம்மா..."

சற்று நேரம் உள்ளறையிலும் அமைதியே நிலவியது. வெளியிலோ நெருப்பின் மேல் நிற்பது போல தவித்து, கால் மாற்றி நின்று கொண்டிருந்தான் வரதானந்த். நீண்டு கழிந்த சில நொடிகளுக்குப் பின் உள்ளிருந்து ருக்மணி பேசினாள்.

“உன்னோட அலட்சியத்துக்கு என்ன தண்டனைன்னு அப்புறமா பாக்கலாம். இப்ப வழக்கம் போல ராஜாவை வரவேற்க உண்டான ஏற்பாடெல்லாம் பண்ணு. உள்ள நுழைஞ்சதும் நான் எங்கன்னு கேட்டா, உடனே விஷயத்த சொல்ல வேண்டாம். இதோ தயாராகிட்டிருக்காங்கனு மட்டும் முதலில் சொல்லு. அப்புறம் நான் ராஜாயி மூலமா மெதுவா சொல்லிக்கறேன். நீ போயி சந்தனம், புஷ்பமெல்லாம் எடுத்து வழக்கமா வரவேற்க வாசலில் நிக்கற பெண்களிடம் கொடுத்தனுப்பு. முபதக் மகாலுக்குப் போய் ராத்திரிக்கு பலகாரம் தயாரிக்கச் சொல்லு. சந்த்யா காலமா இருக்கு. இப்போதைக்கு கல்கண்டு தட்டிப் போட்டு பால் மட்டும் தயாரா வைக்கச் சொல்லு. மொதல்ல ராஜாயிய இங்க வரச் சொல்லிட்டு இதெல்லாம் செய். ஓடு...”

அப்போதைக்கு தப்பி விட்டோம் என்ற நிம்மதிப் பெருமூச்சோடு “சரிங்க அம்மாஜி” என்றுரைத்துவிட்டு மீண்டும் மாளிகைக்குள் ஓட்டமும் நடையுமாக நுழைந்தான்.

சற்று நேரத்தில் ராஜாயி அக்கா பரபரப்போடு அதே அறையின் முன்னால் வந்து நின்று வணங்கினாள். ருக்மணி எழுந்து வாயிலருகே வந்து நின்று கொண்டு ராஜாயியிடம் பேசத் துவங்கினாள்.

“இந்த மூடன் பண்ணி வச்சிருக்கற காரியத்த பாத்தியா ராஜாயி? நீயாவது அவனுக்கு ஞாபகப்படுத்தி நேத்திக்கே தகவல் சொல்லி விட்ருக்கலாமில்லயா? இப்ப பாரு, ராஜா நாம அலட்சியமா இருக்கறதா நினைக்கறாப்பல ஆகிடும் போலிருக்கே...”

“அவன் பண்ணினது தப்புத்தான்மா. இல்லேங்கல. ஆனா நீங்க மனச அலட்டிக்காதீங்க. நீங்க ராஜா மேல வச்சிருக்கற பக்திய பத்தி அவருக்குத் தெரியாதா என்ன? அங்க அரண்மனைல இருக்கற ராணிமார்கூட இவ்ளோ விசுவாசமா இருக்க மாட்டாங்கன்னு அவருக்குத் தெரியும். வேணும்னா வரதன அவர்கிட்ட தண்டமிட்டு மன்னிப்பு கேக்க சொல்லிடலாம்...”

“ம்ம்.. அதெல்லாம் ஒண்ணும் தேவைப்படாது. பாத்துக்கலாம். முதல்ல ராஜா உள்ள நுழைஞ்சதும் நான் இப்படி ஒதுங்கியிருக்கறத

சொல்லிடாத. பிரயாணக் களைப்பு தீர்ந்தப்புறம், பக்குவமா சொல்லு. வரதன் சொன்னாப்பல சோமவார விரதத்தையும் மறந்து அவர் இங்க வரார்னா எதோ சஞ்சலத்தில் இருக்கார்னுதான் தோணுது. என்கிட்ட ரெண்டு வார்த்தை பேசணும்னு நினச்சாலும் நினைப்பார்."

பேசிக்கொண்டே வந்த ருக்மணி, சில விநாடிகள் யோசனையிலாழ்ந்தாள். வழியொன்றைக் கண்டு கொண்டதும் முகம் சற்றே பிரகாசமானது.

"கோசாலைய எந்த தீட்டும் அண்டாதுனு சொல்வாங்க. அதுனால ராஜா என்கிட்ட பேசியே ஆகணும்னு சொன்னால் கோசாலைல ராஜாவுக்கு ஒரு பீடம் போட்டுடு. நடுவில் ஒரு திரை கட்டிடலாம். அங்கேர்ந்து அவர் என்கிட்ட பேசினா ஒண்ணும் பாதகமில்ல."

"நல்லது அம்மாஜி. அதே மாதிரி ஏற்பாடு செஞ்சுடறேன். ஒரு வேளை..."

கடைசி வார்த்தையை இழுத்தாற் போல் சொல்லிவிட்டு ருக்மணியின் முகத்தை நிமிர்ந்து பார்த்தாள். அவள் கேட்க நினைப்பது ருக்மணிக்கு புரிந்தது. ராஜாயியின் முகத்தில் தெரிந்த ரகசிய ஆர்வம் எரிச்சலூட்டியதால் சட்டென வேறொரு முடிவிற்கு வந்தாள்.

"அப்படி அவர் இங்கயே தங்க விரும்பினார்னா... அந்த திருவாதிப் பொண்ணு ஆனந்தவல்லி இருக்கால்ல, அவளையே சயன கிரஹத்துக்கு அனுப்பி வை."

"அவ புதுசாச்சேம்மா... இங்கிதமில்லாம நடந்து வச்சுட்டா ராஜா மனசு வருந்தறாப்பல ஆகிறக்கூடாதே!"

அடடா, என்ன ஒரு அக்கறை என்று எள்ளலாக மனதுக்குள் நினைத்துக் கொண்டு "அதெல்லாம் ஒண்ணும் ஆகாது, அவளுக்கு நல்லபடியா அலங்காரம் பண்ணி அனுப்பி வை. அப்படி ஒருவேள அலங்காரம் பண்ணும் போதே அழுதாளானா, இங்க கூட்டிட்டு வா. நான் சமாதானம் பண்றேன். இப்ப போய் வேலையப் பாரு" என்று பேச்சை முடித்தாள்.

முகம் சுண்டிவிட்டபோதும், பணிவாக வணங்கிப் பின் நகர்ந்தாள் ராஜாயி.

5

ஐயாறப்பனின் திருமஞ்சனத்திற்கான நீரைக் காவிரியிலிருந்து பொற்குடத்தில் எடுத்துக் கொண்டு செல்லும் யானையின் மணியோசை புலரிக் காற்றில் மிதக்கிறது. கள்ளத்தெரு நாட்டாமையான மருதனுக்கு அந்த ஓசை காதில் கேட்டாலும் அதன் இனிமையில் மனம் செல்லவில்லை.

அப்பா தீக்ஷிதர் எதற்காகத் தம்மை வரச்சொல்லியிருக்கக் கூடும் என்பதிலேயே அவனது மனம் சுழன்றது. சில வருடங்களாகவே தீக்ஷிதர் ஏதோ பெரிய யாகம் ஒன்று செய்யவிருப்பதாகவும், அதற்காக தஞ்சை மன்னரிடம் உதவி கோரியிருப்பதாகவும் திருவாதி முழுக்க பேச்சாக இருந்தது. அரண்மனையில் நடக்கும் அதிகார மோதலில் தீக்ஷிதரின் கோரிக்கை கிடப்பில் கிடப்பதாகக் கேள்வி. பெரிய மனிதர்களின் கவலைகள் பெரிய

விஷயங்களைப் பற்றி இருக்க, அன்றாடங்காய்ச்சிகளுக்கோ வயிற்றுப்பாடு மட்டும்தான் கவலை. மருதன் போன்ற இரண்டும்கெட்ட குடித்தனக்காரர்களின் கவலையோ வெள்ளாமையின் ஒவ்வொரு கட்டத்திலும் ஒவ்வொன்றாக இருக்கும். மழை பெய்யாவிட்டால் பயிர்கள் வாடிவிடுமே என்று கவலை. அதிகமாகப் பெய்து கொண்டே இருந்தாலோ பயிர்கள் அழுகிவிடுமே என்று கவலை; பூச்சிவெட்டு, எலி என்றெல்லாம் சில்லறைக் கவலைகள்; கடைசியில் மேல்வாரமாக அரசுக்கு எவ்வளவு கொடுத்துத் தீர்க்க வேண்டியிருக்குமோ என்பது வரை ஆயிரத்தெட்டு கவலைகளை தினம் தினம் சுமக்க வேண்டியிருக்கிறது. பற்றாக்குறைக்கு இன்று காலையிலேயே தீக்ஷிதர் வரச்சொன்னதாக சேதி வந்ததும் இந்தக் கவலையும் மருதனின் மண்டைக்குள் சேர்ந்து கொண்டது.

தோளில் இடுக்கிய துண்டும், தார்ப்பாய்ச்சிக் கட்டியிருந்த வேட்டியுமாக சிற்றடி வைத்துச் சென்று கொண்டிருந்தான் மருதன். கண்ணில் பட்ட அத்துணை பேருக்கும் இடுப்பை வளைத்துக் கும்பிடு போட்டுக் கொண்டே சென்றான். வயதில் சிறியவரோ, பெரியவரோ, அக்கிரகாரத் தெருவில் நடமாடும் அத்துணை அந்தணரையும் வணங்கியே தீர வேண்டுமென்பதால் நிமிர்ந்து பார்க்கத் தேவையே இல்லை. அப்படியே நடந்தபடி வீதியின் வலச் சிறகிலிருந்த அப்பா தீக்ஷிதரின் இல்லத்தருகே வந்து சேர்ந்தான்.

காவி வெள்ளைப் பட்டைகளால் அலங்கரிக்கப்பட்ட வெளிச்சுவர் தாண்டி கோலமிட்டிருந்த வாசல் குறட்டருகே செல்லும்போதே உள்ளிருந்து “யாருடாது...” என்றொரு கிழக் குரல் கேட்டது.

மாப்பிள்ளைத் திண்ணையில் நிரந்தர வாசம் செய்யும் அப்பா தீக்ஷிதரின் தந்தையான சதாசிவ தீக்ஷிதரின் குரல்தான் அது என்பதை மருதன் கண்டுகொண்டான்.

“அடியேன் கள்ளத்தெரு நாட்டாமை மருதனுங்கய்யா.., சின்னய்யரு வரச்சொல்லி தாக்கல் விட்ருந்தாங்க.. அதான் உத்தரவு கேட்டுட்டுப் போகலாம்னு வந்தேனுங்க.”

“சரி, சரி.. சித்தே இரு. இப்போ வந்துடுவான்”

“சரிங்க சாமி” என்றபடி மருதன் அந்த வாசல் குறட்டின் ஓரத்தில் சுவரின் நிழலில் குந்தி உட்கார்ந்து கொண்டான்.

பிரம்ம முகூர்த்தத்திலேயே ஔபாசனாதிகளை முடித்துவிட்டிருந்த அப்பாதீக்ஷிதர், அந்த புலர் காலைப் பொழுதில் பஞ்சாயதன பூஜையையும் முடிக்கும் தருவாயிலிருந்தார். உள்ளிருந்து நைவேத்தியத்திற்கான அன்னமும், பாயசாதி பட்சணங்களும் கொண்டு வருவதற்கான சைகையைக் காட்டினார் தீக்ஷிதர். காத்திருந்த அவரது இல்லாள் சிவகாமு அம்மாள் பதார்த்தங்களைக் கொண்டு வந்து, அவர் நீர் தெளித்து சுத்தி செய்திருந்த இடத்தில் பரத்தலானாள்.

நைவேத்தியம் செய்து, பின் கணகணவென்ற வெண்கல மணியோசையோடு பூஜா விக்கிரகங்களுக்கும், சுவற்றில் மாட்டியிருந்த தெய்வங்களின் படங்களுக்கும் தீபாராதனை காட்டினார். சாஷ்டாங்க நமஸ்காரம் செய்து, பூஜையை நிறைவு செய்தார். சிவகாமு அம்மாள் நைவேத்தியத்திற்கு வைத்த சாப்பாட்டுப் பொருட்களை சமையலறைக்கே திரும்பி எடுத்துச் செல்ல, மணையிலிருந்து எழுந்து வந்து தாழ்வாரத்தில் காலைத் தொங்கவிட்டவாறு உட்கார்ந்தார்.

திண்ணையிலிருக்கும் தந்தைக்கு தேவையான கஞ்சியை எடுத்துச் சென்று கொடுத்துவிட்டு பாத்திரங்களுடன் திரும்பி வந்த அவரது சகோதரி தருமு தம்பியைப் பார்த்துச் சொன்னாள்: “கள்ளத்தெரு மருதனை வரச்சொல்லிருந்தயாமே? வந்து வாசக் கொற்றட்டுல உக்காந்திருக்கான். சாப்பாட்டுக் கடை ஆனப்புறம் போய் அவன விஜாரிச்சுக்கோ...”

“வந்துட்டானா? அதுசரி, ஒரு முக்கியமான சமாச்சாரம் கேக்கணும்னு வரச்சொல்லிருந்தேன். இவள எலையப் போடச் சொல்லு, அதுக்குள்ளியுமே நான் போய் விஜாரிச்சுட்டு வந்துடறேன்” என்றபடி சரேலென வாயிலை நோக்கிச் சென்றார்.

தருமுவுக்கும், சிவகாமுவுக்கும் வியப்புத் தாங்கவில்லை. போஜனத்தைக் கூட பின்னால் தள்ளும்படி அப்படியென்ன தலை போகிற அவசரம்? வியப்புடன் இருவரும் ஒருவரையொருவர் பார்த்துக் கொண்டனர்.

சிவகாமு தீக்ஷிதர் உட்காருவதற்கான ஓலைத் தடுக்கையும், அதன் முன்னால் நுனி இலையையும் விரித்தாள். பிறகு முன் இலையில் வைக்க வேண்டியவற்றைப் பரிமாறலானாள்.

“பிராமணோ போஜனப் பிரிய:’ என்பதற்கிணங்க அப்பாதீக்ஷிதர் விரிவாக சாப்பிடும் பழக்கமுள்ளவர். இலையின் நுனியில் உப்பு வைத்துவிட்டு, பீர்க்கங்காய் கூட்டு, பரங்கிக்காய் பால் கூட்டு, கத்திரிக்காய் பிரட்டல், வாழைக்காய் பொடித்தூவல் ஆகியவற்றை ஒவ்வொரு கரண்டி வைத்தாள். இஞ்சித் துவையலையும், கருவேப்பிலைத் துவையலையும் சிறு கரண்டிகளால் அள்ளி வைத்தாள். பொரித்த அப்பளங்களை சம்புடத்தோடு கொண்டுவந்து அருகில் வைத்துவிட்டு, அதிலிருந்து ஒன்றை மட்டும் இலையில் வைத்தாள். தீக்ஷிதர் பாயசத்தையும், சாற்றமுதையும் தனியாக தொன்னையில்தான் குடிப்பார். அதற்காக வாழை இலைத் துண்டுகளால் செய்த அழகிய தொன்னைகள் இரண்டைக் கொண்டுவந்தாள். அன்னத்தை சிப்பல் தட்டில் எடுத்து வைத்துவிட்டு தீக்ஷிதரின் வருகைக்காகக் காத்திருந்தாள்.

“மருதா” என்று குரல் கொடுத்துவிட்டு, தந்தை உட்கார்ந்திருந்த திண்ணைக்கு எதிர்த் திண்ணையில் உட்கார்ந்து கொண்டார் அப்பா தீக்ஷிதர்.

மருதன் உட்கார்ந்திருந்த இடத்திலிருந்து எழுந்து, முடிந்தவரை வேகமாக நடந்து வந்து தீக்ஷிதருக்கு பத்தடி தள்ளி நின்றான். பணிவுடன் கும்பிட்டு “சாமி வரச்சொன்னீங்கன்னு அம்மாக்கண்ணு சொல்லிச்சுங்க...” என்று இழுத்தான்.

“ஆமாண்டா.. ஒரு சேதி கேள்விப்பட்டேன், ஆனா நம்ப முடியல. அதான் உன்ன ஒரு வார்த்தை கேட்டு நிச்சயம் பண்ணிக்கலாம்னுதான் கூப்ட்டு விட்டேன்.”

எதுவும் பேசாமல் அமைதியாக நின்றிருந்தான் மருதன். மனதுக்குள் குடைந்து கொண்டிருந்த அச்சம் முகத்தில் தெரியாமல் இருக்க, தலையைக் குனிந்துகொண்டு அவரே பேசட்டும் என்று காத்திருந்தான்.

“வலங்கை சாதிக்காரந்தானேடா நீங்கல்லாம்?” தீக்ஷிதரின் இந்தக் கேள்வி சூட்டுக்கோலால் இழுத்தாற்போல் மருதனின் மேல் விழுந்தது. பதறியவனாக, நிமிர்ந்து “ஆமாங்க, சாமி என்ன இப்படி கேட்டுப்புட்டீங்க?” என்றான்.

“நானா ஒண்ணும் சொல்லலடா.. ஒங்கூட்டாளி பெரிய நாயக்கொத்தன பத்தி என்னமோ கேள்விப்பட்டேனே? அவன்

பொண் கொழந்தைக்கு போன வெள்ளிக்கிழமை கல்யாணம் பண்ணினானாமே? நீ போயிருந்தயா?"

அவர் எங்கே வருகிறார் என்று மருதனுக்குப் புரிந்தது. எப்படி தீக்ஷிதர் காது வரைக்கும் விஷயம் எட்டியது என்று குழம்பியபடி ஆமென்று தலையாட்டினான்.

"கலி முத்திடுத்து போலிருக்கே... அம்மி மிதக்கறது, சுரைக் குடுக்கை தாழறதுன்னு சொல்வாளே, அது மாதிரின்னா இருக்கு. பந்தல் போடற விதம் தொட்டு பிருது வாகன வாத்தியங்கள் வரைக்கும் சகல விதத்துலயும் இடங்கைக்காரன் போல பொண்ணுக்கு கல்யாணம் பண்ணி வச்சானாமே?"

எதுவும் பேசாமல் நின்றான் மருதன்.

"தெருவ அடைச்சுப் பந்தல் போட்டு, சிவப்பு வெள்ளை விதானம் கட்டி, பந்தலில் வாழைக்குலை, நெட்டி, பாக்கு எல்லாம் கட்டி, நல்மேளம், பெரிய மேளம், தப்பு, கொம்பு, நகரா, தாரை, சங்குனு எல்லா வாத்தியமும் வச்சு, குதிரையோ பல்லக்கோ வச்சு ஊர்கோலம் நடத்தறதல்லவா வலங்கைக்காரங்க பழக்கம்? அவனவன் அந்தஸ்துக்கு தக்கபடி இதுல கூடக் குறைச்சல் இருக்கலாம்னாலும் உன் கூட்டாளி என்ன பண்ணி வச்சிருக்கான்? பற மேளம் மட்டும் வச்சு, சிவப்பு விதானம் கட்டி, வாழைக் கூந்தல் மட்டும் கட்டி, தெருவுக்குள்ள மட்டும் ஊர்கோலம் வச்சுனு எடங்கைக்காரனுங்க மாதிரின்னா கல்யாணத்த நடத்தியிருக்கான்?"

"ஐயா.. அவனுக்கு எடங்கைக்காரங்களாட்டம் பண்ணனும்னெல்லாம் ஒன்னும் இல்லீங்கய்யா. சுருக்கமா செஞ்சு போடலாமேன்னு அப்படி பண்ணிப்புட்டானுங்க..."

"அப்படி என்னடா கேடுகாலம் வந்தது அவனுக்கு? பணமுடைன்னாலும் கடன உடன வாங்கியாவது அந்தஸ்துக்கு தக்கபடி கல்யாணம் காட்சி பண்ண முடியலன்னா அப்பறம் என்னத்துக்கு தலக்கட்டுன்னு இருக்கணும்ங்கறேன்? இப்படி மேல இருக்கறவனெல்லாம் கீழ இருக்கறவன மாதிரி சுபாசுப காரியங்களை பண்றதுன்னு ஆரம்பிச்சா, அப்புறம் கீழ இருக்கறவன்களுக்கு துளிர்த்துப் போயிடாதா? ஏற்கெனவே இந்த கும்பினிக்காரன் வேற ஜாதி, வர்ணம்னு எந்த எழவையும் மதிக்க மாட்டேங்கறான். அவன்ங்களே கோ மாம்சம் சாப்படற

மிலேச்சன்கறப்போ இங்க இருக்கற எந்த தர்மத்தையும் மதிக்கப் போறதில்ல.. அவனுங்க கை வலுத்துண்டு வர நேரத்துல இப்படி மேல் கீழ்னு பிரிவினைகள நாமளும் மதிக்கலன்னா என்னத்துக்காகும்னு கேக்கறேன்?"

தீக்ஷிதர் பொரிந்து கொண்டே செல்ல, எப்படி குறுக்கிடுவது என்று புரியாமல் மருதன் தயங்கி நின்றான்.

"என்னடா நாம்பாட்டுக்கும் பேசிண்டே இருக்கேன், நீ அடிச்சு வச்ச செலயாட்டமா நின்னுண்டிருக்கயே? ஏன் வாயில என்ன கொழக்கட்டையா? பதில் சொல்லுடா" என மருதனை குரலால் உலுக்கினார் தீக்ஷிதர்.

பெரிய நாயக்கொத்தன் செய்தது எந்த வகையிலும் சரியில்லைதான். அவனது மகள் திருமணத்தினை தீக்ஷிதர் சொல்வது போன்ற முறைமைகளுடன் நடத்த கடமைப்பட்டவன்தான். திருமணத்திற்கென்று பணம் புரட்டக்கூட அவன் ரொம்பவும் முனைந்திருக்க வேண்டியதில்லை. அவன் பணிவாகக் கேட்டுக் கொண்டால் அவனது அண்ணன்கள் மூவருமே இழுத்துப் போட்டுக் கொண்டு நிரக்க நடத்தி வைத்திருந்திருப்பார்கள்.

கொத்தனோ வேறு மாதிரியான ஆள். சிறு வயசிலிருந்தே அவன் வீட்டுக்கு அடங்கினவனில்லை. அவனுக்கு பணம் மட்டுமே குறி. அதற்காக பாடுபட்டு சேர்த்து வைத்து, ஆறை நூறாக்குபவனும் அல்ல. கல்லில் நார் உரிப்பான், காற்றில் சரடு திரிப்பான். வாய்ச்சாலகன். அடுத்தவர் சொத்தை தன்னுடையதாகக் காட்டி விற்று விடுவதில் விற்பன்னன். எதையும் காசாக்கி விடுவான். கையில் பணம் வந்துவிட்டால் உடனே குடி, சூது, மாது என்று விசிறியடித்தும் விடுவான்.

இந்தத் திருமணத்திற்கான பேச்சுவார்த்தைகள் நடந்து கொண்டிருக்கும்போதே அவன் மருதனை வந்து சந்தித்திருந்தான். தன் பணமுடை எத்தனை அதிகமென்பதை விவரமாக விளக்கி, தான் செய்யவிருக்கும் பித்தலாட்டத்தைப் பற்றியும் சொல்லி, காட்டிக் கொடுத்துவிடாமலிருந்தால் போதும் என்று அவன் பேரம் பேசியதையெல்லாம் தீக்ஷிதரிடம் சொல்லிக் கொண்டிருக்க முடியாது என்பதால் வேறு விதமாக இதைச் சொல்ல முடிவு செய்தான் மருதன்.

"ஐயா, இந்த விஷயத்தை எஜமான் பெரிய மனசு பண்ணி மன்னிச்சுவிடணுமுங்க. பெரிய கொத்தனுக்கு கொஞ்சங்கடன் அதிகமாப் போச்சுங்க. தலைக்கு மேல வெள்ளம். மாப்புள்ள புள்ளையாண்டான் கும்மோணத்து வெள்ளாப் புள்ளைமாருங்க. இந்த மாதிரி பொண்ணு தேடறார்னு பேச்சு வந்ததுங்க. பரிசப் பணமும் தந்து, கல்யாணச் செலவுக்கும் பணம் தரதா பேச்சுங்க. அந்தப் பணத்துக்கு ஆசப்பட்டு கொத்தன் நாங்களும் வெள்ளாப் புள்ளைங்கதான்னு சொல்லி கல்யாணம் பேசி முடிச்சுப்புட்டானுங்க. அதுக்காவத்தான் முடிஞ்சவரைக்கும் காதும் காதும் வச்சாப்புல கலியாணத்த முடிச்சு விட்டுபுட்டான்.

நல்லவேளையா பரம்பர வீட்டுல இல்லாம, புதுத்தெருவுல இருக்கறதால மாப்புள்ள வீட்டாளுகளுக்கும் ஒன்னும் சம்சயம் வரல. பொண்ணு கழுத்துல தாலி ஏறினாப் போதும்னு ஆகிட்டுங்க. நானும் சேதி கேள்விப்பட்டு போய் அவன சத்தம் போட்டேங்க. காலப் புடிச்சுகிட்டு அழுவுறான், அத்தோட கல்யாணம் முடிஞ்ச பின்னாலதான் எனக்கும் சேதி தெரியும். பொட்டப் புள்ள கழுத்துல தாலியும் ஏறிட்டு. இப்ப நாம எதுனா சொல்லி, அந்தப் பொண்ணு வாழ்க்கை வீணாகிறக் கூடாதேன்னுதாங்க பேசாம விட்டேன்" சொல்லிவிட்டு தீக்ஷிதரைப் பார்த்தான். அவரோ இவனை கண் இமைக்காமல் பார்த்துக்கொண்டிருந்தார். அவரின் பார்வையை தாங்கமாட்டாதவனாகத் தலையைக் குனிந்துகொண்டான் மருதன்.

"அதுக்குன்னு இந்த மாதிரி நடத்தையெல்லாம் சும்மா விட்றதா? சரி, மாப்புள்ள வீட்ல யாருக்கும் சந்தேகமே வரலயா? பேச்சு, பழக்கவழக்கம் சடங்காச்சாரமெல்லாம் வேற மாதிரி இருந்திருக்குமே?" தீக்ஷிதர் சற்று கோபம் குறைந்த குரலில், ஆனால் ஆச்சரியம் தொனிக்கக் கேட்டார்.

"மாப்புள்ளைக்காரனோட அப்பன் கும்பினிக்காரங்கிட்ட வேலை பாக்கறாராமுங்க. அதும் சித்தூர் ஜில்லாவுல இருக்குதே, வேலூர்க் கோட்டைன்னு, அங்க நல்ல பெரிய உத்தியோகமாம். மாப்புள்ள புள்ளையாண்டானுக்கும் அங்கயே வேல பண்ணி வச்சுருவாராட்டம் இருக்கு. ஆனா அங்கேர்ந்து கல்யாணத்துக்கு வரணும்னா கும்பினில ரஜா வாங்கணும், வழிநடைக்கு ரகதாறி வாங்கணும்னு ஆயிரத்தெட்டு சாங்கியமிருக்கறதால புள்ளையோட தாய் மாமங்காரனையே பாத்து கல்யாணம் பண்ணி வச்சு, ஜோடியா அங்க அனுப்பி உட்ருன்னு சொல்லிட்டாராம்."

"ம்.."

"அதுனால புள்ளயூட்லேர்ந்து மாமன்காரனும், இன்னும் நாலஞ்சு ஆம்புளங்களும் மட்டும்தான் கல்யாணத்துக்கு வந்திருந்தாங்களாம். பொம்பளயாளுங்க வந்திருந்தா சடங்கு, சாங்கியத்துல எல்லாம் குறை கண்டுபிடிச்சிருப்பாங்க. பெரியாம்புளைங்க மட்டும்தான் வந்திருந்தாங்கன்றதால ஒண்ணும் பிரச்சனையாகாம தப்பிச்சுட்டான் போல இருக்குங்கய்யா."

"ஓ.. அப்படியா.. ம்ம்ம்.." என்றபடி யோசனையில் ஆழ்ந்த தீக்ஷிதர், "பரிசப் பணம் எவ்ளோ கொடுத்தாங்களாம்?" என்று அடுத்த கேள்வியைப் போட்டார்.

இருபத்தி ஒன்னேகால் ரூபாய் பரிசப் பணமாக மட்டும் தட்டில் வைத்திருந்தார்கள் என்பது மருதனுக்குத் தெரியும். அதிலிருந்து வள்ளிசாக ஒரு ரூபாயை மருதனுக்கே கொடுத்துவிட்டிருந்தான் கொத்தன். அந்த விசுவாசத்திற்காகத்தான் இவ்வளவு பவ்யமாய் தீக்ஷிதரிடம் பேசிக்கொண்டிருக்கிறான்.

"சரியாத் தெரியலீங்கய்யா.. பத்து ரூபா வரைக்கும் இருக்கும்னு நினைக்கறேன்..."

பத்து ரூபாய்க்கே அசந்து விட்டார் தீக்ஷிதர். "ஏதேதுடா... பொண் என்ன அப்பேர்ப்பட்ட ரதியா? இல்ல மாப்புள்ள அவ்ளோ பெரிய இளிச்சவாயனா? ரெண்டும் இல்லாட்டா உங்கூட்டாளி கொத்தன் பெரிய கைகாரனா?"

வழக்கம் போல.. தலையைச் சொறிந்துகொண்டு நின்றான் மருதன்.

அவனிடமிருந்து வேறேதும் தகவல் கிடைக்கப் போவதில்லை என்று உணர்ந்தவராய் "சரி.. சரி.. இதைக் கேட்கத்தான் கூப்பிட்டேன். இனியாவது இப்படியெல்லாம் அவனவன் தலயெடுத்து ஆடாதபடி பாத்துக்கோ" என்றபடியே உள்ளே போனார் அப்பா தீக்ஷிதர்.

அவர் கேட்ட மூன்று கேள்வியிலும் உண்மை இருப்பதாகவே மருதனுக்குத் தோன்றியது. ஐந்து வயதே ஆனாலும் கல்யாணப் பெண் மீனாட்சி, அழகிய பொம்மை போல இருந்தாள். பருவத்தில் இன்னும் விளைந்து பொலிவாள் என்பது நிச்சயம். மாப்பிள்ளையான கும்பகோணம் சபாபதியாப் பிள்ளையோ சற்று

சமர்த்துக் குறைவானவன் போலத்தான் தென்பட்டான். ஆனால் மூன்றாவது கேள்வி மட்டும் முற்றிலும் உண்மை என்பது மருதன் அறிந்த சங்கதி. ஆனாலும் வெளியாட்களிடம் விட்டுக் கொடுக்க முடியுமா?

பரிசப் பணத்தை சரி பாதிக்கும் குறைத்துச் சொன்னதற்கே, தீக்ஷிதர் இம்மட்டு வியப்பைக் காட்டுகிறார். அப்படியிருக்க உண்மையில் கல்யாணச் செலவுக்கென மாப்பிள்ளை வீட்டார் கொஞ்சங் கொஞ்சமாய் 100 ரூபாய் வரை கொடுத்த கதை தெரிந்தால் அவ்வளவுதான். இவரது வயிற்றெரிச்சல் கொத்தனிருக்கும் புதுத் தெருவையே பொசுக்கி விடும் என்று தோன்றியது மருதனுக்கு. பெருமூச்சுடன் மீண்டும் தெருவிலிறங்கி நடக்கத் தொடங்கினான்.

6

மாளிகையின் முகப்பில் சாரட் நின்றதும் முன்புறம் வண்டியோட்டியின் அருகில் அமர்ந்திருந்த விஜயன் குதித்திறங்கினான். அதற்குள் வீட்டின் வாயிலில் நின்றிருந்த வரதானந்த் முந்திக் கொண்டு வந்து சாரட்டின் கதவைத் திறந்தான். "மகாராஜ ராஜேஸ்ரீ அமரசிம்ம ராஜாவுக்கு நல்வரவு!" என்று பணிவான குரலில் வரவேற்றான்.

மாளிகையின் படிக்கட்டுகளில் வரிசையாக நின்றிருந்த ஏவல் பெண்டுகளின் கைகளில் சந்தனம், புஷ்பம், கல்கண்டு ஆகியவை நிறைந்த வெள்ளித் தாலங்கள் இருந்தன. ஒருத்தி வெள்ளியினால் ஆன பெரிய பன்னீர்ச் சொம்பை வைத்திருந்தாள். மனச் சோர்வுடன் வந்த அரசருக்கு இந்த எதிர்பாராத வரவேற்பு வியப்பாக இருந்தது. தான் வருவதாக சொல்லியனுப்பாமல் திடீரென வந்தபோதும் ருக்மணி வழக்கம் போலவே

ஏற்பாடு செய்திருந்த அனுசரணையான ஏற்பாடுகள் மனதிற்கு இதமாக இருந்தது.

படிகளில் அவர் ஏறியதும் பெண்கள் அனைவரும் மலர்ந்த முகத்துடன் தத்தமது தாலங்களை அவரிடம் நீட்டினர். பெயருக்கு நுனி விரலால் சந்தனத்தை எடுத்துக் கழுத்தில் பூசிக்கொண்டு, ஒரு சிறிய கல்கண்டு துண்டை வாயில் போட்டுக்கொண்டார். மலர்த்தாலத்தில் இருந்து ஒரு சிறிய செண்பகத்தை எடுத்து தன் வலக் காதில் சொருகிக் கொண்டார். அதற்குள் பன்னீர்ச் சொம்பை கையில் வைத்திருந்த பெண் அவர் மேல் பன்னீரை தெளிப்பதற்காக அதை உலுக்க, எதிர்பாராதவிதமாக அதன் மேல் குப்பி கழன்று தரையில் விழுந்தது. பன்னீர் தூறலாக அரசரின் மேல் விழுவதற்கு பதிலாக, குபுக்கென்று அவரது முகத்தில் தெளித்தது.

வண்டியிலிருந்து இறங்கியதிலிருந்து மெல்ல அலையடங்கத் துவங்கியிருந்த அமரசிம்மரின் மனம், இந்த சிறு சம்பவத்தில் மீண்டும் தறிகெட்டு ஓடத் துவங்கியது. என்னதான் குளிர்ச்சியான பன்னீர் என்றாலும் சட்டென முகத்தில் கொட்டியதில் ஏற்பட்ட அதிர்ச்சி கோபமாக மாற, அந்த ஏவல்பெண்டை முறைத்துப் பார்த்தார். அவள் மிகவும் சிறு பெண்ணாக இருப்பதும், அவளும் அதிர்ந்து போய் அழத் தயாராக இருப்பதும் தெரிந்தது. மேற்கொண்டு எதுவும் பேச விரும்பாதவராய் தன் நடையின் வேகத்தைக் கூட்டியபடி உள்ளே சென்றார்.

கூடத்தில் அவருக்காக காத்திருந்த ராஜாயி அக்கா, அவரைப் பார்த்து மோகனமாய் புன்னகைத்தாள். ஆனால், அமரசிம்மரின் முகத்தில் அதன் எதிரொலி எதுவும் தெரியவில்லை. அவரது எரிச்சல் மண்டிய முகத்தைப் பார்த்த ராஜாயிக்கு உள்ளுக்குள் குளிர் பரவியது. பாயி சாகேப் விலக்காகி இருக்கிறார் என்பதை ஏற்கெனவே சினத்துடன் இருப்பவரிடம் எப்படிச் சொல்லப் போகிறோம் என்று எண்ணிக் கலங்கினாள்.

“அரசருக்கு நல்வரவு. வந்து அமருங்கள்.” என்று அவரை வரவேற்றபடி பின்னோக்கி அடியெடுத்து வைத்து கூடத்தின் மையப்பகுதியை நோக்கிச் சென்றாள். அங்கிருந்த அழகிய வேலைப்பாடமைந்த ஊஞ்சலை நோக்கி அவரை வழிநடத்திச் சென்றாள். அவளது வரவேற்புக்கு தலையைக்கூட அசைக்காமல் மெல்ல நடந்து ஊஞ்சலில் சென்று அமர்ந்தார் அமரசிம்மர்.

அதற்குள் உள்கட்டிலிருந்து பாலை எடுத்து வந்தாள் ஒருத்தி. தாலத்தோடு அதை வாங்கி அரசரிடம் நீட்டியதும் அவர்

கோப்பையை கையிலெடுத்துக் கொண்டார். சிறு சிறு மிடறுகளாக இளஞ்சூடான பாலை அருந்தியபடி லேசாக காலை உந்தி ஊஞ்சலை ஆட்டிக் கொண்டார். மிகவும் அருகில் நின்று கொண்டிருந்த ராஜாயி, சட்டென இரண்டு எட்டு பின் வைத்து பத்திரமான தொலைவுக்கு நகர்ந்து கொண்டாள். அப்போதுதான் புதிதாக பார்ப்பது போன்று அமரசிம்மரைப் பார்த்தாள் ராஜாயி.

ஆறடி உயரம், மராத்திய அரச குடும்பத்திற்கே உரிய பால் வெண்ணிற மேனி. இந்த வயதிற்கும் அதிகம் நரைத்து விடாத, அடர்த்தியான கூந்தல் கோடரி முடிச்சாக பிடரியில் கிடந்தது. காதில் ஒளி வீசும் முத்துக் கடுக்கன், கழுத்தில் முத்தாரம் ஒன்றும், கௌரிசங்கமும் அணிந்திருந்தார். மேலே பொற்சரிகை வேலைப்பாடுகள் கொண்ட வெண்பட்டு நீளங்கியும், அரையில் தூய பருத்தியினாலான சோமனும் தரித்திருந்தார். கைவிரல்களில் நான்கைந்து மோதிரங்கள், வலது கை மணிக்கட்டில் நவரத்தினமிழைத்த தோடாவும் ஒளிர்ந்தன.

அரைக்கோப்பை பாலை அருந்திய பின்னரே இன்னமும் ருக்மணி வந்து தன்னை வரவேற்கவில்லை என்பதை உணர்ந்தார் அமரசிம்மர். இத்தனை தாமதம் செய்வது அவளுடைய குணமல்ல. ஊடல் கொண்டிருக்கும் போதுகளில் கூட வரவேற்பிலோ, பணிவிடைகளிலோ எவ்விதக் குறையும் இல்லாது பார்த்துக் கொள்வாள். கோபமெல்லாம் கடைக்கண் அசைவில்தான் வெளிப்படுமே அல்லாது உபசரணைகளில் சின்னக் குறைகூட இல்லாமல் செய்வதுதான் அவளது வழக்கம்.

“எங்கே, இன்னும் உன் எஜமானி அம்மாளைக் காணோம்? ஒப்பனைக்கு ஒரு முடிவில்லையா?”

“மன்னிக்கணும் ராஜா. அம்மாஜி தூர ஸ்திரீயாக புழக்கடையில் இருக்கிறார். தங்களுக்கு சொல்லியனுப்ப விட்டுப் போனதுக்காக மன்னிப்புக் கேட்டுக்கறதா சொன்னார்.”

இப்படி ஒரு பதிலை எதிர்பாராததால் அமரசிம்மர் காலை உரசி ஊஞ்சலின் ஆட்டத்தை நிறுத்தினார். கையிலிருந்த பால் கோப்பையை ராஜாயியிடம் நீட்ட, அவள் தாலத்தை நீட்டினாள். அதில் பால் கோப்பையை வைத்தவர் கைகளை தொடையில் ஊன்றிக் கொண்டு சிந்தனையில் ஆழ்ந்தார்.

உள்கட்டின் வாயிலருகே காத்திருந்த பெண்ணிடம் தாலத்தைக் கொடுத்துவிட்டு மீண்டும் அமரசிம்மரின் கண் படும் தொலைவில் வந்து நின்று கொண்டாள்.

"சரி, சாரதி வண்டியை அவிழ்த்திருப்பான். அவனிடம் போய் மீண்டும் வண்டியைப் பூட்டச் சொல். நான் கிளம்ப வேண்டும்."

"அடியாள மன்னிக்கணும். ராஜாவோட உத்தரவ எதிர்த்து பேசறதா நினைக்கக் கூடாது. அம்மாஜிகிட்ட நீங்க பேசணும்னு உத்தரவிட்டா, அதுக்குண்டான ஏற்பாட்ட செய்யறேன்."

"என்ன அர்த்தமில்லாத பேச்சு இது? தூர ஸ்திரீயிடம் நான் பேசுவதா?" தன்னையறியாமல் உரத்த குரலில் கேட்டார் அமரசிம்மர்.

"இல்லைங்க ராஜா. அம்மாஜிதான் சொன்னாங்க – கோசாலைக்கு தீட்டில்ல. ராஜா அங்க உட்கார்ந்து என்கிட்ட பேசறதானா ஏற்பாடு செய்னு.. ராஜாவோட உசிதம் எப்படியோ அப்படி செய்யறேன். வண்டி பூட்டச் சொல்லணும்னாலும் சரி, கோசாலைல பீடம் போடணும்னாலும் சரி. அடியேனுக்கு என்ன உத்தரவோ அதை செய்யறேன்" பணிவாக ராஜாயி சொன்னதும் மீண்டும் அமரசிம்மர் தணிந்தார்.

"சரி, ருக்மணிகிட்ட பேசினாத்தான் எனக்கு மனசு ஆறும். அதுக்குண்டான வேலையச் செய். போ..."

"உத்தரவு ராஜா..." என்று பணிவுடன் பின்னடி வைத்து உள்கட்டிற்குச் சென்றாள். கோசாலையிலிருந்து மாடுகள் எல்லாம் விடியலிலேயே மேய்ச்சலுக்கு சென்றிருந்தன. எனவே ஆளனுப்பி ஒரே ஒரு பசுவை மட்டும் கொண்டுவரச் செய்து அங்கே கட்டியிருந்தார்கள். கொட்டிலை சுத்தம் செய்து, அகில் புகையிட்டு முடிந்த அளவு அமரசிம்மர் உட்கார வசதியானதாக மாற்றியிருந்தார்கள். ஏவலர்களிடம் ராஜாயி கண் காட்டியதும், ஒரு அழகிய மரப் பீடத்தைக் கொண்டு போய் கோசாலையின் மூலையில், ருக்மணி இருந்த சிற்றறையின் வாயிலுக்கு நேராக போட்டார்கள். கோசாலைக் கூரை விளிம்பில் ஒரு பட்டுத் திரையையும் கட்டி முடித்த பின்னர் செய்தியறிவிக்க சென்றாள் ராஜாயி.

அமரசிம்மர் நிதானமாய் நடந்து வந்து பீடத்தில் அமர்ந்தார். ஒலிகளைக் கொண்டே அவர் வருகையை உணர்ந்த ருக்மணி அறையின் வாயிலில் வந்து நின்றது பட்டுத் திரையின் வழி நிழலுருவாய் தெரிந்தது அமரசிம்மருக்கு.

"வணங்குகிறேன் மகாராஜா. அசந்தர்ப்பமான சூழலில் சந்திக்க நேர்ந்ததிற்கு என்னை மன்னிக்க வேண்டும்."

“பரவாயில்லை ருக்கு. நானும் உனக்கு முன் கூட்டி தகவலனுப்பாது திடீரென கிளம்பிவிட்டேன். மனம் ஒரு நிலையில் இல்லை.”

“நினைத்தேன் பிரபு. இல்லாவிட்டால் சோமவார விரதத்தில் இப்படி வெளிக்கிளம்புகிறவரா தாங்கள்?”

“ஆம், நம்மிடம் மிச்சமிருக்கும் முகாசா கிராமங்களையும் கும்பினியே கையகப்படுத்த நினைப்பதாக ஒரு தகவல். நம் மாஜி சர்க்கேல் சிவராயர் தகவலனுப்பியிருக்கிறார். ரெசிடெண்ட் மக்லோட், மதராஸ் குவர்னருக்கு இந்த யோசனையை கடிதத்தில் எழுதி அனுப்பியிருக்கிறாராம். நான் காலை சிவ பூஜை முடித்து வெளியே வந்ததும், கிருஷ்ணம்மாவும் மற்ற ராணிமார்களும் குலதர்ம பூஜை செய்வதற்காக பூஜா கிரஹத்திற்குள் நுழைந்தார்கள். வெளியே காத்திருந்த ஏவலாளிடம் சிவராயர் அவசரமாக அனுப்பிய கடிதம் கண்டேன். ராணியர் பூஜை முடித்து பிரசாதம் தரும் வரை கூட காத்திருக்க முடியவில்லை. அப்படியே கிளம்பி மகாலிங்கர் சன்னிதிக்கு சென்றுவிட்டேன். வெகு நேரம் நீயே கதி என்று சன்னதியில் கிடந்தேன். பிறகு நடை சார்த்தும் நேரமாகிற்றே என்று எண்ணி வெளியே வந்தேன். அங்கிருந்து கிளம்பி நேரே இங்கே வந்துவிட்டேன்...”

மேற்கொண்டு பேச ஒன்றுமில்லையென ஓய்ந்தார் அமரசிம்மர். ருக்மணி சில நொடிகளில் அதிர்ச்சியைத் தாங்கிக் கொண்டு விட்டாள் என்பதை அவளது மறுமொழி காட்டியது.

“பிரபு, இதில் நாம் அதிகம் பதற்றப்படத் தேவையில்லை என்றே எனக்குத் தோன்றுகிறது. எப்படியும் நம்மைவிட அதிகமான முகாசா நிலங்களை அனுபவித்து வரும் சரபோஜிக்கும் இது சிக்கல்தானே? ஒருவேளை மக்லோடு சரபோஜியிடமிருந்து கூடுதலாக கையூட்டு பெறுவதற்காக கிளப்பிய வதந்தியாகக்கூட இது இருக்கலாம். இப்படி ஒரு தகவலைக் கசியவிட்டால், முகாசா நிலங்களைக் காத்துக் கொள்வதற்காக சரபோஜி தனக்கு பெரிய தொகையை இனாமாகத் தருவார் என்று எதிர்பார்த்துக் கூட மக்லோட் இப்படி ஒரு பேச்சை உலவ விட்டிருக்கலாமே? நாம் பொறுத்திருப்போம் பிரபு... இப்போதைக்கு நமக்கு பெரிய சிக்கலெதுவும் இல்லை என்று என் உள்ளுணர்வு திடமாகச் சொல்கிறது. கும்பினி நிர்வாகத்தில் வந்தமரும் ஒவ்வொரு அதிகாரியும் தனது தனிப்பட்ட சொத்தைப் பெருக்கிக் கொள்வதில் எத்தனை ஆர்வம் கொண்டவர்கள் என்பதை நாமும் பார்த்துக்

கொண்டுதானே இருக்கிறோம்? அது போன்றதொரு சூழ்ச்சியாகத்தான் இதுவும் இருக்கும் என்று நினைக்கிறேன். உண்மையில் குவர்னருக்கு இப்படி ஒரு கடிதமேகூட போயிருக்காது. வெறுமனே குழந்தைகளை பயமுறுத்துவது போல நமக்கு பயம் காட்ட எண்ணுகிறான் அந்த செட்டைக்காரன். எப்படியும் சரபோஜியே இந்த சிக்கலை தீர்த்துவிடுவார். அந்த யானையின் வாலைப் பிடித்துக் கொண்டு நாமும் இதைக் கடந்துவிடலாம், கவலைப்படாதீர்கள்!"

ருக்மணி பேசப் பேச, தன் முன்னிருந்த சிக்கலின் முடிச்சுகள் தளர்வது போலிருந்தது அமரசிம்மருக்கு. எப்போதும் போல அவளது அறிவை எண்ணிப் பெருமிதமும், அவள் தேகத்தின் மீதான மோகவெறியும் ஒன்றாக மனதில் பொங்குவதை உணர்ந்தார். எதையும் வெளிக்காட்ட முடியாத சூழலை எண்ணி பீடத்தின் கைப்பிடிகளில் தனது கைகளை வேகமாக குத்தினார்.

"பிரபு, நான் ஒன்று சொல்லவா?"

"சொல் ருக்கு, என்னிடம் பேச நீ அனுமதி வேறு கேட்க வேண்டுமா?"

"நமக்கு வரும் மொயின் தொகையை இனி கவனமாக கையாள வேண்டும். பரிவாரங்களின் செலவுகளைக் குறைத்து, எஞ்சும் தொகையை நம்பகமான ஆட்களிடம் வட்டிக்கு விடுவது நல்லது. எல்லா சுதேச அரசுகளையும் விழுங்கும் வரையில்தான் இந்தக் கும்பினியார் நமக்கு மானியம் கொடுப்பார்கள். அதற்கு இன்னும் சில தசாப்தங்கள் ஆகலாம். எல்லோரும் அவர்களிடம் கையேந்தும் நிலை வந்தபின்னர், மொத்தமாக இந்த மானியங்களையே ஒழித்து விடக் கூடும். அதற்குள்ளாக நாம் நமக்கென தனித்த வருவாய் தேடிக் கொண்டால்தான் கௌரவமாக ஜீவிக்க முடியும்."

"ம்ம்.. நீ சொல்வது புரிகிறது. ஆனால், செலவை எங்கே குறைப்பது? பவானியின் தமையன் சந்திர ராவைத் தெரியும்தானே? அவனுக்கு ஒரு மகளிருக்கிறாள். பிரதாபனுக்கு ஏற்கெனவே இரண்டு மனைவியர் இருக்க, அந்த அம்முனி பாயியை வேறு மணந்தே ஆக வேண்டுமாம். காதலென்று அவன் பசப்ப, பவானியோ இரண்டு மருமகள்களுக்கும் வாரிசில்லை என்று புலம்புகிறாள். அந்தப் பக்கம் அந்தப் பெண் வேறு அத்தானுக்காக மகாலிங்க ஸ்வாமிக்கு தினம் ஒரு பிரார்த்தனை செய்து கொண்டிருக்கிறாள். இருக்கிற செலவினங்கள் போதாதென்று இப்போது இன்னுமொரு ஆடம்பரத் திருமணத்தை தாங்கும் சக்தி

நமக்கில்லை. பிறகு அவள் அரண்மனைக்குள் வந்தால் அவளுக்கு வேறு அந்தப்புரத்தில் தனி வசதிகள் செய்ய வேண்டும். இன்னமும் புதிதாய் வேலைக்காரிகள், பல்லக்குகள் இத்யாதி.. இப்படியான திட்டங்களில் இருக்கும் கூட்டத்திடம் போய் நீ சொல்வது போல செலவைக் குறைப்பது, சேமிப்பது என்றெல்லாம் எங்கிருந்து பேச?”

ருக்மணியிடம் இருந்து பெருமூச்சு எழுந்தது.

“சரி ருக்மணி, இதெல்லாம் எப்போதும் உள்ள சிக்கல்கள். இன்றைய புது சிக்கலுக்குத்தான் நீ தீர்வைச் சொல்லி விட்டாய். ஓரளவு மனம் அமைதியாகிவிட்டது. நான் கிளம்புகிறேன்...”

“என்ன அவசரம் பிரபு? இங்கே வந்துவிட்டு, தங்காமல் போவதா?”

அவளது குரலில் இருந்த சிருங்காரச் சிணுங்கலின் பொருள் அவருக்குப் புரியாமல் இல்லை.

“விளையாடாதே ருக்மணி...”

“விளையாட்டில்லை பிரபு, தங்களுக்குத் தேவையான ஏற்பாடுகளைச் செய்திருக்கிறேன். தங்கிவிட்டுப் போங்கள்.”

அவள் சொல்வது புரிந்தாலும் அமரசிம்மருக்கு ஒப்புக் கொள்ளவும் அரை மனதாக இருந்தது. அவரது அமைதியே அவரது ஊசலாட்டத்தைக் காட்டிவிட, ருக்மணியும் சற்று அழுத்திப் பேசி அவரை சம்மதிக்க வைத்துவிட்டாள்.

அமரசிம்மர் எழுந்து மாடியறைக்குச் சென்றுவிட, ராஜாயி சமையல் ஏற்பாடுகளில் மும்முரமானாள். அப்படியே ஆனந்தவல்லியை ஸ்நானம் செய்து வரச் சொல்லி சேடி ஒருத்தியிடம் சொல்லியனுப்பினாள். மாலையில் அரசரின் மேல் பன்னீரைக் கொட்டி விட்டதற்காக மஹால் மத்தியஸ்தன் வரதானந்த் அவளை அடித்து விட்டதாகவும், அவள் மூலையில் அழுது கொண்டு உட்கார்ந்திருப்பதாகவும் பதில் வந்ததும் எரிச்சல் அதிகமானது ராஜாயிக்கு.

சமையல் வேலைக்கான திட்டத்தை சொல்லி முடித்தபின்னர் தானே ஆனந்தவல்லியைத் தேடிப் போனாள்.

அவள் ஒரு இருட்டறையின் மூலையில் முழங்காலை மடித்து கைகளால் கட்டிக் கொண்டு அதிலேயே முகத்தைப் புதைத்துக்

கொண்டு அழுதபடி இருந்தாள். ராஜாயிக்கு தலையில் அடித்துக் கொள்ள வேண்டும் போல இருந்தது. இந்த முண்டத்திற்கு எப்படி புரிய வைத்து, தயார் செய்து அனுப்புவது என்ற ஆயாசத்துடன் அவளருகில் சென்று உட்கார்ந்தாள்.

"இந்தா பாருடி, ராஜ சேவுகம்னா அப்படித்தான். கழுத்துல போட்ருக்கற நகைய கழட்டி கொடுத்தாலும் உண்டு, இல்லாட்டி நம்ம கழுத்தயே முறிச்சு போடச் சொன்னாலும் உண்டு. அவங்க மனசறிஞ்சு, பதவிசா நடந்துகிட்டாதான் நாம பொழைச்சு கிடக்க முடியும். இதுக்கெல்லாம் அளுதுகிட்டு உக்கார்ற உரிமைகூட நமக்கெல்லாம் கிடையாது, தெரிஞ்சுக்க..."

பதிலெதுவும் சொல்லாமல் அவள் அழுகையைத் தொடரவும் ராஜாயிக்கு சினம் பொங்கியது.

"இந்தாடி, இப்ப எந்திரிச்சு வந்து குளிச்சு தெளிச்சு கெளம்புறயா இல்லியா?"

"எங்கக்கா கெளம்பணும்?" விசும்பலுக்கு நடுவில் மெல்லிய குரலில் கேட்டாள் ஆனந்தவல்லி.

"ராஜாவோட மஞ்சத்தறைக்குத்தான்."

"எதுக்கு? அங்க என்ன வேல செய்யணும்?"

இவள் நிஜமாகவே அப்பாவியா, இல்லை நடித்து நம்மை எரிச்சலூட்டப் பார்க்கிறாள் என்று குழம்பியவளாய் அவளை முறைத்தாள் ராஜாயி.

"என்னடி, ஆழம் பாக்குறயா? அங்க போனா எல்லாத்தையும் ராஜா புரிய வைப்பாரு. எந்திரிச்சு ஸ்நானம் பண்ணிட்டு வா, ஒனக்கு அலங்காரம் வேற பண்ணியாகணும்" என்று சொல்லிவிட்டு விறுவிறுவென அறையை விட்டு வெளியேறினாள். இவர்கள் பேசுவதையெல்லாம் கேட்பதற்காகவே அந்தப் பக்கம் நடமாடிக் கொண்டிருந்த ஒரு ஏவல் பெண்டை பெயர் சொல்லி அழைத்து, அவளிடம் ஆனந்தவல்லியைக் குளிக்க வைத்து அழைத்து வரும் பொறுப்பை ஒப்படைத்தாள் ராஜாயி. அந்தப் பெண்மணி அறைக்குள் வந்து அதட்டவே ஆனந்தவல்லியும் வேறு வழியில்லாமல் எழுந்து குளிக்கச் சென்றாள்.

7

புதிதாக உருவாகி வரும் பகுதி என்பதால் வெட்டாற்றங்கரையிலிருக்கும் அந்தத் தெருவில் வீடுகள் நெருக்கமாக இல்லை. அங்கொன்றும் இங்கொன்றுமாக இருந்த வீடுகளில் ஒருவருக்கொருவர் சம்பந்தமில்லாத குடும்பங்கள் குடியேறிக் கொண்டிருந்தன. ஊருக்குள் இருக்கும் பழமையான தெருக்களில் பெரும்பாலான வீடுகள், பல தலைமுறைகளாக பாகப்பிரிவினை செய்யப்பட்டு, கீரைப்பாத்திகளைப் போல் குறுகிக்கொண்டே போவதாலோ என்னவோ இப்படி ஊருக்கு வெளியில் குடியிருப்புகள் தோன்ற ஆரம்பித்துள்ளன.

முதலாம் துளஜா ராஜாவின் காலத்தில் கோனேர் நரசிம்ம எனும் தேசஸ்த கிருஹஸ்தருக்கு சுரோத்திரியமாகத் தரப்பட்ட இடம் இது. தரிசாக இருந்தாலும் ஆற்றங்கரையோர நிலம் என்பதால்

மகிழ்ச்சியாக பெற்றுக்கொண்டார். அந்த நாப்பத்தி நாலு வேலி நிலத்தை பிரித்துப் பிரித்து பல விவசாயிகளுக்கு குத்தகைக்குக் கொடுத்திருந்தார் நரசிம்மர். அவர்கள் அதை நஞ்சையாக மாற்றப் போராடிக் கொண்டிருந்தனர். கிடைத்த நிலத்தின் மற்றொரு பகுதியை வீட்டு மனைகளாக்கி விற்று, அதில் வந்த பணத்தையே சம்சாரிகளுக்கு முதலாகக்கொடுத்து விடும் யோசனையில்தான் நரசிம்ம, இந்த வீட்டு மனைகளைத் திட்டம் செய்தார்.

ஊருக்குள் இருக்கும் ஒவ்வொரு ஜாதிக்குமான தனித்தனி தெருக்களைப் போல இல்லாமல், இங்கு எல்லாக் குடியானவர்களும் மனை வாங்கி வீடு கட்டிக்கொள்ள முடிந்ததால் இந்தத் தெரு சற்று வித்தியாசமானதாகவே இருந்தது.

தனது மாமனார் பெரிய நாயக் கொத்தனுக்கு சொந்தமான வீட்டின் திண்ணையில் உட்கார்ந்திருந்த சபாபதியாப் பிள்ளை தெருவை வேடிக்கை பார்த்துக்கொண்டிருந்தான். இது மட்டும்தான் கடந்த சில ஆண்டுகளாகவே அவனது ஒரே பொழுது போக்கு. மிகவும் அலுப்புத் தட்டினால் எழுந்து ஆற்றங்கரைப் படுகையில் மெல்ல ஒரு நடை நடப்பான்.

இவனிடமிருந்து வாங்கிய பரிசப் பணத்திலும், கல்யாணச் செலவில் மீந்த தொகையிலுமாக கொத்தன் அதே கோனேர் நரசிம்மவிடமிருந்து கொஞ்சம் தரிசை குத்தகைக்கு எடுத்திருந்தான். அந்த நிலத்தை விளைநிலமாக்கும் வேலைகள் நடந்து கொண்டிருந்தது. அதை மேற்பார்வை பார்க்கக்கூட சபாபதிக்கு வணங்கவில்லை.

வேலூர் கோட்டையில் கிழக்கிந்திய கம்பெனியின் பட்டாளத்தில், கோட்டைக் காவல் அதிகாரியாகப் பணி புரிந்து வந்தார் அவன் அப்பா கும்பகோணம் சோலையாப் பிள்ளை. சபாபதியின் அம்மா நல்லத்தாயி, சாகக் கிடந்த செய்தி அறிந்து ஓடிவந்தார். அவர் வந்த சில வாரங்களிலே அவள் சிவலோகப் பதவி அடைந்தாள். அவளுக்கான காரியங்களை முடித்து விட்டுத்தான் கிளம்பினார். அப்போதே இவனை தாய் மாமன் ரத்தினப்பிள்ளையிடம் கை பிடித்துக் கொடுத்து, இவனுக்கு ஒரு கல்யாணத்தைப் பண்ணி, ஜோடியாக வேலூருக்கு அனுப்பி வைக்குமாறு சொல்லிவிட்டு, ரொக்கப் பணமாக ஐநூறு ரூபாய் கொடுத்துவிட்டுப் போனார்.

மாமன் ரத்தினப் பிள்ளையும் ஊர் ஊருக்கும் பெண் தேடும் சேதி சொல்லி விட்டிருந்தார். கண்ணுக்கு அழகாக, அதே நேரம் குடும்பத்துக்கு பொருத்தமானவளாக, வேலூர் போன்ற புதுப் பட்டினத்திலும் கூட சமாளித்து குடித்தனம் செய்யக் கூடியவளாக இருக்க வேண்டும் என்றெல்லாம் தேடிக் கொண்டிருந்தார். நாளாக நாளாக மாமி தங்கம்மாளுக்கு இவனுக்காகக் கூடுதலாக உலையில் அள்ளிப் போட வேண்டிய ஒரு கைப்பிடி அரிசி கனக்கத் துவங்கியது. மாமியின் முணுமுணுப்பு அதிகரித்தபடியே இருந்த போதுதான் இந்த திருவாதி பெண் பற்றி பேச்சு வந்தது.

பெண் ரதியென்றார்கள். மாமனார் பெரிய நாயக் கொத்தன் அசகாய சூரன் என்றார்கள். பெண்ணுக்கு வயது பன்னிரண்டு என்றும், எப்படியும் இன்னும் சில மாதங்களில் ருதுவாகிவிடுவாள், உடனே குடித்தனத்திற்கு அனுப்பி வைப்போம் என்றெல்லாம் சொன்னார்கள். மாமியின் பிடுங்கல் தாங்காமல், பெண்ணைக்கூட பார்க்காமல் ஒப்புக்கொண்டான் சபாபதி. கும்பகோணத்தில் வைத்தே ரத்தினம் பிள்ளை பரிசமும் போட்டுவிட்டார்.

திருமணத்திற்காக என்று இங்கே கிளம்பி வந்தபின் பார்த்தால் அத்தனையும் அகடுதகடு வேலை என்று தெரியவந்தது. பெண் என்னவோ அழகாகத்தான் இருந்தாள் என்றாலும் அதைப் பெண் என்று சொல்வதே தகாது. அது வெறும் ஐந்து வயதுக் குழந்தை. இன்னமும் மழலை மாறவில்லை. பால் மணம் வீசும் அந்தப் பிள்ளை பெரிய மனுஷியாகி, குடும்பம் நடத்த கிளம்பி வருவதற்கு எப்படியும் இன்னமும் ஐந்தாறு வருடமேனும் செல்லும். ஆனாலும் பரிசம் போட்டு முடித்து, கல்யாணத்துக்கென்று காப்பும் கட்டிக் கொண்ட பிறகு கல்யாணத்தை நிறுத்துவது அசிங்கம் என்பதால் ரத்தினத்திற்கு வேறு வழி தெரியவில்லை. சோலையாப் பிள்ளை கேட்டால் என்ன பதில் சொல்வதென்று உள்ளுக்குள் உதைத்தாலும், முகூர்த்தக் கால் நட்ட பின்னர் கல்யாணத்தை நிறுத்திவிட்டுப் போவதற்கும் அவரது மனம் இடம் தரவில்லை.

சக்கரத்தாயி மேல் பாரத்தைப் போட்டு கல்யாணத்தைச் செய்து வைத்துவிட்டுப் போய்விட்டார் ரத்தினம். அவருக்கு தங்கம்மாளின் பிடுங்கலில் இருந்து தப்பினால் போதுமென்று எண்ணம்.

திருமணம் முடிந்ததும், எத்தனை மாதமானாலும் சரி, சபாபதி மட்டும் இங்கேயே இருந்து, பெண் பெரியவளானதும் அவளையும் அழைத்துக்கொண்டு வேலூருக்குப் போய்விட வேண்டியது

என்பதுதான் அவர்களின் முந்தைய திட்டம். ஆனால் மாதக் கணக்கு என்று நினைத்துக் கொண்டு வந்ததற்கு அது இப்போது வருடக் கணக்கிலான காத்திருப்பு என்று மாறியதில் சபாபதிக்கு என்ன செய்வதென்று புரியவில்லை.

நாட்கள் ஓட ஓட கொத்தனின் திருகு தாளங்கள் ஒவ்வொன்றாய் வெளியே வந்து கொண்டே இருந்தது. ஆள் வெள்ளாப் பிள்ளையே இல்லையாம், கள்ள ஜாதிக்காரராம். பேச்சு பழக்கவழக்கம் எல்லாமே வேறு மாதிரியாக இருக்கிறதே என்று விசாரிக்கப் போய் மாமியார்க்காரியின் தங்கை ஒருத்தி வாய்தவறி விஷயத்தை சொல்லிவிட்டாள்.

“என்னய்யா இது” என்று கேட்டால், "ஆமா அதுக்கென்னா இப்போ" என்று சர்வ சாதாரணமாகக் கேட்கிறார் அந்த மனிதர். அவர் மேல் கோபமான கோபம் வந்தது சபாபதிக்கு. துரும்பைக் கிள்ளிப் போட்டு மாப்பிள்ளை என்றாலும் அது விட்டம் வரைக்கும் துள்ளும் என்பார்கள். இந்த மனிதரோ சிறு பிள்ளை என்பதால் தன்னை ஒரு துரும்பளவுகூட மதிக்காமல், பதில் சொல்கிறார். ஆத்திரமும் தன்னிரக்கமும் கிளர்ந்தது அவனுக்கு.

இனி இந்த வீட்டில் இருந்தால் மரியாதை இல்லை என்று கிளம்பினான். திரும்பவும் மாமா வீட்டுக்குப் போய், மாமியின் கையால் இடிசோறு சாப்பிடுவதைவிட, நேரே வேலூருக்கே போய் தந்தையைப் பார்த்து மேற்கொண்டு என்ன செய்வது என யோசனை கேட்டுக் கொள்வதே நல்லது என்று தோன்றியது. கும்பகோணம் போய்த்தான் வேலூருக்குப் போகவேண்டும். வடக்கே போக வேண்டுமென்று தெரியுமே தவிர, வழியெல்லாம் தெரியாது. சரி, மதுரைக்கு மட்டுமா, வேலூருக்கும் வழி வாயிலே என்று நினைத்துக் கொண்டு கிளம்பியும் விட்டான்.

திருவாதி எல்லையைத் தாண்டுவதற்குள் மாமியார் பரிமளத்தம்மாள் தன் தம்பி உத்திராவதியைப் பின்னோடே அனுப்பினாள். அவனும் சபாபதியின் கையைக் காலைப் பிடித்து, கெஞ்சிப் பேசி, கோபத்தைத் தணித்து வீட்டிற்குக் கூட்டி வந்துவிட்டான். வீட்டிற்கு வந்த பின்னும்கூட மூன்று நாட்கள் யாருடனும் முகம் கொடுத்துப் பேசாமல் திண்ணையிலேயே உட்கார்ந்திருந்தான் சபாபதி. நாலாம் நாள் ஆற்றங்கரைக்குப் போனவனை அங்கேயே மடக்கிப் பிடித்து, கள் வாங்கி ஊற்றிக் கொடுத்து சமாதானம் செய்தான் கொத்தன்.

இதெல்லாம் நடந்து ஒரு வருடத்திற்கு மேலிருக்கும். வந்ததையும் போனதையும் கணக்கெடுத்துக் கொண்டு, வெட்டவெளியைப் பார்த்துக் கொண்டிருந்த சபாபதியின் காதில் "சாப்பிடலாங்களா?" என்ற மாமியாரின் குரல் விழுந்தது. "ம்..ம்.." என்று முனகலாய் பதில் சொன்ன அடுத்த நொடி, பரிமளத்தம்மாள் மண் கலயத்தில் நீராகாரத்தைக் கொண்டுவந்து வைத்தாள். அக்கலயத்தை மூடியிருந்த சின்ன மடக்கில் வாழையிலைத் துண்டைப் பரத்தி, அதில் அனலில் வாட்டிப் பிசைந்த கத்திரிக்காய்த் துவையலையும், எண்ணெய்யில் பொரித்த மோர் மிளகாயையும் வைத்திருந்தாள். அம்மாவுக்குப் பின்னாலேயே வந்த அவன் மனைவி மீனாட்சி பெரிய பித்தளைச் சொம்பில் தளும்பத் தளும்ப தண்ணீரைத் தூக்கிக் கொண்டு வந்து வைத்தாள். அம்மாவுக்கு உதவியாக வேலை செய்கிறாளாம். அவளின் தலை குனிந்த நடையைப் பார்த்து சிரிப்புதான் வந்தது சபாபதிக்கு. கல்யாணம் நடந்து இரண்டு வருடங்களாகப் போகிறது. அம்மாக்காரியின் கண் முன்னால் மட்டும் இப்படி அடக்க ஒடுக்கமாக இருப்பது போல காட்டிக் கொள்வாளே தவிர, மற்ற நேரமெல்லாம் ஒரே விளையாட்டுத்தான்.

திண்ணையோரம் சென்று சொம்புத் தண்ணீரை ஊற்றிக் கையைக் கழுவிக் கொண்டு வந்து கலயத்தின் முன் உட்கார்ந்தான். அது படுகை நிலமென்பதால் வீட்டுத் தோட்டத்திலேயே காய்கறிகளும், பூக்களும் பூரிப்பாக விளையும். அப்படித் தோட்டத்தில் விளைந்த நெய் மணம் கொண்ட கத்திரிக்காயை குமுட்டி அடுப்பில் வாட்டி, தோலை உரித்துவிட்டு, கையால் நன்கு பிசைந்து கொண்டு, உளுத்தம் பருப்பு, காயம், மிளகாய் வகையறாக்களை எண்ணெயில் வறுத்து, அம்மியில் ஒன்றிரண்டாக அரைத்து அந்தக் கலவையை பிசைந்த கத்தரிக்காய் சதையோடு சேர்த்துக் கலந்து குழைத்த காரசாரமான துவையல் அது. எப்போதும் போல பரிமளத்தம்மாளின் கைப்பக்குவத்தில் எளிய உணவும் கூட தேவாமிர்தமாக மாறிவிடுவதை வியந்து கொண்டே கலயத்திலிருந்த நீராகாரத்தைக் குடித்து முடித்தான் சபாபதி. அவனுக்கு தன் அம்மா நல்லத்தாயியின் ஞாபகம் மேலெழுந்து வந்தது. அவள் வைக்கும் கத்திரிக்காய் கொஜ்ஜுவும், மிளகும் ஜீரகமும் மணக்கும் சம்பாச் சோற்றின் ருசியும் நினைவுக்கு வந்தது. சிதம்பரம் ஆடல்வல்லான் கோவிலின் பிரதான பிரசாதம் அது. கோவிலுக்கு அடுத்ததாக நல்லத்தாயி செய்யும் போது மட்டும்தான் அதே மணமும் ருசியும் இணைந்து வரும். அவள்

போன பிறகு மாமி தங்கம்மாளின் காமா சோமாவென்ற சமையலும், அவளது சாடைப் பேச்சுக்களும் உணவின் ருசியையே மழுங்கடித்திருந்தன. இப்போதுதான் மீண்டும் அவன் ருசித்து சாப்பிட ஆரம்பித்திருக்கிறான் என்று சொல்ல வேண்டும். இந்தப் பெண் மீனாளும் பெற்றவளின் கைமணத்தையும், இங்கிதத்தையும் கொண்டு வந்தாலே போதும், தன் வாழ்க்கை சுகமாக அமைந்துவிடும் என்று எண்ணிக் கொண்டான். மனதின் கனத்தை ஒரு பெருமூச்சில் வெளியேற்றி விட்டு, மீண்டும் கை கழுவி, வாய்க் கொப்புளித்தான். பாத்திரங்களை வீட்டின் வாயிற்படிக்கு உட்புறம் வைத்துவிட்டுத் தெருவில் இறங்கி நடந்தான்.

ஆற்றைக் கடந்து ஊருக்குள் போய் கொஞ்சம் உலாவிவிட்டு வரலாம் என்று தோன்றியதில் ஆற்றங்கரை நோக்கித் திரும்பினான். ஆற்றிற்கு அரை பர்லாங்கு தொலைவிருக்கும் போதே பரிசல் கரையில் மூங்கில் பரிசலொன்று வந்து நிற்பதும், அதிலிருந்து ஒரு நடுவயது கடந்த மனிதர் இறங்குவதையும் பார்க்க முடிந்தது.

புதுத் தெருக்காரர்கள் யாரும் பரிசலில் வருவதில்லை. நெஞ்சளவுக்கு ஆற்றில் நீர் ஓடிக் கொண்டிருந்தாலும்கூட சுமைகளைத் தலை மேல் தூக்கி வைத்துக்கொண்டு நடந்தே ஆற்றைக் கடந்து வருவதுதான் இங்கு வழக்கம். அதிலும் ஆண்களானால் வேட்டியை அவிழ்த்து தலையில் முண்டாசாகக் கட்டிக்கொண்டு, மொறு மொறுவென கரையேறிவிடுவார்கள். இவர் யாரோ இந்தப் பக்கத்துக்குப் புதியவர் போல, வீட்டு மனை வாங்கலாமா என்று நோட்டம் பார்க்க வருகிறாராக இருக்கும் என்று எண்ணிக்கொண்டு சரிவில் இறங்க ஆரம்பித்தான்.

தொலைவிலிருந்து வந்த அந்த உருவம் நெருங்க நெருங்க அவரின் அசைவுகள் தனக்குப் பரிச்சயமானதாகத் தோன்றவும் உற்றுக் கவனித்தான். நெஞ்சம் முரசு போல அடிக்க ஆரம்பித்தது. ஆம், சபாபதியின் தகப்பன் கும்பகோணம் சோலையாப் பிள்ளைவாள்தான் தோளில் ஒரு துணிப் பொதியோடு எதிரில் வந்து கொண்டிருந்தார்.

8

குளித்துவிட்டு தன் முன் வந்து நின்ற ஆனந்தவல்லியை பாதாதிகேசம் பார்த்தாள் ராஜாயி. வந்தபோதிலிருந்த தாமிர நிறத்திலிருந்து இப்போது நன்கு சிவந்திருந்தாள். அடர்ந்த ஈரக்கூந்தலை ஒரு துண்டு கொண்டு அடக்கி, அதை வேடாக தலையில் சுற்றியிருந்தாள். அப்படியும் சில நனைந்த கூந்தலிழைகள் நெற்றியில் எட்டிப் பார்த்தன. சற்றே நீண்ட கழுத்தினால் உயரமானவளாகத் தோன்றிய போதும் உண்மையில் சராசரி உயரம்தான். பெரிய கண்களும், கூர்ந்த மூக்கும், பளிங்கு போல மாசு மருவில்லாத கன்னங்களும் முகத்தை அழகாக்கின. தனித்தனியாக ஒவ்வொரு அங்கமும் அழகுதான் என்றாலும் அவளது கபடற்ற தன்மையே அந்த முகத்தின் சோபைக்கு காரணம் என்பதை ராஜாயியால் உணர முடியவில்லை. உணர்ந்தாலும் ஒப்புக் கொண்டிருக்கப் போவதில்லை.

மூங்கில் போல கைகள் நீண்டிருக்க, இரு குமிழ்களென இளம் முலைகள் முகிழ்த்திருந்தன. அந்த இளம் பெண்ணின் உள்ளடங்கிய வயிறும், மெல்லிடையும் ராஜாயியை அனல் கொள்ள வைத்தன. ருக்மணியின் அறைக்கு அவளை அழைத்துச் சென்று, இருப்பதிலேயே ஜரிகை குறைவாக இருந்த இளம் மஞ்சள் நிறப் பட்டுப் புடவையை தேடிப் பிடித்து உடுத்தி விட்டாள். ருக்மணி தினப்படிக்கு போட்டுக்கொள்ளும் நகைகளே மணங்கு எடையிருக்கும். ஆனால், அந்தப் பெட்டியிலிருந்து எவ்வளவு மெலிதாக முடியுமோ அத்தனை மெலிதான நகைகளை மட்டுமே எடுத்து ஆனந்திக்கு அணிவித்தாள். கற்கள் பதித்த நகைகளையெல்லாம் இந்தப் பிள்ளைக்கு பதவிசாக வைத்துக் கொள்ளத் தெரியாது என்று தன் மனதிற்குள்ளேயே சமாதானம் செய்து கொண்டாள். தலையைப் பெயருக்கு துவட்டி, தளரப் பின்னலிட்டாள். சிமிழிலிருந்து சாந்தை எடுத்து திலகமிட்டாள். இந்த அலங்காரமே இவளுக்குப் போதும் என்று அத்துடன் கையை துடைத்துக் கொண்டாள். உண்மையில் இந்தக் குறைவான ஒப்பனையே அமரசிம்மருக்கு கிளர்ச்சியூட்டப் போகிறது என்பதை ராஜாயி உணர்ந்திருக்கவில்லை.

மாலையில் வரதானந்திடம் அடியும், திட்டுக்களும் வாங்கியதில் வாடிப் போயிருந்த அந்தச் சிறுமிக்கு இந்த அலங்காரங்கள் புண்ணுக்கு புனுகிடுவது போலிருந்தது. மதியத்திற்கு பிறகு எதுவுமே சாப்பிடாததை வயிறு கறுபுறுவென கத்தி உணர்த்தியது. ராஜாயியின் கோபத்துக்கு பயந்து பேசாமலிருக்கப் பார்த்தாலும் பசியின் குடைச்சலை தாங்க முடியாமல் வாய்விட்டே கேட்டுவிட்டாள் ஆனந்தி.

"அக்கா, மத்யான்னம் சாப்பிட்டது.. வயிறு குமையுது. போய் ரெண்டு வாய் சாப்ட்டு வந்துரவா?"

"நல்லா மூக்கு முட்ட தின்னுட்டு, அங்க போய் சப்ரமஞ்சத்துல படுத்து கொறட்ட விடப்போறியா? ராஜா உனக்கு சாமரம் வீசுவார்னு நினைச்சுகிட்டிருக்கியா? தின்னிப் பொணமே.." என்று கோபமாய் கையை ஓங்கியவள் ஒரு கணம் நிதானித்தாள். இந்த சிறுக்கி அறைக்குள் போய் மயங்கி விழுந்து தொலைத்தால், அம்மாஜி தன்னை உண்டு இல்லை என்று ஆக்கிவிடுவார் என்று தோன்றியது. "சரி, போய் கொஞ்சம் பால் கஞ்சி கொடுத்து விடறேன். அத அளவா குடிச்சுட்டு இங்கயே உக்காந்திரு. ராஜா

போஜனம் முடிஞ்சதும் கூப்பிடுவாரு. அப்ப நான் வந்து அழைச்சுகிட்டு போறேன், சரியா?” என்றாள்.

இந்த குறுகிய காலத்துக்குள்ளாகவே ராஜாயியின் குண விசித்திரங்களை ஓரளவு புரிந்து கொண்டிருந்த ஆனந்தி மையமாய் தலையாட்டினாள். இவளது பதிலை எதிர்பார்க்காமல் ராஜாயி அறையை விட்டு வெளியேறி சென்றாள். சொன்னது போலவே சற்றைக்கெல்லாம் ஒரு வெண்கல பாத்திரத்தில் பால் கஞ்சியும், ஊற்றிக் குடிக்க ஒரு கோப்பையும் கொண்டு வந்தாள் ஒருத்தி. பசித்த வயிற்றில் கஞ்சி அமிர்தமென இறங்கியது. ஆனந்தி குடித்து முடித்ததும் அந்தப் பாத்திரங்களை எடுத்துக் கொண்டு அப்பெண் விலகினாள். சூடான கஞ்சியைக் குடித்ததில் ஆனந்திக்கு வியர்த்தது. வழக்கம் போல தலைப்பை எடுத்து துடைக்கப் போனவள், சாந்துப் பொட்டை அழித்து அலங்கோலமாக்கிவிடுவோமோ என்ற அச்சத்தில் கண்ணாடியின் அருகில் போனாள்.

கூந்தலை துவட்டி கீழே போட்டிருந்த துண்டையே எடுத்து பொட்டு அழிந்துவிடாதபடி, கவனமாய் முகத்தின் வியர்வையைத் துடைத்தாள்.

அதன் பிறகே ஆளுயரக் கண்ணாடியில் தன்னை முழுமையாகப் பார்த்தாள் ஆனந்தி. அறைக்குள் இரண்டு பெரிய குத்து விளக்குகள் ஐந்து முகமும் சுடர் விட நின்று ஒளி சிந்தின. அந்த பொன்னிற ஒளியில் தானும் கொள்ளை அழகாகி விட்டது போலிருந்தது ஆனந்திக்கு. இப்படி ஆடையுடுத்தி அழகுபார்க்கச்சொன்ன ருக்மணி அம்மாவிடம் நன்றி பெருகியது. மெல்ல நடந்து சென்று அறையின் மூலையிலிருந்த சிறிய பீடம் ஒன்றின் மேல் அமர்ந்து கொண்டாள். அந்த இருட்டு மூலையை ஏன் தேர்ந்தெடுத்தோம் என்று அவளுக்கே புரியவில்லை. மாலையிலிருந்து நடக்கும் விஷயங்கள் எல்லாம் அவளுக்கு புரியவில்லைதான். எல்லாவற்றுக்கும் உச்சம் இன்றிரவு அரசரின் அறைக்கு தான் செல்ல வேண்டும் என்ற உத்தரவை எஜமானியம்மாள் அளித்ததுதான்.

அவளொன்றும் குழந்தையல்ல. அவளுக்கும் ஆண் பெண் உறவைப்பற்றி ஓரளவு தெரியும்தான். ஆனால், ராஜா தன்னை அதற்காகவா தேர்ந்தெடுத்திருப்பார்? திருவிடைமருதூரிலேயே அவருக்கு நான்கு மனைவியர் இருந்தனர். அவர்கள்

அனைவரையும்விட ருக்மணி அம்மா அறிவிலும் அழகிலும் எத்தனையோ மடங்கு மேலானவர்கள். அப்படியானவர்களையெல்லாம் தாண்டி தன்னைப் போன்ற ஒரு பட்டிக்காட்டு சிறுமியைத் தொட விரும்புவாரா என்ன?

ராஜா விஷயத்தை விட்டு விட்டாலும் தான் இப்படி செய்வது சரியா? அம்மாவிடம் கேட்காமல் கொள்ளாமல் இப்படி ஒரு விஷயத்தில் தான் ஈடுபடலாமா? எல்லாவற்றையும்விட மங்கலானதொரு கனவு போல தன் மனதில் நிழலாடும் அந்த முகம்? அதற்கு துரோகம் செய்யலாமா? ஏற்கெனவே ருக்மணியம்மாவிடம் தன் குடும்ப விவரங்கள் எல்லாம் சொல்லி இருந்தாள்தான். ஆனால் ஒரு வேளை அம்மாஜி மறந்திருக்கலாம். வேறு யாரையேனும் அனுப்பச் சொல்லி ஏற்பாடு செய்யவும் அவர்களுக்கு நேரம் வேண்டுமே? குளிக்கப் போனபோதே ஓடிப்போய் அவர்களிடம் சொல்லியிருக்க வேண்டும். மட்டித்தனமாக ஏதேதோ யோசனைகளில் நேரத்தை தொலைத்தாயிற்று. இப்போது ராஜாயி அக்கா வந்துவிட்டால் சினம் கொள்வார். அவர் வருவதற்குள் ஓடிச் சென்று அம்மாஜியின் காலில் விழ வேண்டியதுதான் என்று எண்ணியபடி பீடத்திலிருந்து எழுந்தாள்.

வழக்கமான சிற்றாடைக்குப் பதிலாக இந்த பதினெட்டு முழ பட்டுப் புடவையை வேறு கட்டிக் கொண்டு, வீசி நடப்பதே சிரமம். இதில் எங்கிருந்து ஓடுவது? முடிந்தவரை வேகமாக நடக்க எண்ணி அவள் நாலெட்டு எடுத்து வைப்பதற்குள் ராஜாயி அக்காவும், இன்னொரு பெண்ணும் அறைக்குள் நுழைந்தார்கள். அவர்களைக் கண்டு திகைத்து நின்றாள். அந்தப் பெண் சிரித்துக் கொண்டு “வாடியம்மா, இளைய ராணி.. அரசர் அழைக்கிறார்!” என்றபடி இவளிடம் வந்து ஒரு தோளைப் பற்றினாள். எதுவும் பேசாமல் ராஜாயி இன்னொரு தோளைப் பற்றியதும் உதறிக் கொண்டு ஆனந்தி கெஞ்சினாள்.

“அக்கா, அம்மாஜிய பார்த்து ரெண்டு வார்த்தை பேசிட்டு வந்துடறேன்கா, தயவு செஞ்சு கொஞ்சம் விடுங்கக்கா...”

“அம்மாகிட்ட, ஆட்டுகுட்டிகிட்டல்லாம் அப்புறம் பேசிக்கலாம். நீ பெரிய பூலோக ரம்பைனு ராஜா உனக்காக காத்து நிக்கணுமா? நடடின்னா” என்று அதட்டலாகப் பேசியவாறே அவளை நடத்தினாள் ராஜாயி.

“அக்கா.. அக்கா, அம்மாஜிகிட்ட ஒரு வார்த்தை கேட்டுட்டு...”

ஆங்காரமாய் அவள் பேச்சில் குறுக்கிட்ட ராஜாயி, “கத பேசற நேரமாடி இது? இப்ப நேரா ராஜா இருக்கும் அறைக்கு ஒன்ன அனுப்புவோம். உள்ள போய் அவருக்கு பஞ்சாங்க நமஸ்காரம் பண்ணணும். அவரு நில்லுன்னா நிக்கணும், ஒக்காருன்னா ஒக்காரணும். தேவையில்லாம ஒரு வார்த்தை பேசக் கூடாது. பாட வருமா உனக்கு?”

“ம்கூம். தெரியாது...”

“நல்லா திங்கறத தவிர வேறென்ன வரும் ஒனக்கு? ராஜா கேக்கறத மட்டும் பேசணும், செய்யணும். வேறேதும் அதிகப்பிரசங்கித்தனம் பண்ணினதா தெரிஞ்சுச்சோ, ஒன்ன மட்டுமில்ல, ஒங்குடும்பம், கொலத்தையே பூண்டு இல்லாம பண்ணிருவாங்க.. ஜாக்கிரதை” பற்களைக் கடித்தபடியே வார்த்தைகளைத் துப்பினாள் ராஜாயி. பேசியபடியே ஆனந்தியை தன் கைபலத்திலேயே இழுத்து வந்து அரசரின் அறைக்கு முன் நிறுத்தியும் விட்டாள்.

அத்துணை நேரம் ஆங்காரமாய் பொங்கியவளா என்று அதிசயிக்கும்படி பணிவோடு வேலைப்பாடமைந்த அந்த தேக்கு கதவின்மீது லேசாக தட்டினாள் ராஜாயி. “வரலாம்” என்ற கனத்த குரல் கேட்டதும் கதவை உந்தித் தள்ளினாள். ஆனந்தியின் இரு தோளையும் பற்றியிருந்த இருவரும் ஒரே நேரத்தில் அவளை உட்செலுத்த, சற்று நிலை தடுமாறி விழ இருந்தவள், எப்படியோ சமாளித்துக்கொண்டு நின்றாள்.

மெல்ல நிமிர்ந்து அறையை சுற்றிப் பார்த்தவள் பிரமித்தாள். அது அரசர் வந்தால் தங்கும் அறை என்பதால் மிகுந்த பகட்டாக அலங்கரிக்கப்பட்டிருந்தது. நெட்டியாலான கிளிகள், மலர்கள் எல்லாம் தோரணமாக தொங்கின. தரையில் கனத்த கம்பளம் விரிக்கப்பட்டிருந்தது. தூரத்தில் மஞ்சம் பட்டுவிரிப்புடன் பளபளத்தது. அகில் புகை சன்னமாக இழையோடியது. நான்கு மூலைகளிலும் நின்றிருந்த பூக்கிண்ணங்களில் இருந்து எழுந்த மணமும் சேர்ந்து கிறங்கடித்தன. உப்பரிகையிலிருந்து விளக்கு வெளிச்சத்தின் வட்டத்திற்குள் வந்த அமரசிம்மரைப் பார்த்தபோது ஆனந்திக்கு சற்று தைரியம் வந்தது. இவரிடமே தன் சிக்கலை சொல்லலாம் என்று எண்ணியவளாய் அவரை நெருங்கி மண்டியிட்டு நமஸ்கரித்தாள்.

அவளை தோள் தொட்டு தூக்கிய அந்த முதிய முகத்தை அருகில் பார்த்ததும், அதில் கொதித்த காமத்தைக் கண்டு வாயடைத்துப் போனாள். அவரிடம் எதையுமே பேச முடியாது என்பதை உணர்ந்து கொண்டாள். தகாத ஒன்றைச் செய்கிறோமோ என்ற குற்றவுணர்ச்சியும், ராஜாயி சொன்ன குடும்பத்தைப் பற்றிய மிரட்டல் குறித்த அச்சமுமாய் உணர்ச்சி பொங்க அவள் மயங்கி விழுந்தாள். அவள் தோள்களை லேசாகப் பற்றியிருந்த அமரசிம்மர், அவள் தளர்வதை உணர்ந்து இறுகப் பற்றிக் கொண்டார். மெல்ல இழுத்தாற் போல மஞ்சத்தை நோக்கி அவளை கொண்டு சென்றார்.

9

தஞ்சை மன்னர் இரண்டாம் சரபோஜியின் போக ஸ்திரீகளுக்கு மட்டுமான அந்தப்புரத்திற்கு கல்யாண மஹால் என்று பெயர். பூத்துக் குலுங்கும் நந்தவனம் போல விதவிதமான பெண்கள் நடமாடித் திரியும் அந்த அழகிய கட்டிடத்திற்குள் நுழையக்கூடிய ஆண்களின் எண்ணிக்கை மிகவும் சொற்பம். அவருக்கு முன்னிருந்த மராட்டிய அரசர்களும் ஒன்றிற்கு மேற்பட்ட மனைவியரையும், தோழியரையும் கொண்டவர்கள்தான் என்றாலும்கூட, இப்படி ஒரு விசேஷமான அமைப்பு முன்னர் தஞ்சையில் இருந்ததில்லை.

மன்னர் முறைப்படி மணந்த மனைவியர் அரண்மனையின் கோஷா பகுதியில் தங்கிக் கொள்ள, மற்ற துணைவியர் அவரவர்க்கு என தனித்தனி மாளிகைகளில் இருப்பதுதான் வழக்கம். சரபோஜியோ ஐரோப்பியக் கல்வி

கற்றவர். எனவே எதிலும் புதுமை நாடும் சிந்தனையின் காரணமாக இந்த அழகிய மஹால் தோன்றியது.

மகாராஜாவுக்கு திருமணத்திற்கு முன்பே முக்தாம்பாள் எனும் நாயுடு ஸ்திரீயோடு சம்பந்தம் உண்டானது. அப்பெண்ணுக்கு இரண்டு பிரசவங்கள் ஆன போதும் குழந்தைகள் தங்கவில்லை. மேலும் இரண்டாம் பிரசவத்தில் அப்பெண்மணியே சொர்க்கவாசியானாள். ஆனால் இறக்கும் முன்னர் அம்மகராசி, தன் பெயரால் ஒரு அன்ன சத்திரம் கட்டவேண்டுமென்று மகாராஜாவிடம் கோரிக்கை வைத்தாள். அதனை நிறைவேற்றும் பொருட்டு ராமேஸ்வர யாத்திரை போகும் பாதையில் ஒரத்தநாடு அருகே முக்தாம்பாள் சத்திரம் ஸ்தாபிக்கப்பட்டது. அது சத்திரம் மட்டுமல்ல பெரியதொரு பாடசாலையாகவும் இயங்கி வருகிறது. அருகிலேயே சிவாலயம், விஷ்ணு ஸ்தலம், அக்கிரஹாரம் ஆகியவையும் உருவாக்கப்பட்டு அமோகமாக நடந்து வருகிறது.

அதற்குப் பிறகு அரசர் யமுனா பாயி, அகல்யா பாயி ஆகிய இரு மாதரசிகளை முறைப்படி மணம் புரிந்தார். அதாவது அரசரே நேரடியாக மணமகளுக்கு திருமாங்கல்யம் அணிவித்துக் கொள்ளும் மணம் அவையிரண்டும். ஆனால் இங்கே இருக்கும் கல்யாண மஹால்வாசிகளின் திருமணம் 'கத்திக் கல்யாணம்' என்று சொல்லப்படும். அதாவது அரசர் இருக்க மாட்டார். அவருக்கு பதில் அரசரின் உடைவாள் மேடையில் வீற்றிருக்கும். அவ்வாளின் மீது வைத்து எடுத்த திருமாங்கல்யத்தை யாரேனும் ஒரு பிராமண சுமங்கலிப் பெண் எடுத்துச் சென்று மணமகளுக்கு அணிவிப்பாள். இதுதான் கத்திக் கல்யாணம். இந்தத் திருமணங்கள் ஒரு படி குறைவானவைதான்.

இங்கே இருக்கும் பாயிமார்கள் அரசருக்கு விசுவாசமான மனைவியராக இருக்க வேண்டும். ஒருவேளை அரசர் கைலாசவாசியானாலும்கூட முறைப்படி, விதவைக்கான நெறிகளின்படி வாழ வேண்டும். இந்த பாயிமார்கள் இறந்தால், அவள் அரசருக்கு பிடித்தமானவளாக இருந்தாலும்கூட, வேறு யாரோ ஒருவரின் வீட்டில் இழவு விழுந்தது போல் வந்திருந்து, அவர்களின் குழந்தைகளுக்கு ஆறுதல் சொல்லிவிட்டுக் கிளம்பிவிடுவார் அரசர். பாயிமார்களின் குழந்தைகளோ, அப்படிக் குழந்தைகள் இல்லாவிட்டால் அவர்களின் சகோதரனோ வந்து இறுதிக் காரியங்களை செய்துகொள்ள வேண்டும். காரியத்திற்குத்

தேவையான பணம் மட்டும் அரண்மனையிலிருந்து வந்துவிடும். இதுதான் இந்தக் கல்யாணங்களின் லட்சணம்.

பொதுவாக இவர்களின் குழந்தைகளை அரசரின் முறையான வாரிசாக ஏற்றுக் கொள்ள மாட்டார்கள். அதே நேரம் சகலவிதமான சலுகைகளோடும் வளர்க்கப்படுவார்கள். அவர்களுக்குத் திருமணங்களும் செய்து வைக்கப்படும். அபூர்வமாக கத்திக்கல்யாணத்தில் உதித்தாலும் பிரதாபசிம்மர், அமரசிம்மர் எனும் இருவருக்கு மட்டும் அரச யோகம் கிடைத்ததுண்டு. ஆனாலும் அது பொது விதி அல்ல.

ஆரம்பத்தில் கண்டகி பாயி மற்றும் திரிவேணி பாயி என்ற இரு பெண்கள் மட்டுமே இங்கே இருந்தனர். அவர்களுக்குத் தேவையான அந்தரங்கப் பணிகளைச் செய்வதற்கென்று அந்தப்புரத்திலிருந்தே நான்கு அக்காமார்கள் அனுப்பி வைக்கப்பட்டனர்.

பின்னர் மெல்ல மெல்ல கல்யாண மஹால்வாசிகளின் எண்ணிக்கை பெருகியது. சரஸ்வதி பாயி, நர்மதா பாயி, கோதாவரி பாயி, சுப்பாயி பாயி, காமாட்சி பாயி, கிரி பாயி, பவானி பாயி, சாவித்திரி பாயி, சோணபத்ரா பாயி, சுவர்ணரேகா பாயி, அருந்ததி பாயி என இப்போதுவரை பதிமூன்று பாயிமார்களும், அவர்களுக்கு தலைக்கு இரண்டு அக்காமார் வீதம் இருபத்தியாறு அக்காமார்களும் வசிக்கின்றனர்.

மராத்திய அந்தப்புரங்களில் 'அக்கா' என்பது ஒரு பதவியின் பெயர். பணிப்பெண்ணும் தாசியும் கலந்த கலவையான பதவி அது. அரசரது போக ஸ்திரீகளான பாயிமார்களுக்கு அந்தரங்கத் தோழியாக இருப்பதுதான் அவர்களின் முதன்மைப் பணி. அரசரோ அரச குடும்பத்து பிற ஆண்களோ மட்டும்தான் விரும்பும் அக்காக்களோடு உறவு கொள்ள முடியும். அக்காமார்களுக்குப் பிறக்கும் பிள்ளைகள் இங்கேயே மகாலில் வளர்வார்கள். ஆண் குழந்தைகளென்றால் ஏதேனும் அரசுப் பணி தந்து, திருமணம் செய்வித்து அனுப்புவார்கள். பெண் குழந்தைகளென்றால் அவர்களும் சர்க்காரின் குழந்தைகளாக வளர்ந்து, அவர்களும் அக்கா பதவியிலேயே அமர வேண்டியதுதான்.

அடிமட்டப் பணிகளைச் செய்வதற்கான பணிப்பெண்களின் எண்ணிக்கை தனிக்கணக்கு. பாயிமார்களின் எண்ணிக்கை கூடக்கூட ஏவல் பெண்டுகளின் எண்ணிக்கையும் பலமடங்காகக்

கூடிக்கொண்டே போகும். இப்பணிக்கு வெளியில் இருந்து வந்து செல்லும் பெண்களும் உண்டு. பணம் கொடுத்து அடிமையாக வாங்கப்பட்டு, மகாலிலேயே முழு நேரமும் வசிக்கும் பெண்களும் இப்பணியில் உண்டு.

கல்யாண மகாலின் மஹால் மத்தியஸ்தர் கோபால் ஸ்வாமி மோஹிதேவுக்கு அலுவல் ஓய்வதே இல்லை. மஹால்வாசிகள் அனைவருக்கும் தேவையான உணவைச் சமைப்பதற்கென்றே கீழவீதியில் ஒரு வீட்டை ஒதுக்கி அங்கே சமையல் நடக்கிறது. ஏவலர்கள் உதவியுடன் வண்டியில் உணவை எடுத்து வந்து அனைவருக்கும் பங்கிடு செய்வதை மேற்பார்வை பார்க்க வீரம்மா பாயி என்ற அக்காவை ஏற்பாடு மோஹிதே செய்திருந்தார். என்னதான் கவனமாக ஏற்பாடுகள் செய்தாலும்கூட உணவு நேரத்தில் இப்பெண்கள் ஏற்படுத்தும் குழப்பங்களையும், அதிலிருந்து கிளைக்கும் சண்டைகளையும் முழுமையாகக் களைய முடியவில்லை.

இருக்கின்ற தொல்லைகளெல்லாம் போதாதென்று இப்போது மகாராஜா பலவகையான நாணயங்களையும் சேகரித்து, பாதுகாத்து வைப்பதையும் இங்கே கல்யாண மகாலிலேயே வைத்துக் கொள்ளச் சொல்லி உத்தரவிட்டிருக்கிறார். இப்போது இருக்கும் அலுவல்களுக்கே மோஹிதேவுக்கு இரண்டு கைகள் போதவில்லை.

கோட்டைக்கு வெளியே கருந்தட்டான்குடியில்தான் இவரின் வீடு இருந்தது. வீட்டிலிருந்து கிளம்பி மட்டக்குதிரை மேல் ஏறி, மகாலுக்கு வந்து சேர்ந்தார் மோஹிதே.

மதில் சுவர் வளைப்பிற்குள் ஏராளமான மரங்கள் பசுமையாய் கவிந்திருந்தன. மாளிகையின் இரண்டு வாயில்களும் ஒரு அரைவட்டப் பாதையின் துவக்கமும், முடிவுமாக அமைந்திருந்தன. எந்த வாயிலில் சாரட் வண்டி நுழைந்தாலும் முகப்பறையில் அரசரை இறக்கிவிட்டு, இன்னொரு வாயில் வழியாக வெளியேறிவிடத் தோதான அமைப்பு அது. அரைவட்டத்தின் நடுவில் ஒரு அழகிய செய்குளம் அமைந்திருந்தது. அதில் படர்ந்திருந்த அல்லிக் கொடியில் அங்கங்கு மலர்கள் கூம்பியிருந்தன. இரவில் மட்டும் மும்முரமாக இயங்கும்

மகாலின் சுவர்கள் வெண்பழுப்பு நிறத்தில் தந்தம் போல பொலிந்தன. சுண்ணாம்புக் காரையில் கோழிமுட்டையும் கருப்பட்டியும் சேர்த்து அரைத்துப் புளிக்க வைத்த கலவையால்

பூசப்பட்டிருந்த சுவர்களில் ஓரிடத்தில் விரலை வைத்தால் வழுக்கிக் கொண்டு கீழே வந்து விடும். அத்தனை வழுவழுப்பாக தேய்க்கப்பட்டிருந்தன சுவர்கள்.

முகப்பறையைக் கடந்து முதல் கட்டில் நுழைந்தார். தன் அலுவல் அறையை நோக்கிச் செல்ல முயன்றவருக்கு, உள்ளே வீரம்மா பாயின் குரல் யாரையோ உரக்க வசைபாடுவது கேட்டது. இன்றைக்கும் சண்டையா என்ற எரிச்சலுடன் உள்கட்டிற்குள் நுழைந்தார் மோஹிதே. தன்னைச் சுற்றி நின்றிருந்த நான்கு ஏவல்பெண்டுகளைத்தான் திட்டிக் கொண்டிருந்தாள் வீரம்மா. மோஹிதே உள்ளே நுழைந்ததும் அந்த ஏவல்பெண்டுகள் குனிந்து உடல் வளைத்துக் கும்பிட்டுவிட்டு, சுவரோரமாகப் போய் பணிவுடன் நின்றுகொண்டனர்.

"வீரம்மா, என்ன கூச்சல் இங்கே?"

"ஒண்ணுமில்லே மோஹிதே சாகிப். இவளுங்களோட எப்பப் பாத்தாலும் இதே தகராறுதான். சாப்பிடறது நாலாள் சாப்பாடு, வேலை செய்யச் சொன்னாலோ சுண்டுவிரலை அசைக்கக் கூட மூக்கால அழறாளுக. ஆனா கோளு சொல்றதுன்னா நாக்க தொங்க போட்டுகிட்டு அலையறாளுக."

மோஹிதே எரிச்சலுடன் ஏவல்பெண்களைப் பார்த்தார். அவர்கள் தலைகுனிந்து நின்றுகொண்டிருந்தனர்.

"இவளுங்க ஒரு பக்கம்னா, பாயிமாருங்க படுத்தற பாடு இன்னொரு பக்கம். சாப்பாட்டு நேரத்துல எல்லா பாயி சாஹிபுங்களுக்கும் ஒரே நேரத்துல சாப்பாடு போகணும். ஒவ்வொருத்தரும் வெவ்வேற ஜாதிக்காரங்க, வெவ்வேற அனுஷ்டானம் உள்ளவங்க. அதுனால அவங்கவங்களுக்குன்னு தனித்தனியா சமையல், ஆனா அதெல்லாம் ஒரே நேரத்துல அவங்களுக்கு கிடைக்கணும்."

திரும்பி சுற்றுமுற்றும் பார்த்துவிட்டு, குரலையும் தழைத்துக் கொண்டு வீரம்மா தொடர்ந்தாள் "இதுல புதுசா வந்திருக்கற பாப்பாத்தி பாயி பண்ற அழிச்சாட்டியத்த எங்க போயி சொல்ல? வண்டில மாமிச சாப்பாட்டு பாத்திரம் ஒரு மூலைல இருந்தாக் கூட இவங்களோட மரக்கறி சாப்பாட்டு தீட்டாகிருமாம். மாமிசம் சாப்பிடற ராசா வந்து போறப்ப இத சொல்லிருவாங்களா? ஆனா என்கிட்ட கிடந்து கூப்பாடு போடறாங்க.. அவங்களுக்கு மட்டும் சாப்பாடு தனி வண்டில வரணுமாம்."

"சரின்னு அந்தம்மா சாப்பாட்டை மட்டும் முதல்ல ஒரு நடை வந்து இறக்கிட்டு போடான்னு வண்டிக்காரன சொல்லவேண்டியதுதானே?" என்று கேட்டார் மோஹிதே.

"அதைத்தான் நானும் சொன்னேன். ஆனா.. அத இந்த சிறுக்கி முண்டைங்கள்ல எவளோ ஒருத்தி போய் மத்த பாயிமாருங்ககிட்ட வத்தி வச்சுட்டாளுக" என்று ஏவல் பெண்டுகளை சுட்டிக் காட்டினாள் வீரம்மா.

மோஹிதே ஆதரவாக "சரி சரி... விட்டுத் தொலை வீரம்மா" என்றார்.

"அப்படி விடறா மாதிரி இல்லயே நிலமை. இந்த மாதிரி வண்டில தனியா சாப்பாடு வர சங்கதி தெரிஞ்சதும் கண்டகி பாயியும், சோணபத்ரா பாயியும் அவங்க வேலைய காட்ட ஆரம்பிச்சுட்டாங்களே. அவங்களும் ஒருவிதத்தில் சன்னௌ குல்யா குடும்பத்துக்காரங்கதானாம். அதுனால அவங்களுக்கும் சாப்பாடு தனியா வரணுமாம்" என்றாள் சலிப்பாக!

'என்ன சொன்னாலும் இவர்களை சமாதானம் செய்ய முடியாது' என்று உள்ளுக்குள் எண்ணிக்கொண்டார் மோஹிதே. "சரி விடு, கத்திக் கத்தி ஒந்தொண்டைய புண்ணாக்கிக்காதே!" என்று வீரம்மாவிடமும் "இன்னொரு தடவ இது மாதிரி பிராது வந்ததோ, தொலச்சுப்புடுவேன்!" என்று ஏவல் பெண்டுகளிடமும் சொல்லி விட்டு, தனது அலுவல் இடம் நோக்கி நடந்தார்.

'சன்னௌ குல்யா' என்றால் மராத்திய அரச குடும்பம், அக்குடும்பத்தோடு மணவினை உறவு கொண்ட உயர் சாதியினர் என்று பொருள். உண்மையில் தூய சன்னௌ குல்ய குடும்பத்தவர் என்றால் அவர்கள் கல்யாண மகாலுக்கு வர வேண்டிய தேவையே இல்லை. அரசர் முறைப்படி அவர்களை மணந்து கொண்டிருக்க முடியும். ஆனால் அரச சம்பந்தம் உள்ள ஸ்திரீகளிடம் இதையெல்லாம் பட்டவர்த்தனமாக பேசி விட முடியாது. அவர்கள் அரசரிடம் மோஹிதே என்னைப் பார்க்கும் விதம் சரியில்லை என்று கண்ணைக் கசக்கினால் தான் கழுவிலேறி உட்கார வேண்டியதுதான் என்று நன்குணர்ந்தவர் அவர். அதனாலேயே பட்டும் படாமலும் காலத்தை ஓட்டிக்கொண்டிருக்கிறார்.

மோஹிதே பெரிய வைராக்கிய சீலர். அதனால்தான் இந்த சிருங்கார மாளிகையிலிருந்தாலும் சுட்ட சட்டி சட்டுவம் கறிச்சுவை

அறியுமோ எனும்படிக்கு கெட்ட பெயரெதுவும் எடுக்காமல் ஜீவனம் செய்து வருகிறார்.

இரண்டு பெண்கள் ஒற்றைக் கூரையடியில் வசிக்க நேர்ந்தால், அது உடன் பிறந்தவர்களே ஆனாலும் அவர்களுக்குள் சண்டை சச்சரவுகள் ஏற்படாது இருக்காதுதான். அரசமாதேவியருக்குள் சண்டை வந்தால், தங்களில் யார் பெற்ற பிள்ளை ஆட்சிக்கு அடுத்த வாரிசு என்பது போன்ற பெரிய விஷயங்களில்தான் இருக்கும். ஆனால் இப்படியான போக ஸ்திரீகளின் கூடாரத்திலோ சாப்பாட்டுச் சண்டை, ஜவுளிச் சண்டை, பூவுக்கு சண்டை என அல்ப விஷயங்களிலேயே பொழுது ஓடிக் கொண்டிருக்கும்.

தினமும் காலையில் அலுவலுக்குக் கிளம்பும் போதெல்லாம் அவர் மனைவி யமுனா பாயி புலம்புவது அவருக்கு நினைவுக்கு வந்தது. "தேவிடியாளுகளுக்கு மத்தியஸ்தம் பண்றதெல்லாம் ஒரு பொழப்பா" என்று மராத்தியில் சொல்லி நொடித்துக் கொள்வாள். அதை நினைத்தபடி பெருமூச்சோடு தன் இடத்தில் வந்து அமர்ந்தார்.

சிறிது நேரத்தில் அவரது உதவியாள் கோவிந்தன் ஒரு பெரிய லோட்டாவில் சர்பத்தைக் கொண்டு வந்து வைத்தான். அதை அவர் குடித்து முடிக்கும் வரை காத்திருந்த கோவிந்தன், "திருவாதிலேர்ந்து ஒரு குடியானவர் வந்து உங்க பேட்டிக்காக காத்திருக்கார்!" என்றான்.

"என்ன விஷயமான்னு விசாரிச்சயா?"

"ரொம்ப சிரமதசையாம். தன் பொண் குழந்தைய அரண்மனைக்கு கிரயம் பண்ணிக் கொடுத்து, பணம் கிடைச்சால் நல்லதுன்றார்..."

மோஹிதேவுக்கு இதயம் வலித்தது. காவிரி அம்மையின் செல்லப் பிள்ளைகள் இந்த சோழமண்டலவாசிகள். கவேர ராஜனின் புத்ரி இந்த நிலத்தைத் தன் செல்லக் கடைக்குட்டிக் குழந்தையைப் போல பேணுகிறாள். அப்பேற்பட்ட மண்டலத்திலே இப்படி அரிச்சந்திர ராஜாவைப் போலே தன் பெண்டு பிள்ளைகளைத் தானே விலை கூறி விற்கும் நிலை என்றால் யாரை நோவது என்று எண்ணியபோது அவரறியாமல் பெருமூச்சு கிளம்பியது.

துளஜ ராஜா காலம் தொட்டே இந்த மண்டலத்துக்கு இறங்கு முகம்தான். ஆற்காட்டு நவாபும், கும்பினி அதிகாரிகளுமாக

சேர்ந்து கொண்டு தண்டெடுத்து வந்து, கோட்டையையும், நாட்டையும் வசப்படுத்திக் கொண்டனர். அதற்குப் பிறகு மூன்றாண்டுக் காலமும் நவாபின் கலாபத்தில் தஞ்சைத் தரணி மக்கள் பட்டபாடு சொல்லும் தரமன்று.

ஒருவழியாக இங்கிலாந்திலே இருக்கும் அரசர் காதை இவ்விஷயம் எட்டவே, கும்பினியாரை உலுக்கி இங்கே துளஜ ராஜாவுக்கு மீண்டும் பட்டத்தைக் கொடுக்க வைத்தனர். ஆனாலும் கூட ஆங்கிலேயத் துருப்புக்களை கோட்டைக்குள்ளேயே வைத்துக் கொண்டு, அவர்கள் செலவுக்கென நான்கு லட்சம் புலி வராகன் வருஷாந்திரம் கொடுக்க ஒப்புக்கொண்டாயிற்று.

அடுத்து வந்த அரசரான அமரசிம்மரால் அப்படி ஒப்புக் கொண்ட கப்பத்தையும் சரியானபடி கட்ட முடியவில்லை. கடன் தொகை ஏற ஏற, கும்பினியாரும் மெல்ல மெல்ல சுபாக்களை விழுங்க ஆரம்பித்தனர். மன்னார்குடி, திருவாதி, மாயவரம், பட்டுக்கோட்டை போன்ற அயனான சுபாக்களையெல்லாம் அமரசிம்ம ராஜாவின் கழுத்திலே கத்தியை வைக்காத குறையாகப் பிடுங்கிக் கொண்டார்கள்.

பின்னும் இப்போதைய அரசர் சரபோஜி ராஜாவுக்கு ராஜ்யத்தை கொடுக்கும்போதே தஞ்சைக் கோட்டையும், வல்லத்துக் கோட்டையும் மட்டும்தான் உங்கள் பரிபாலனத்திற்கு என்று திட்டவட்டமாகச் சொல்லியாயிற்று. மொத்த வரிவசூலையும் கும்பினியே செய்துவிட்டு, மகாராஜாவுக்கு ஒரு லட்சம் வராகனும், முந்தைய அரசர் அமரசிம்மருக்கு இருபத்தியைந்தாயிரம் வராகனும் ஓய்வூதியமாகத் தருவதுடன் போன்ஸ்லே வம்சத்தின் செல்வாக்கு முடிந்துவிட்டது.

கும்பினியாரின் வரிவசூலிலும், ராஜ்ய நிர்வாகத்திலும் வறியவர்கள் மேலும் மேலும் க்ஷீணித்துப் போவதால் இப்படி பிள்ளை குட்டிகளை விற்பதும், தன்னையும் சேர்த்து மொத்தமாக குடும்பமாகவே விற்றுக் கொள்வதுமெல்லாம் சர்வ சாதாரணமாகிவிட்டது.

அவர் பதில் சொல்லாமல் யோசனையில் ஆழ்ந்து விட்டதைக் கண்டு “சாஹேப்” என்று குரல் கொடுத்தான் கோவிந்தன்.

“ம்ம்ம்.. சரி, அந்த ஆளை உள்ளே வரச் சொல்லு. பொண்ணைக் கையோடு கூட்டி வந்திருக்கானா, இல்ல விசாரிச்சுட்டுப் போக வந்திருக்கானாமா?”

“அவர் கூடவே பத்து பன்னெண்டு வயசு சொல்லும்படியா ஒரு லட்சணமான பொண்ணும் நிக்குது!”

“அதுக்குள்ள லட்சணம், அவலட்சணத்தையெல்லாம் எடை போட ஆரம்பிச்சுட்டயா? பேஷ் பேஷ்.. ஒரு விஷயம் நினைவில் வச்சுக்கோ கோவிந்தா... போஜன சாலையில் வேலை பாக்கறவன், இனிப்பை எடுத்து ருசி பாக்க ஆரம்பிச்சா வேலை நிலைக்காது. அதுலயும் நாம இருக்கறது ராஜாங்க காரியத்துல. கண்ணால எச்சில் பண்ணினாக்கூட கழுவேறும்படியாகிடும். ஜாக்கிரதை. போ.. புரிஞ்சு நடந்துக்கோ. போய் அந்த பாவப்பட்ட மனுஷனை உள்ள அனுப்பு...” என்றார்.

தலையாட்டிவிட்டு கோவிந்தன் திரும்பினான். ஞாபகம் வந்தவராக, “கோவிந்தா, அப்படியே கோட்டை வாசலுக்குப் போய் கொத்தவால் ரகுநாத்தை வரச்சொல்லு. கிரயம் பண்றதுன்னா சாட்சி போட ஒரு முக்கியஸ்தன் வேணுமே..” என்றார் மோஹிதே.

அவனும் கும்பிடு போட்டுவிட்டு நடந்தான்.

10

தன்னை எதற்காக அழைத்திருப்பார்கள் என்ற யோசனையிலேயே மிக மெதுவாய் நடந்தார் பவானி பாயி. உடன் நடந்து வந்த கங்காபாய் எனும் சேடியும் அதற்கேற்ப மெல்லவே நடந்து வந்தார்.

"பெரிய ராணி என்னை எதற்காக அழைத்திருப்பார் என்று உனக்கு ஏதேனும் தோன்றுகிறதாடி?"

"ஒன்றும் புரியவில்லையம்மா!"

"எதைக் கேட்டாலும் இப்படியே பட்டுக்கொள்ளாமல் பதில் சொல்லக் கற்று வைத்திருக்கிறாயடி!"

இதற்கு வாய்விட்டு பதிலெதுவும் சொல்லாவிட்டாலும், அப்படி இல்லாமல் போனால் நான்கு ராணிமார் வாழும் இந்த அந்தப்புரத்திற்குள் வேலை பார்த்து காலம் தள்ள முடியுமா என்று மனதிற்குள் நினைத்துக் கொண்டாள் கங்கா.

அதற்குள் கிருஷ்ணம்மா பாயியின் அறை வாசலுக்கு வந்துவிட்டதால் பவானி நின்று கொண்டாள். கங்கா பாயி அந்த அறையின் கதவை மென்மையாகத் தட்டினாள். உள்ளிருந்து வரலாம் என்ற குரல் வந்ததும் பவானி பாயி மட்டும் உள்ளே சென்றாள். கிருஷ்ணம்மா பாயியின் சேடி பவானிக்கு உரிய ஆசனத்தை சீரமைத்துவிட்டு அறையை விட்டு வெளியேறினாள். கிருஷ்ணம்மாளை வணங்கிவிட்டு பவானி ஆசனத்தில் அமர்ந்தார். சபத்னியர் இருவரும் சற்று நேரம் அமைதியாக இருந்தனர்.

"காலையில் குலதர்ம பூஜை முடித்ததும் தனியே வந்து சந்திக்கச் சொல்லி உத்தரவிட்டீர்கள். இப்போதோ அமைதியாக இருக்கிறீர்களே?"

"ஆமடி.. வரச் சொன்னேன்தான். தெய்வ சந்நிதியில் நம் அல்ப அபிலாஷைகளைப் பற்றியெல்லாம் பேசுவானேன் என்றுதான் தனியாக வரச் சொன்னேன். மற்ற இருவரையும்கூட வரச் சொல்லியிருக்கலாம். இருந்தாலும் அதிகம் பாதிப்படையப் போகிறவள் நீதான் என்பதால் உன்னை மட்டும் வரச் சொன்னேன்."

"என்னக்கா சொல்கிறீர்கள்? ஒன்றும் புரியவில்லையே..."

"போன வாரத்தில் ஒரு நாள் சர்க்கேல் சிவராவிடமிருந்து ஆள் வந்தான். அங்கே ரெசிடெண்ட் துரையின் துபாஷி அலுவலகத்தில் நமக்கு உளவு சொல்ல ஆட்கள் உண்டு. அவர்கள் மூலம் ஒரு தகவல் கிடைத்ததாம். நமக்கு உள்ள முகாசா நிலங்களையும் பயிரிடும் விவசாயிகளுக்கே கொடுத்து விட்டு, கும்பினி அவர்களிடமிருந்து வரி வசூல் செய்து கொள்ளலாம் என்று ஒரு யோசனையை மக்லோடு மதராஸ் குவர்னர் அலுவலகத்துக்கு எழுதியிருந்தாராம்..."

முகாசா நிலங்களின் விளைச்சல் மட்டும்தான் நம் அரண்மனைக் களஞ்சியத்திற்கு வந்து சேரும் என்பது பவானிக்கும் தெரியும். அந்த நிலங்கள் கைவிட்டுப் போனால் அதன் பாதிப்பு அதிகமாகவே இருக்கும் என்பதும் தெரியும். ஆனால் தனக்கு மட்டும்தான் அதிக பாதிப்பு என்பது போல கிருஷ்ணாக்கா சொல்வது ஏன் என்றுதான் அவளுக்குப் புரியவில்லை. கும்டாவின் தலைப்பிலிருக்கும் பொற்சரிகை வேலைப்பாடுகளை நிரடியபடியே கிருஷ்ணம்மா சொல்லும் தகவல்களை தன்னால் ஆனவரை புரிந்துகொள்ள முயன்றாள்.

"இப்படி ஒரு தகவல் வந்தால் அரசர் என்ன செய்திருக்க வேணும்? யாரேனும் சாமந்தர்களிடம் ஆலோசிக்கலாம். அதை

விட்டால் அக்னி சாட்சியாக மணந்து கொண்ட பத்தினியர் நால்வர் இங்கிருக்கிறோம், நம்மிடம் பேசலாம். அல்லது தோளுக்கு மேல் வளர்ந்த பிள்ளை பிரதாபன் இருக்கிறான், அவனிடம் கூப்பிட்டு ஆலோசித்திருக்கலாம் இல்லயா?"

இப்போதும் பவானிக்கு ஒன்றும் புரியவில்லை. இருந்தாலும் அனுசரணையாக தலையை ஆட்டிக் கேட்டுக்கொண்டிருந்தாள்.

"உனக்கு நினைவிருக்கிறதா, சென்ற சோமவாரத்தன்று அரசர் குலதர்ம பூஜை பிரசாதத்திற்குக்கூட காத்திராமல் வெளியேறியது?"

ஆமென்பதாக தலையாட்டினாள் பவானி.

"நேரே கிளம்பி ஷாகாஜிபுரத்திற்குத்தான் போயிருக்கிறார். அங்கே இருக்கிறாளே அந்த பசப்புக்காரி, அவள் முன்னால் போய் எல்லாவற்றையும் கொட்டி அழுதாராம். அதுவும் அவள் விலக்காகி கொல்லையில் இருந்தாளாம்..."

"ச்சீச்சீ... இதென்னக்கா அனாச்சாரம்... நம் அரசரா அப்படி செய்தார்?"

"அது மட்டுமல்ல... அன்றிரவு அங்கே தங்கியிருந்திருக்கிறார். தனக்கு வயதாவதாலோ என்னவோ புதியதாக அரசரை பிணைக்க இன்னொரு தூண்டிலையும் தயார் செய்து விட்டாளாம் அந்த சாகசக்காரி. தேவதாசிகளுக்கு வம்சத்தில் பெண் வாரிசு இல்லையென்றால் காசுக்கு பெண் பிள்ளைகளை வாங்கி, தங்கள் பெயரைச் சொல்லி கோவிலுக்கு பொட்டு கட்டி விடுவார்களே, அது போல அடுத்த வாரிசை தயார் செய்திருக்கிறாள் போலும். அந்த குட்டிக் கழுதையோடு புரண்டுவிட்டு வந்திருக்கிறார் அரசர். சரி, அந்தக் கேவலத்தை விடு. முக்கியமான விஷயத்தை கவனி. நீ உன் தமையனின் மகள் அம்முனி பாயியை பிரதாபனுக்கு மணமுடிக்க ஆலோசித்து வருகிறாயல்லவா?"

இப்போது பவானியின் பரபரப்பு அதிகரித்தது. அந்தத் திருமணத்திற்கும் திருவிசநல்லூர்க்காரிக்கும் என்ன சம்பந்தம் என்று குழம்பியபடி கிருஷ்ணம்மாவின் பேச்சில் கவனத்தை குவித்தாள்.

"அதெல்லாம் வீண் ஆடம்பர செலவாம். அரண்மனையின் வீண் செலவுகளையெல்லாம் குறைக்க வேண்டுமாம். செட்டுக் கட்டாய் இருந்து மீதமாகும் பணத்தை வட்டிக்கு விட்டு சேர்க்க வேண்டுமாம். பிற்காலத்தில் கும்பினியார் மொயின் தொகையை நிறுத்தினாலும் நாம் நல்லபடியாக வாழ அதுதான் வழியாம். கூனியைப் போல அரசருக்கு துர்போதனை செய்து

அனுப்பியிருக்கிறாள் அந்த கேடுகெட்டவள். அதையும் வெட்கமில்லாமல் இந்தக் கிழவர் என்னிடமே வந்து சொல்கிறார்."

"நம் பிள்ளையின் திருமணத்தைப் பற்றியெல்லாம் பேச அவளுக்கு என்ன உரிமை?"

"அதை நாம் கேட்க வேண்டியது அரசரிடம்தான். ஆனால் நேரடியாக இல்லை, நம் மைந்தனின் மூலமாக. அவன் இந்த அரண்மனையின் அடுத்த அதிகாரி. அவன் குரலுக்கேனும் அரசர் செவி சாய்த்துத்தான் ஆக வேண்டும். நாம் எதுவும் செய்யாமல் கைகட்டி உட்கார்ந்திருந்தால் அந்த மண்ணுள்ளி பாம்பு நம் நால்வரையும் சேடியர் போலாக்கி விடுவாள். அரண்மனையை பெருக்கித் துடைக்கவும், சமைக்கவும் என்று குடியானவ வீட்டுப் பெண்கள் போல வேலைகள் செய்ய வேண்டியிருக்கலாம். ஒரு வேளை அரசர் அவளுக்கும் சேர்த்து நம்மையே சேவகம் செய்யச் சொன்னாலும் சொல்வாரோ என்னவோ.."

தனது வார்த்தைகள் பவானியிடம் என்ன விளைவுகளை ஏற்படுத்துகின்றன என்று ஓரக் கண்ணால் கவனித்துக் கொண்டிருந்தாள் கிருஷ்ணம்மா பாயி. பவானியின் முகத்தில் பயம், எரிச்சல், கோபம் என தான் எதிர்பார்த்த உணர்வுகள் கொந்தளிப்பதைக் கண்டு திருப்தியடைந்தவளாக தன் பேச்சைத் தொடர்ந்தாள்.

"அவளது ஆலோசனைகள் இங்கே எடுபடாது என்று காட்டியாக வேண்டும். அதற்கு ஒரே வழி பிரதாபன் - அம்முனி திருமணத்தை நல்லபடியாக நடத்துவதுதான். அப்போதுதான் அவளுக்கு தன் இடம் என்னவென்று புரியும். நீ பிரதாபனை வரவழைத்துப் பேசு, அரசரிடம் உரிமையோடு போய் தன் மாமன் மகளை மணக்கவிருப்பதாக அறிவிக்கச் சொல். உன் தமையனுக்கும் சொல்லி அனுப்பி தயாராக இருக்கச் சொல்!"

"சரி அக்கா. நான் நீங்கள் சொல்வது போலவே பிரதாபனிடமும், அண்ணாவிடமும் பேசுகிறேன். நான் கிளம்பவா?"

"நல்லது, போய் வா!"

தன் மூத்தாளை வணங்கி விடைபெற்ற பவானி குமுறும் உள்ளத்துடன் தன் அறைக்குத் திரும்பினாள்.

11

திருவாதியிலிருந்து தன் பெண் மீனாட்சியை அரண்மனைக்கு விற்பனை செய்வதற்காக அழைத்துக் கொண்டு வந்திருந்த பெரிய நாயக் கொத்தனுக்கு நினைத்தது போல வேலை சுலபமாக நடக்கவில்லையே என்று குமுறிக்கொண்டு வந்தது. அவன் கேட்ட தொகையான எண்பது சக்கரம் ஒரு ஏவல் பெண்டுக்கு மிக அதிகமென்று மோஹிதே கறாராகச் சொல்லிவிட்டார். எவ்வளவோ பேசியும் அதிகபட்சமாக ஐம்பது சக்கரம்தான் தர முடியுமென்று திட்டவட்டமாக சொல்லிவிட்டார். வேறு வழியின்றி கொத்தனும் அந்தத் தொகைக்கு ஒப்புக் கொண்டான்.

ஆனாலும் காரியம் வேகம் பிடிப்பதாகத் தெரியவில்லை. முதலில் பெண்ணை விசாரிக்க வேண்டுமென்றார்கள். நிறைய

நகைநட்டுக்கள் அணிந்த ஒரு நடுவயதுப் பெண் மீனாளை உள்ளே கூட்டிப் போனாள். பிறகு வெகுநேரம் கழித்துத்தான் பிள்ளையை வெளியே அனுப்பினார்கள். அதன்பிறகு அந்தப் பெண்மணி, பெரியவர் மோஹிதேவிடம் முணுமுணுவென்று என்னமோ சொன்னாள்.

"சரிப்பா, கடைசியா ஐம்பது சக்கரத்துக்கு ஒப்புக்கிட்டயானா, பத்திரம் எழுதிடலாம். என்ன சொல்ற?"

"நாந்தான் சரின்னுட்டேனுங்களே, பத்திரத்த கொடுத்தீங்கன்னா கைசாத்து போட்டுபுட்டு நடைய கட்டுவேன்!"

"அட, அவசரப்படாதப்பா. இங்க மகாலுக்குத் தேவையான பத்திரங்கள அர்ணாயலம்னு ஒரு வாத்தியார்தான் எழுதுவாரு. உன் பேரு, ஊரு, வயசு, உங்கப்பா பேரு மத்த விவரமெல்லாம் சொல்லு, அதையெல்லாம் குறிச்சு அவருக்கு அனுப்பணும்." என்று மோஹிதே கேட்ட விவரங்களைச் சொன்னான் கொத்தன். அவற்றையெல்லாம் குறித்துக் கொண்ட பின் வெளியே காத்திருக்கச் சொல்லிவிட்டார் அவர். பெண்ணையும் அழைத்துக்கொண்டு வெளியே வந்த கொத்தன், மகாலின் வளாகத்துக்குள்ளேயே நின்ற மாமரத்தின் நிழலில் உட்கார்ந்திருந்தான். அருகில் மீனாட்சி தன்னைச் சுற்றி என்ன நடக்கிறதென்பதையே உணராமல், வீதியை வேடிக்கை பார்த்துக் கொண்டிருந்தாள்.

அவள் நகரமொன்றிற்கு வருவது இதுதான் முதல் முறை. அவளிருக்கும் திருவாதி, அவளது தாத்தா பாட்டி வீடிருக்கும் கண்டியூரெல்லாம் மிகவும் அமைதியான கிராமங்கள். ஆனால் தஞ்சை வீதிகளோ ஜனசந்தடி மிகுந்தவையாக, கலகலப்பாக இருந்தன. மட்டக் குதிரைகளின் மீதும் பல்லக்குகளிலும் போவோரும், நடந்து போவோருமாக வீதிகளில் மக்கள் நடமாட்டம் மிகுந்திருந்தது. காய்கறி, பழங்கள், தயிர், முட்டை என ஏதேதோ பொருட்களை தலைச்சுமையாகக் கொண்டு வந்து விற்போரின் நடமாட்டமும் மிகுந்திருந்தது. எல்லோரும் ஒருவர் மேல் ஒருவர் மோதிக் கொள்ளாமல் எப்படி நடமாடுகிறார்கள் என்பதே அவளுக்கு வியப்பாக இருந்தது. இமை தட்டாமல் தெருவையே பார்த்துக்கொண்டு உட்கார்ந்திருந்தாள் மீனாட்சி.

கோட்டைக் கொத்தவால் ரகுநாத் நாராயண் தனது குதிரை மேல் ஏறி கல்யாண மகாலுக்கு வந்து சேர்ந்தபோது உச்சிப் பொழுதாகியிருந்தது. மாமர நிழலில் உட்கார்ந்திருந்த இவர்கள்

இருவரையும் குதிரை மேலிருந்தபடியே பார்த்த ரகுநத்திற்கு, ஆட்கள் இவர்களாகத்தான் இருக்க வேண்டும் என்று புரிந்தது.

பெண்ணைக் கொஞ்சம் கூடுதல் கவனத்துடன் பார்த்தான். பன்னிரண்டு வயது சொல்லத்தக்க சின்னப் பெண்தான் என்றாலும் நல்ல உடற்கட்டு. உழைப்புக்கு அஞ்சாதவள் என்பதை வலுவான உடல் காட்டியது. தொடர்ச்சியாக வெயிலில் நின்று வேலை செய்ததில் தோல் கன்றி, தாமிர நிறத்தில் இருந்தாலும் இளமை குருத்துப் போன்ற வனப்பைத் தந்திருந்தது. அழகான கண்கள். கூந்தலை அள்ளி சொருக்காகப் போட்டிருந்தாள். சிற்றாடையும், மேலாக்கும் பழையவை என்றாலும் கிழிசலில்லாமலும், தூய்மையாகவும் இருந்தது. கிராமாந்திரத்துப் பெண் பிள்ளை என்றாலும் உட்காரலில் ஒரு நளினம் இருந்தது. இத்தனை அழகான பெண் சேடியாக வந்தால், விரைவில் 'அக்கா' பதவிக்கு உயர்ந்துவிடுவாள் என்று தோன்றியது.

அது உயர்வா, தாழ்வா என்பது அவரவர் பார்வையைப் பொறுத்தது. அந்தப்புரத்தின் சுவர்களுக்குள் அது உயர்வான பதவி. அதே நேரம் அந்த மதிலுக்கு வெளியே அவர்களுக்கு எந்த மரியாதையும் கிடையாது. அப்பெண்கள் பிறந்து வளர்ந்த குடும்பத்திலேயே கூட அவர்களின் செல்வத்திற்கு மட்டும்தான் வரவேற்பு இருக்கும்.

ஒரு பெருமூச்சுடன் குதிரையை விட்டிறங்கி மகாலுக்குள் போனான். “வரணும் வரணும் ரகுநாத் சாஹிப். உக்காருங்க... என்ன சாப்படறீங்க? வெய்யிலுக்கு குளிர்ச்சியா சர்பத், கடைஞ்ச மோர் எல்லாம் இருக்கு. சாப்பாடும் சித்தமா இருக்கு. என்ன சாப்பிடறீங்க சொல்லுங்க?” மோஹிதே ஆரவாரமாக வரவேற்றார்.

“மோர் கொண்டுவரச் சொல்லுங்களேன் மோஹிதே சாஹிப். அப்புறமா சாப்பாட்டை பாக்கலாம்.”

கோவிந்தனிடம் மோர் கொண்டுவரச் சொல்லி கண்ணசைவாலேயே ஆணையிட்டார். அவன் அந்தப் பக்கம் சென்றதும், “ஆமா, கோவிந்தன் வந்து சொன்னானே அந்தப் பொண்ணுதான் வெளில இருக்கறதா?” என்று கேட்டார் ரகுநாத்.

“ஹ்ம்ம்.. ஆமா! அவங்க அப்பாவே கொண்டு வந்து கிரயம் பண்ணித் தரதா சொல்றார். அந்தப் பொண்ணையும் தனியாக் கூப்பிட்டு, வீரம்மா பாயியை விட்டு விசாரிச்சுக்க சொன்னேன்.

இப்பல்லாம் தனியா இருக்கற சின்னப் பிள்ளைகள கடத்திகிட்டு வந்து வித்து, காச வாங்கி முடிஞ்சுகிட்டுப் போயிடறானுங்களாமே.. பெண் பாவம் பொல்லாததில்லயா?"

"ஆமாமா, நாலையும் யோசிச்சுதான் இப்படியான சங்கதிகள செய்ய வேண்டியிருக்கு. இது மாதிரி மோசடிகளுக்கு பயந்தே நான் எந்த மனுஷ கிரயத்துக்கும் சாட்சி போடறதே இல்ல. இது அரண்மனை விவகாரம்ன்றதாலதான் தைரியமா வந்திருக்கேன். பொண்ணு நல்லா கிளி போலிருக்கா. இங்க கல்யாண மஹால்லயே வேலைக்கு வச்சுக்கறதா திட்டமா, இல்ல அரண்மனைக்கு அனுப்பணுமா?"

"இப்போதைக்கு இங்க நிக்கட்டும்னுதான் பாக்கறேன். எத்தனை ஏவல் பெண்டுகள் இருந்தாலும் பாயி மார்களுக்கு வேலை ஏவி சலிக்கறதில்ல. குறையில்லாமலும் இருக்கறதில்ல" என்று மோஹிதே சொல்லிக் கொண்டிருக்கும்போதே, கோவிந்தன் மோரைக் கொண்டுவந்து ரகுநாத்திடம் கொடுத்தான்.

கடைந்து வெண்ணெய் எடுத்த மோருக்கே உரிய பிரத்யேக வாசனையுடன், உப்பும், காயமும், மல்லி இலைகளும், இஞ்சித் துண்டுகளுமாய் அமிர்தமாய் இருந்தது. ஒரே மூச்சில் குடித்து முடித்தபின் சிறு ஏப்பம் ஒன்றுடன் "அது ஸ்திரீகள் சுபாவமாச்சே. அதுக்கென்ன செய்யறது?" என்றார் ரகுநாத்.

"அட, பாயிமாருங்கள விடுங்க, அக்காமார்களுக்கே ஏவல் பெண்டுகளை உருக்கி எடுத்துடணும்னு இருக்கு."

"அதுலயும் இவளைக் கண்டால் இன்னும் எல்லோருக்கும் எரியத்தான் செய்யும். அவ்ளோ லட்சணமா இல்ல இருக்கா?"

"அதான் காலைல பிடிச்சு யோசிச்சுகிட்டிருந்தேன். இந்த ஜனங்களுக்கு வந்த நிலமைய பாத்தீங்களா? சொந்தப் பெண்டு பிள்ளைகளையே வித்து வாழும்படியா ஆயிட்டுதே!"

சுற்றுமுற்றும் பார்த்தபடி குரலைத் தழைத்துக் கொண்டு "ராஜ குடும்பத்து பாவம், மொத்த ராஜ்யத்தையும் தாக்குது.. வேறென்ன சொல்ல" என்றார் ரகுநாத்.

"என்ன சொல்றீங்க ரகு சாஹிப்?"

"உங்களுக்கு இதோட தோஷாரோபம் பத்தித் தெரியாதா என்ன? கேள்விப்பட்டதில்லயா?"

“இல்லயே. நாங்க எங்க அப்பா காலத்துலதானே மாவளிலேர்ந்து இங்க தஞ்சாவூருக்கு வந்தது. மகாராஷ்டிரத்தில் இங்கத்திய ராஜாக்களோட பேரு, ஜெயிச்ச யுத்தங்கள் பத்தில்லாம் கேள்விப்பட்டிருக்கோமே தவிர இது மாதிரி உள்விவகாரங்கள் எதுவும் தெரியாது. விலாவரியாச் சொல்லுங்க, தெரிஞ்சுக்கறேன்.”

“இப்போ நம்முடைய ராஜா சரபோஜி இருக்காரே, இவர் முந்தைய ராஜா துளஜாவுக்கு தத்துப் பிள்ளை என்பது தெரிஞ்ச சங்கதிதானே? துளஜ ராஜாவின் தந்தை பிரதாப சிம்மர் அசகாய சூரர். எடுத்த யுத்தத்திலெல்லாம் ஜெயிச்சவர். துளஜா ராஜாவும் லேசுப்பட்டவரில்ல. புத்திமான். வித்யாவந்தர். நல்ல ரூபவான். சூரனும்கூட.”

“ஆமா, கேள்விப்பட்டிருக்கேன்” என்று ஆமோதித்தார் மோஹிதே.

“அவர் பட்டமான நாலஞ்சு வருஷத்துக்குப் பின்னாடி கொஞ்சம் சேர்க்கை சரியில்லாம போச்சு. எந்த யோக்கியதையும் இல்லாத கெலிபிலி அண்ணா என்கிறவனுக்கு மந்திரி பதவி கொடுத்தார். அவனுக்கு லிங்கோஜி என்றும் பேருண்டு. கெலிபிலின்னா கிளிப்பிள்ளைன்னு அர்த்தம். ராஜாக்களுக்கு அவங்க சொல்றத திருப்பிச் சொல்ற கிளிப்பிள்ளைகளை பிடிச்சுப் போகும்தானே? அவன் செய்யறதுக்கெல்லாம் கேள்வி முறையே இல்லைனு ஆச்சுது.”

ராஜ குடும்பத்துக் கதையென்றாலே இப்படி ஒரு போக்கிரி கூட்டாளி வந்து சேருவது தவிர்க்க முடியாததுதானே என்று எண்ணியபடியே ரகுநாத்தின் பேச்சை உன்னிப்பாக கவனித்தார் மோஹிதே.

“ஒரு சமயம் ஆரணி சுபாவுலேர்ந்து கோனேரி ராவ்னு ஒரு தேசஸ்த பிரம்மணர், பட்டாளத்திலே சமேதாரா உத்தியோகத்தில் இருந்தவர், தனக்கு சம்பளம் சரியா வரலைன்னு ராஜாகிட்ட முறையிட்டுக்கறதுக்காக இங்கே ராஜதானி பட்டணத்துக்கு வந்தார். அவரை இந்த கெலிபிலி ரொம்ப அவமரியாதை பண்ணவே, அவர் பொறுக்க முடியாமல் கத்தியை உருவிக் கொண்டு சண்டைக்கு வந்தார். கெலிபிலி நான்கைந்து பேரை அவர் மேலே ஏவி, அவரை ரத்தகாயம் பண்ணிப் போட்டான்.

அத்தோடு விடாமல், ராஜாகிட்ட அவனைப் பத்தி ஏகதாறா புகார் பண்ணவே, அவரும் சரியா விசாரியாம கொள்ளாம

அவனைக் குதிரை காலிலே கட்டி இழுன்னு உத்தரவு போட்டுட்டார்."

"அடப் பாவமே.. இங்க யாருமே ராஜாவுக்கு நல்லது கெட்டது சொல்றதுக்கில்லயா?"

"யார் என்ன சொன்னாலும் கேக்கற காது இருக்கணுமில்லயா? பல நேரங்கள்ல ராஜாமாருக்கு காது அடைச்சுப் போயிருதே.. அந்தப் படிக்கு ராஜா உத்தரவு போட, ஏற்கெனவே ரத்தக் களறியா இருந்த கோனேரிராயர குதிரை காலில் கட்டி இழுத்ததும், ரெண்டு தெரு தாண்டறதுக்குள்ளயுமே அவர் பிராணன் போயிட்டது. கூலி கொடுக்காம இழுத்தடிச்ச பாவத்தோடு, கொலைப்பாவமும் ராஜா தலைல ஏறிப் போச்சு!"

"அடக் கொடுமையே!"

"பிரம்மஹத்தி தோஷம் ராஜாவை பிடிச்சதுன்னு ஜனங்க எல்லாரும் பேச ஆரம்பிச்சாங்க. அப்புறம் ஏதோ ஒரு சுப முகூர்த்தத்தில் ராஜாவுக்கு திரும்ப நல்ல புத்தி வந்து, அந்த லிங்கோஜிய மந்திரி பதவிய பிடுங்கிக்கொண்டு, வெளிய அனுப்பினார். அப்புறம் ஏகப்பட்ட பரிகார பூஜைகள், சுரோத்திரியம் கொடுக்கறது, அக்கிரஹாரம் கட்டறது, சத்திரம் கட்டறதுன்னு நிறைய சத்கருமங்கள் செஞ்சார். ஆனாலும் தொடர்ந்து ராஜாவுக்கும், ராஜ்யத்துக்கும் இறங்குமுகம்தான்."

"ஆமா, ஆற்காட்டு நவாப் சென்னப் பட்டினத்துல இருக்கற கும்பினி ஆளுங்கள சரிக்கட்டிகிட்டு படையெடுத்து வந்து கோட்டைக் கொத்தளத்தையெல்லாம் பிடிச்சுகிட்ட கதை தெரியும்."

"ஆமா.. நவாப் முகமது அலியோட ரெண்டாமத்த புள்ளை, மதார் முலுக்னு பேரு, அவன்தான் வந்து இங்க கோட்டை கொத்தளத்தையெல்லாம் பிடிச்சுக் கொண்டு, டபீர் நாரோ பண்டிதர்னு ஒருத்தரை விசாரணை அதிகாரத்தைக் கொடுத்து வச்சு, கோட்டை முழுக்க தன் படையை நிறுத்தி வச்சான். மூனு வருஷத்துக்குள்ளயும் சோழமண்டலத்தையே துடைச்சுப் போட்டுவிட்டான்னா பாத்துக்கோங்க.. பரம்பரையா போன்ஸ்லே வம்சத்து ராஜாக்கள் வச்சிருந்த நகைகள் எல்லாத்தையும் வழிச்சு எடுத்துக் கொண்டு, அரண்மனை பொக்கிஷத்தை நிர்மூலம் பண்ணிட்டுதான் போனான். துளஜா ராஜா சீமைக்கு

எழுதிப்போட்டதன் பேர்ல, லார்டு பிகெட்டுன்றவர் குவர்னரா வந்து ராஜ்யத்தை திரும்ப வாங்கித் தந்தார்."

மோஹிதே பெருமூச்சுடன் அசைந்து உட்கார்ந்தார்.

"அதும் போக குடும்பத்துலயும் துளஜா ராஜாவுக்கு அடிமேல அடிபட்டுக் கொண்டிருந்தது. அவரோட ஸ்திரீகளில் மோகனா பாயி சாயிபு பிரசவத்திலே குழந்தையோடு சொர்க்கவாசியானார்.

அப்புறம் சுலக்ஷணா பாயி, மோகனா பாயின்னு ரெண்டு பேரை புத்திரார்த்தமா விவாகம் பண்ணிக் கொண்டார் ராஜா. அந்த மோகனாபாயி வயித்துல ஒரு ஆண் குழந்தை ஜனிச்சது. ராஜாவும் அந்தப் பிள்ளைய ரொம்ப செல்லமா வளர்த்தார். இளவரசர் ஒத்தைப் பிள்ளையாப் போனதுனாலே மத்த மூனு பாயிமார்களும் கூட அவரை சொந்தப் பிள்ளை போலவே பாவிச்சு வளத்தாங்க. மாற்றாந்தாய்ன்ற எண்ணமே இல்லாம ஒவ்வொரு பாயிமாரும் நல்ல நாள் திருநாள்னு வந்தா குழந்தைக்கு சுத்திப் போடவே போட்டி போட்டுக்கிட்டு ரெண்டு மூனு சக்கரம் செலவழிப்பாங்கன்னா பாத்துக்கோங்க. குழந்தைக்கு கிரஹக்கோளாறு இருக்குன்னு ஜோசியருங்க சொன்னாங்கன்னு ராஜாவும் மாசக்கணக்கில் அமிருத மிருத்யுஞ்சய ஜபமெல்லாம் நடத்தினார். தைலத்த தேச்சு தலையெழுத்த அழிக்க முடியுமா என்ன? ஆறு வயசிருக்கறப்ப வைசூரி போட்டு அந்தப் பிள்ளை கைலாசவாசியாச்சுது."

"அடடா.. இந்த சங்கதி எனக்குத் தெரியாது. நான் துளஜ ராஜாவுக்கு பிள்ளையில்லாததாலே சரபோஜி ராஜாவை ஸ்வீகாரம் பண்ணினதாத்தான் நினைச்சிருந்தேன். ஒரு பிள்ளை பிறந்து அதைப் பறி கொடுக்கறதுன்னா பெரும் துயரம்தான்."

"அத்தோடு போச்சா? ராஜாவின் ரெண்டாமத்த ஸ்ரீயான ராஜகுமார பாயி சாயிபுக்கு ஒரு பொண் குழந்தை இருந்தது. அபரூபா பாயின்ற பேர் கொண்ட அந்தப் பெண்ணுக்கு ஒரு பிள்ளைக் குழந்தையும், ஒரு பெண் குழந்தையும் பிறந்தது. அந்தப் பேரப்பிள்ளைகளையும் ராஜா ரொம்ப செல்வாக்கா வளர்த்துக் கொண்டு வந்தார். மொதல்ல அந்த ரெண்டு குழந்தைகளையும் தவிக்க விட்டுட்டு ராஜாவின் பெண் தெய்வகதியானாள். கொஞ்ச நாளிலேயே பேரக் குழந்தைகள் ரெண்டும் ஒண்ணு பின்னாடி ஒண்ணா அதே கதிக்கு ஆளானதும் ராஜாவுக்கு துக்கம் தாங்க முடியாம போச்சுது."

“கேக்கவே ரொம்ப கோரமா இருக்கே? எவ்ளோ துக்கத்தைதான் ஒரு மனுஷ ஜீவிதத்தில் தாங்கறது?”

“ம்.. இதுக்கப்புறம்தான் துளஜ ராஜா தன்னுடைய தாயாதிகளுக்குள்ளே நல்ல உத்தமமான பிள்ளையாகப் பார்த்து தேர்ந்தெடுத்து ஸ்வீகாரம் பண்ணிக் கொள்ள முடிவு செய்தார். அப்படியாகத்தான் நம்முடைய இப்போதைய ராஜா சரபோஜியவங்களை ஸ்வீகரித்துக் கொண்டு வந்தார்.”

“ஓ.. இத்தனை கதை இருக்கா இந்த வமுசத்துல?”

“பின்ன... ராஜ வமுசம்னாலே ஒரே மாதிரியான கதைகள்தானே? சின்னதா ஒரு ஜாகீரையோ பாளையத்தையோ ஆள்வாங்க. கொஞ்சம் கொஞ்சமா கீர்த்திமானாகி பெரிய ராஜ்யத்தை ஸ்தாபிப்பாங்க. அப்புறம் பிற்பாடு வர ராஜ வாரிசுகளுக்கு கீழ இருக்கற ஜனங்க பாடு எதுவுமே தெரியாது. கண்மண் தெரியாத அதிகாரத்தில் ஜனங்களை ஸ்தாவர ஜங்கம சொத்து போலே ஆள வேண்டியது. அப்புறம் யாராவது நாலு பேர் கூட இருந்தே கெடுப்பான், காட்டிக் கொடுப்பான், அவனால அழிய வேண்டியது..மேலேர்ந்து இறங்க இருக்கற வழி ரெண்டுதான் – துரோகம், சாபம். எல்லா ராஜ்யத்தோட கதையும் இதே பாதைலதான் பெரும்பாலும் போகுது.”

கோவிந்தன் மீண்டும் பணிவாக அறைக்குள் நுழைந்து, தனது இருப்பைக் காட்ட லேசாக தொண்டையை கனைத்தான். அது ஒரு சைகை. ஜீரணக் கோளாறு கொண்டவரான மோஹிதே நேரா நேரத்திற்கு சாப்பாட்டைச் சாப்பிட்டுவிட்டு, சில பல குளிகைகளையும் விழுங்கியாக வேண்டும். அவரோ பேச்சுப் பிரியர். ஆப்தர்கள் யாருடனாவது பேச ஆரம்பித்தால் நேரம் பொழுது தெரியாமல், பசி தாகம் உணராமல் பேசிக் கொண்டே இருந்துவிடுவார். அப்படியான சந்தர்ப்பங்களில் வயிற்றில் வாயு கோர்த்துக்கொண்டு பிற்பாடு மிகவும் அவஸ்தைப்படுவார். வீட்டில் இது போல பேச்சுக் கச்சேரியென்றால் அவரது பத்தினி யமுனா பாயி ஏதேனும் பாத்திரங்களை உருட்டி அவருக்கு குறிப்புணர்த்திவிடுவாள். அலுவல் இடத்தில் அந்தப் பொறுப்பை கோவிந்தனுக்கு அளித்திருந்தார். அவனும் தன் பணியைச் செவ்வனே செய்து வந்தான். அவனது வருகையைப் புரிந்து கொண்ட மோஹிதேவும் சுதாரித்து கொண்டார்.

“அது சரி, அதையெல்லாம் விடுங்க ரகு சாஹிப். இந்த திருவாதிப் பொண்ண கிரயம் பண்ண வாத்தியாரை விட்டு முத்திரை பத்திரம் எழுதச் சொன்னேன். தயாராகிட்டுதுன்னா அவ அப்பனைக் கூப்பிட்டு கைசாத்து வாங்கிக்கலாம். நீங்களும் சாட்சிய போட்டுடலாம்...”

“ஆமா, எனக்கும் நேரமாச்சு” என்று ரகுநாத்தும் ஆமோதித்தார்.

“கோவிந்தா, நீ போயி அர்ணாயலம் வாத்தியார்ட்டேர்ந்து பத்திரத்த வாங்கிட்டு வா. முதல்ல வீரம்மாகிட்ட எங்க ரெண்டு பேருக்கும் சாப்பாட்டு பரிமாற ஏற்பாடு செய்யச் சொல்லிட்டுப் போ. ரகுநாத் சாஹேப், நீங்க வாங்க. நாம போய் ரெண்டு வாய் அள்ளி போட்டுகிட்டு வந்துருவோம்” என்றபடி தன் இருக்கையிலிருந்து கையூன்றி எழுந்தார். ரகுநாத்தும் சாப்பாட்டு நினைவில் உற்சாகமாக எழுந்தார். கோவிந்தனோ அவர்களுக்கு முன்னால் சென்று வீரம்மா பாயியிடம் தகவல் சொல்வதற்காக விரைந்து நடந்தான்.

12

அமரசிம்மர் பிரம்ம முகூர்த்தத்திலேயே எழுந்து, ஸ்நானம் செய்து, சிவபூஜையையும் முடித்துவிடுவார். ஓய்வு பெற்று மத்தியார்ஜுனத்தில் அமர்ந்திருக்கும் இந்த நாட்களில் மட்டுமல்ல, தஞ்சையில் அரசராக வீற்றிருந்த போதும், அதற்கு முந்தைய சிறு பிராயத்திலிருந்தே கூட ஆசார அனுஷ்டானங்களை இறுகப் பற்றிக் கொண்டவராகத்தான் இருந்திருக்கிறார். அவருக்கும், அவரது தந்தைக்கும் பிறப்பில் இருந்த களங்கத்தினால் கொண்ட தாழ்வு மனப்பான்மைகூட இதற்கான காரணமாக இருந்திருக்கலாம். துக்கோஜி ராஜாவுக்கு அவர் கத்திக் கல்யாணம் பண்ணிக் கொண்ட அன்னபூர்ணாபாயியிடம் பிறந்தவர் பிரதாப சிம்ம ராஜா. பிரதாப சிம்ம ராஜாவும் அன்னபூர்ணா பாயி என்றொரு பெண்ணை கத்திக் கல்யாணம் பண்ணிக்கொண்டார்.

அவர்களுக்குப் பிறந்தவர்தான் ராமசாமி ராஜா என்ற பூர்வாசிரமப் பெயர் கொண்டவரும், அமரசிம்ம ராஜா எனும் பட்டாபிஷேகப் பெயர் கொண்டவருமான மழை ராஜா.

அதனால்தானோ என்னவோ, தந்தையும் தனயனும் முன்னும் பின்னுமிருந்த மற்ற அரசர்கள் எல்லோரையும் விட அதிகமான சுரோத்திரியங்கள், சர்வ மான்ய அக்கிரஹாரங்கள், படித்துறைகள் என்று கட்டினார்கள். பிரதாப சிம்மரின் அரசமாதேவியரில் ஒருவரான திரௌதபதாம்பா பாயிக்கு பிறந்த துளஜ ராஜாதான் முதலில் அரசரானார். அவருக்கு ஒரு பிள்ளை பிறந்து இறந்த பின்னர் கடைசியில் மீண்டும் ஒரு வழியாக அரசு அமரசிம்மருக்கு வந்து சேர்ந்தது. ஆனால் மணிமுடியின் முன் தலைகுனிந்து வணங்கும் ஒவ்வொருவரின் கண்களிலும் ஒரு ஏளனம் மறைந்திருக்கும் குத்துவாள் போல அவ்வப்போது மின்னிச் சென்றது அல்லது அப்படி மின்னுவதாக அமரசிம்மருக்குத் தோன்றியது.

அதன் விளைவு அவரது பூஜை புனஸ்காரங்களும், விரத நியம நிஷ்டைகளும் பல்கிப் பெருகியது. அவரது மனைவியர் நால்வருக்கும் முதலில் குலதர்ம பூஜையென்பது மட்டும் அரச பதவியின் அடையாளமாக இருந்தது போய் நாளொரு விரதமும், பொழுதொரு பூஜையுமாக வளர்ந்த போது மூச்சு முட்டத் துவங்கியது. கணவன் விரதமிருக்கையில் மனைவியர் மட்டும் சுகவாசியாக இருக்க முடியுமா என்ன? அதுவும் அரண்மனையில், ஆயிரம் கண்களுக்கு முன்னால் வாழும் வாழ்வில் அப்படியெல்லாம் அலட்சியமாக இருந்துவிட முடியாதில்லையா? அப்படி குடும்பத்தோடு அவர் தெய்வமே கதியென்றிருந்தது முழுக்க பலன் தராமலும் போய்விடவில்லை. எங்கேனும் அவர் சவாரி சென்றால் அங்கு கண்டிப்பாக மழை பெய்து குடிபடையினரின் கண்களில் தெய்வீகமான தோற்றத்தை அளித்தது. அதன் பொருட்டே மக்கள் மனம் குளிர்ந்து போய் அவரை மழை ராஜா என்று அழைக்கத் தொடங்கினர்.

அப்பேற்பட்ட அமரசிம்மர் நான்கு நாட்களாக உடலும் மனமும் சோர்ந்தவராக, ஸ்நானபானங்களைத் தவிர்த்து, சிவ பூஜையையும் மறந்து மஞ்சத்திலேயே புரண்டு கொண்டிருக்கிறார். அவரது மகனான பிரதாபன் வந்து தனது மூன்றாவது திருமணத்தைப் பற்றி கோபமாக விவாதித்து விட்டுப் போனதிலிருந்தே அவரது மனமும், உடலும் கலங்கி விட்டது. காலத்தின் பாதை எப்போதும் நேர்

கோடாக இருப்பதில்லை. முன்பின் தெரியாத பாதையில் பெரியதொரு வளைவு கண்ணுக்குத் தெரியும் போது, நல்ல சாரதி கடிவாளத்தை இறுக்கிப் பிடித்துவிடுவான். வளைவின் பின்னால் என்ன இருக்கும் என்று தெரியாதபோது அறிவுள்ளவன் செய்ய வேண்டிய முக்கிய வேலை நிதானிப்பது. அதைத்தான் தானும் செய்ய வேண்டுமென்று ருக்மணி சொன்னாள்.

ஆனால் இங்கே கிருஷ்ணம்மாவும், மற்ற மூன்று ராணியரும் அதையெல்லாம் புரிந்து கொள்ளும் நிலையில் இல்லை. வயதில் சிறியவன் என்றாலும் பிரதாபனும் நல்ல கல்வி கேள்வி அறிவுள்ளவன்தான். ஆனால் அவனையும் மூன்றாம் திருமணம் எனும் ஆசையைக் காட்டி இந்த அறிவிலிக் கூட்டம் ஆட்டுவிக்கிறது. மாமன் மகளை மணக்க வேண்டுமென்றால், அதைச் சில வருடங்கள் முன்பே சொல்லியிருந்திருக்கலாம். யமுனா பாயி, சக்குவார் பாயி என இரண்டு மருமகள்களைக் கொண்டு வருவதற்கு முன்பே இந்த பிரஸ்தாபம் வந்திருந்தால் அந்த செலவுகளையேனும் தவிர்க்கலாம்.

நம் முன்னோர்கள் அனைவருக்கும் நான்கைந்து மனைவியர், ஏழெட்டு போக ஸ்திரீகள் என்றெல்லாம் வம்ச விருட்சத்தில் குறித்திருப்பதைப் பார்த்து தானும் அது போல செய்ய எண்ணுவது எத்தனை மடமை. அவர்களுக்கெல்லாம் அரசின் கருவூலம் இருந்தது, மேல்வாரமாகவும், முகாசா நில விளைச்சலாகவும் களஞ்சியத்திற்கு வற்றாத ஊற்றென தானியங்கள் வந்து கொண்டே இருந்தன. இன்றோ நமக்கு காயமிருந்த பாண்டமென ஓய்வூதியமாக கும்பினி அளிக்கும் பணமும், கையளவு முகாசா நிலங்களின் விளைச்சலும், இந்த ஒற்றை அரண்மனையும் மட்டும்தான் மிச்சம். இதை வைத்துக் கொண்டு இன்னமும் மூன்றாம் திருமணம், நான்காம் திருமணம் என்றெல்லாம் பரிவாரத்தைப் பெருக்குவது அறிவுள்ளவன் செய்யக் கூடிய செயலல்ல. பிரதாபனுக்கு இதையெல்லாம் காலம்தான் புரிய வைக்க வேண்டும். தன்னால் முடியாதென்று தோன்றுகிறது.

மஞ்சத்தில் புரண்டு கொண்டிருந்தவரிடம் மெய்க்காவலன் விஜயன் பணிவுடன் அணுகி மூன்றாவது அரசியும், இளவரசர் பிரதாபனின் அன்னையுமான பவானி பாயி சந்திக்க வந்திருப்பதாகச் சொன்னான். கையை ஊன்றி மெதுவாக எழுந்து மஞ்சத்தில் சாய்ந்து அமர்ந்து கொண்டார் அமரசிம்மர்.

"இதென்ன புதுப் பழக்கம். முன் அனுமதி பெறாமல் அறை வாசலில் வந்து நின்று கொண்டு சந்திக்கக் கேட்டனுப்புவது? இன்னும் சில நாட்கள் போனால் பலவந்தமாகவே அறைக்குள் நுழைந்து பேச ஆரம்பித்துவிடுவார்கள் போலிருக்கிறதே. என் அந்தப்புர ஸ்திரீகளுக்கு இந்தளவுக்கா மரியாதைப் பஞ்சம் வந்துவிட்டது? சரி... சரி, நீ என்ன செய்வாய்? வரச் சொல்."

அவன் பணிவுடன் தலையசைத்துவிட்டு திரும்பிச் சென்றான். சில கணங்களுக்குப் பின் நகையொலிகள் கேட்டன. அமரசிம்மரின் முன் பவானி பாயியும், அவளுக்குப் பின்னால் மறைந்தார் போல இன்னொரு பெண்ணும் நின்றிருந்தனர். இருவரும் குனிந்து தலை வணங்கினர். அரசர் தலையசைவில் அதை ஆமோதித்து விட்டுப் பேசலானார்.

"வா பவானி, என்ன திடீர் விஜயம்? அதுவும் முன்கூட்டி சொல்லியனுப்பாமல் திடும்பிரவேசமாய்" அவரது குரலில் எரிச்சல் தெரிந்தாலும் அதைக் கவனிக்காதது போல கேள்விக்கு மட்டும் பதில் சொல்ல ஆரம்பித்தார் பவானி பாயி.

"இன்றுடன் நான்காவது நாளாக நீங்கள் சிவ பூஜைக்கு வரவில்லை. தாங்கள் இப்படி பூஜைகளைத் தவிர்ப்பவர் இல்லயே என்பதால் நேரில் கண்டு நலம் விசாரிக்கலாம் என்றுதான் பிரபு வந்தேன். அத்துடன் இவளும் உங்களிடம் தன் மன்றாட்டுகளை முன் வைக்க வேண்டுமென்றாள், அதான் அவளையும் அழைத்து வந்தேன்" என்று பின்னால் நின்ற பெண்ணைக் காட்டினாள்.

அதுவரை யாரோ சேடிப் பெண், பவானி துணைக்காக அழைத்து வந்திருக்கிறாள் என்று நினைத்திருக்க, இப்போது அவளுக்கு என்னவோ விண்ணப்பம் இருப்பதாக இவள் சொல்கிறாளே என்று யோசனையுடன் அப்பெண்ணைப் பார்த்தார் அமரசிம்மர்.

செம்பட்டுச் சால்வையை கும்டாவாகப் போட்டிருந்த அப்பெண் பவானியின் மறைவிலிருந்து வெளி வந்து தன் சால்வையை பின்னால் நகர்த்தி தோளில் போட்டுக் கொண்டாள். மீண்டும் நன்றாக மண்டியிட்டு, அரசரை நமஸ்கரித்து எழுந்தாள்.

"பிரபு, அடியாள் அமுனி பாயி, இங்க்ளே சந்திரராவ் மகள்."

"சௌபாக்கியவதியாக இரம்மா..."

"அந்த சௌபாக்கியத்தை நீங்கள்தான் அருள வேண்டும் மாமா"

“மகாலிங்க ஸ்வாமிதானம்மா எல்லோருக்கும் அருள வேண்டியவன்.”

“மகாலிங்கருக்கும், பிருகத்சுந்தரகுஜாம்பிகைக்கும் தனித்தனியே வேண்டுதல்கள் வைத்திருக்கிறேன் மாமா. மகாலிங்க ஸ்வாமியின் சந்நிதியில் என்னைப் போலவே ஒரு பாவை விளக்கு செய்து, சூர்ய சந்திரர் உள்ளமட்டும் விளக்கெரிக்கத் தேவையான நிவந்தங்களும் விட நிச்சயித்திருக்கிறேன். ஆண்டவனின் அருள் கிட்டும் என்ற நம்பிக்கை எனக்கிருக்கிறது. ஆனால் தெய்வம் மனுஷ்ய ரூபேண என்பார்களே. மகாலிங்கரேகூட எனக்கு உங்கள் மூலம்தான் அருள வேண்டும். தங்கள் புதல்வரை என் மனதால் வரித்துவிட்டேன். எங்கள் விவாஹத்திற்கு நீங்கள்தான் உத்தரவளிக்க வேண்டும்.” பேசிக்கொண்டே மீண்டும் மஞ்சத்தருகில் வந்து அவரது கால் மாட்டில் நமஸ்கரித்தாள்.

அமரசிம்மர் கசப்புடன் சிரித்துக் கொண்டார். பவானி பாயியைப் பார்த்துப் பேச ஆரம்பித்தார்: “பாரத யுத்தத்தின் போது கிருஷ்ண பரமாத்மா, திரௌபதியை பீஷ்மரிடம் ஆசி வாங்க ரகசியமாய் அழைத்துப் போனது போல, இதென்ன சூது பவானி? உனக்குள் இத்தனை சாமர்த்தியமெல்லாம் உண்டென்று இத்தனை வருடத்தில் நான் அறிந்திருக்கவே இல்லையே...”

“பிரபு, இதில் சூதென்ன இருக்கிறது? என் அண்ணன் மகள், நம் மகனை மணந்து கொள்ள நினைப்பதில் என்ன தவறு? அதற்கு உங்கள் ஒப்புதலை வாங்க, அப்பெண் வந்து விண்ணப்பித்தால் அதற்குப் பெயர் சாமர்த்தியமா? நான் என் சொந்த மருமகளை, என் கணவரிடம் அழைத்து வந்து பேச விடுவதில் என்ன சூதைக் கண்டீர்கள் ஸ்வாமி? ஒவ்வொரு சாகசக்காரிகளைப் போல கிடைக்கும் சந்தர்ப்பத்தில் சக்களத்தியர் குடும்ப நிம்மதியை அழிக்கும்படி உங்களை ஏதேனும் நிர்ப்பந்திக்கிறேனா என்ன?”

“நீ யாரை மனதில் வைத்துக்கொண்டு பழி சொல்கிறாய் என்று எனக்குப் புரிகிறது. ஆனால், அவள் சொல்வது எதுவும் நம் குடும்பத்தின் நன்மைக்காகத்தான் என்பது உனக்குத்தான் புரியவில்லை. கிருஷ்ணம்மாவின் தூபம் உன் கண்ணை மறைக்கிறது பவானி.”

“பெரிய அரசியார் காடேராவ் வம்சத்தில் உதித்தவர். போன்ஸ்லே வம்சத்தின் மருமகள். இந்த அரண்மனைக்கு தலைவி. அவருக்கு யாரையும் துவேஷிக்க வேண்டிய அவசியமில்லை பிரபு. ஆனால்

தகுதிக்கு மீறி போகஸ்திரீகள் எல்லாம் அரச குடும்பத்தின் முக்கிய முடிவுகளை எடுக்க விடுவது நம் வம்ச கௌரவத்திற்கு அழகல்ல!"

"இதோ பார் பவானி! நல்லதை யாரும் சொல்லலாம். கேட்பதற்கு நம் காதுகள் திறந்திருக்க வேண்டும். கூடவே ஹ்ருதயமும் கொஞ்சம் விசாலமாயிருக்க வேண்டும். இன்றைக்கு என்ன வேண்டும் என்று மட்டுமே யோசிப்பவன் நல்ல தலைவனல்ல. தலைமுறைகள் தாண்டியும் யோசித்தாக வேண்டும்."

"அதைத்தானே நானும் சொல்கிறேன். ரெண்டு மருமகள்கள் வந்தும் இன்னமும் பிரதாபனுக்கு சந்தான பாக்கியம் கிட்டியபாடில்லையே... அவனுக்கு மனதுக்கு உகந்தவளை மனைவியாக்கினாலாவது, நமக்கு பேரன் பேத்திகளைக் கொஞ்சும் பாக்கியம் கிட்டுமா என்று நான் தவிக்கிறேன். நீங்களோ கண்ட சதிகாரிகளின் பேச்சைக் கேட்டுக் கொண்டு வீட்டில் நடக்கவேண்டிய சுப காரியங்களை தவிர்க்கிறீர்கள்..."

இந்தப் பேச்சுக்கெல்லாம் ஒரு முடிவே இல்லை என்று நினைத்தவராய் அமரசிம்மர் சற்று கடுத்த குரலில், "இந்த சின்னஞ்சிறு பெண்ணை நடுவில் வைத்துக்கொண்டு இதையெல்லாம் பேச வேண்டுமா பவானி? முதலில் அவளை அவளது இல்லத்திற்கு அனுப்பி விட்டு வா, நாம் தனியே பேசுவோம்" என்றார்.

அவரது பொறுமையை ஒரு எல்லைக்கு மேல் சோதிப்பது நல்லதில்லை என்றுணர்ந்த பவானி பாயியும் பணிவுடன் தலைவணங்கி "சரி பிரபு, பிறிதொரு சமயம் வருகிறேன்!" என்று சொல்லிவிட்டு பின்னகர்ந்தார். மீண்டுமொருமுறை அரசரைப் பணிந்து எழுந்த அமுனிபாயியும் கும்டாவை சரி செய்து கொண்டு அத்தையைப் பின் தொடர்ந்து அறையை விட்டு வெளியேறினார்.

பிரதாபனுக்கு புத்திர பாக்கியம் இன்னும் கிட்டவில்லை என்பது வருத்தமான விஷயம்தான். நாச்சியார் குடி பெருமாள் கோவிலில் ஸ்வாமி சன்னதியில் வைத்து பூர்ண கும்பத்தில் மந்திரித்த தீர்த்தம் மிகவும் விசேஷமானது என்பார்கள். அத்தீர்த்தத்தைக் கொண்டு வரச் சொல்லி பிரதாபனை மனைவியரோடு அதில் ஸ்நானம் செய்யச் சொல்ல வேண்டும். சத்புத்திரன் பிறக்க வேண்டுமென்று மாண்டே என்றொரு பலகாரம் செய்து பிராமணர்களுக்கு தானம் செய்வதுண்டு. சந்தான கோபால கிருஷ்ண ஜபம் செய்தாலும் புத்திரப் பேறு நிச்சயம் என்பார்கள். இதையெல்லாம் புரோகிதர்களை வரவழைத்து விசாரித்து செய்விக்கலாம். அல்லது வைத்தியர்களைக்

கொண்டு தாது புஷ்டிக்கு மருந்து மாத்திரைகள் சாப்பிடச் சொல்லலாம். இது எதையும் செய்யாமல் மேலும் மேலும் கல்யாணங்களாகப் பண்ணிக் கொண்டு போனால் போதுமா? மூன்றாம் திருமணமும் செய்து பிள்ளை உண்டாகவில்லையென்றால் நம் வம்ச கௌரவத்திற்கு எத்தனை அவமானமாகிவிடும்? அதற்கு பதில் மணி மந்திர ஔஷதிகளை முயன்று பார்த்துவிட்டு சரிவரவில்லையென்றால் ஒரு பிள்ளையை தத்தெடுத்துக் கொண்டால் போகிறது.

இந்தச் சின்னஞ் சிறு பெண்ணின் மனதையும் உருவேற்றி வைத்திருக்கிறார்கள். பன்னிரெண்டு வயது கூட முடிந்திருக்காது போலிருக்கிறது. அதற்குள் என்னமோ நூற்றுக் கிழவி போல பேசுகிறது குழந்தை. எல்லாம் அண்ணனும் தங்கையுமாக சேர்ந்து செய்யும் வேலைதான். பவானியை தினமும் கொஞ்ச நேரம் அழைத்துப் பேச வேண்டும். சற்றுப் புகழ்ந்துவிட்டு சொல்லும் எதையும் நம்பி விடுபவள். பிரதாபனிடம் பேசுவதற்கு பதில், அவன் ஆத்ம ஸ்நேகிதன் தானோஜியைக் கூப்பிட்டு அவனிடம் சொல்லிப் பார்க்கலாம்.

இப்படியெல்லாம் பல்வேறு திட்டங்களை மனதில் போட்டுக் குழப்பியபடி மஞ்சத்தில் விழுந்தார் அமரசிம்மர். நெடு நேரம் தூக்கம் வராமல் புரண்டு கொண்டிருந்தவர் ஒரு கட்டத்தில் நெஞ்சுவலி அதிகரிப்பதை உணர்ந்தார். விஜயனை உள்ளே அழைப்பதற்காக மஞ்சத்தினருகில் இருந்த மணியின் கயிற்றை இழுக்க முயன்றார். மஞ்சத்தின் விளிம்புக்கு நகர்ந்து, கையை நீட்டி அந்தக் கயிற்றை இழுப்பதென்னவோ மலையைக் கட்டி இழுப்பதற்கு ஒப்பான விஷயமாகத் தோன்றியது. வியர்வை வெள்ளமெனப் பெருக, நொடிக்கு நொடி கூடி வரும் நெஞ்சின் வலியோடு போராடியபடி தன்னால் அந்த மணியை ஒலிக்க முடியாது என்று உணர்ந்தவராய் அந்த முயற்சிகளைக் கைவிட்டார். வாழ்நாளெல்லாம் சிவ நாம ஸ்மரணை செய்து வந்தவருக்கு அந்தகன் நெருங்கும் வேளையில் சிவ நாமம் மட்டும் தவறியும் நெஞ்சில் எழவில்லை. ஒரு நொடியின் நூற்றிலொரு பாகத்திற்குள் ஆயிரமாயிரம் விஷயங்களை நினைத்தாலும் கடைசியில் அவரது நெஞ்சுக்குள் நின்ற முகம் ருக்மணியினுடையது மட்டும்தான். அந்த சுந்தர முகத்தை நினைத்தபடியே நள்ளிரவு நேரத்தில் அமரசிம்மரின் உயிர் மண்ணுலகிலிருந்து நீங்கியது.

13

வெட்டாற்றில் முழங்காலளவுக்குத்தான் நீரோடிக் கொண்டிருந்தது. கரையோரப் படுகை மூங்கில்கள் காற்றில் ஒன்றுடன் ஒன்று உராய்ந்து ஒலியெழுப்பிக் கொண்டிருந்தன. புதுத்தெருவின் முனையிலிருந்த ஆற்றங்கரையில் படிக்கட்டுகள் இல்லைதான். அந்த சரிவான பாதையில் தொடர்ச்சியாக ஆட்கள் நடமாடியதிலேயே பதமாகி, ஒரு படித்துறை போலவே உருவாகியிருந்தது. ஊருலக வழக்கப்படி கரையிலிருந்த ஒரு அரசமரத்தடியில் ஒரு சின்னப் பிள்ளையாரையும், சில நாகப் பிரதிஷ்டைகளையும் குடியேற்றியிருந்தனர்.

அந்த மேடை பிள்ளையாருக்கும், நாகங்களுக்குமான இருப்பிடமாக மட்டுமல்ல, தெருவுக்குள்ளிருந்து வந்து ஆற்றைக் கடக்கவிருக்கும் பயணிகளுக்கான சுமைதாங்கியாகவும் பயன்பட்டு வந்தது.

வீட்டிலிருந்தோ, தோப்புகளிலிருந்தோ தலைச்சுமையோடு வருபவர்கள் ஆற்றை ஒரே வீச்சில் கடக்கும் முன்னர் இங்கே ஒருமுறை சுமையை இறக்கி வைத்துவிட்டுத்தான் மீண்டும் தலையிலேற்றுவார்கள். ஏதேனும் விற்பனைக்காகப் போகிறவர்களானால் பிள்ளையாரிடம் ஒரு வேண்டுதலையும் செய்துவிட்டுப் போவர். வீட்டிலிருந்து காய்கறிக் கூடையோடு கிளம்பிய சிலம்பாயியும் கூடையை மேடைமேல் வைத்துவிட்டு, பிள்ளையாரிடம் நல்லபடியாக விற்று முதலாக வேண்டுமென்று கேட்டுக்கொண்டு நிமிர்ந்தாள்.

எதிர்க்கரையிலிருந்து பரிமளத்தம்மாள், தலையில் இருந்த கூடையை ஒரு கையால் பற்றிக்கொண்டு, இன்னொரு கையால் முடிந்தவரை புடவையை வழித்துப் பிடித்துக்கொண்டு நடந்து வந்து கொண்டிருந்தாள். அவளைக் கண்டதும் மீண்டும் கூடையைத் தூக்கப் போன சிலம்பாயி அந்த எண்ணத்தை கைவிட்டாள். சும்மாடாகச் சுற்றித் தலையில் வைத்திருந்த பழந்துணியைக் கையில் எடுத்துக்கொண்டு பரிமளம் கரையேறுவதற்காக காத்து நின்றாள். பரிமளமும் கணுக்காலளவு தண்ணீர் இருக்கையிலேயே கரையின் உச்சியில் நின்றிருந்த சிலம்பாயியைப் பார்த்துவிட்டாள்.

“என்னாடி சிலம்பாயி, காகறி வியாபாரமா?”

“ஆமாங்க்கா. தோட்டத்துல புடலை நல்லா காய்ச்சிருந்துச்சு. பிஞ்சு புடலையாக் கொண்டு போனா அக்கிரஹாரத்துல சரசரன்னு வித்துரும். ரெண்டு சக்கரம் கிடைச்சா சிறுவாட்டுக்கு ஆகுமேன்னுதான் கிளம்பினேன். நீ என்ன, பொறந்த வீட்டுக்கு சீராடப் போனவ இப்பத்தான் வரியாக்கும்?” என்று சற்று இழுத்தாற்போலக் கேட்டாள் சிலம்பாயி.

“ஆமா, சீராடறாங்க. அடிப்போடி... சீரழியற பொழப்பா இருக்கு எம்பொழப்பு. அப்பன் இழுத்துகிட்டு கிடக்கறார்னு எந்தம்பி உத்திராவதி ஓடியாந்தான். ஐயோ அம்மான்னு நானும் போட்டது போட்டபடி கிளம்பி கண்டியூருக்கு ஓடினேன்.” சிலம்பாயியின் குரலில் இருந்த மாறுபாட்டைக் கவனிக்காமல் பதில் சொன்னாள் பரிமளம்.

குழப்பம் நீங்காமலே பரிமளத்தைப் பார்த்துக் கொண்டிருந்தாள் சிலம்பாயி.

“எங்கப்பனுக்கு கப உடம்பு. கபமிருந்தா இழுப்பு இருக்குமே தவிர ஆயுசு பயமே கிடையாதுன்னு எங்கத்த எப்பவும் சொல்லும்.

இந்தத் தரமும் அதே கதைதான். இழுத்துகிட்டு கிடந்த மனுஷன், வைத்தியர் வந்து ரெண்டு பச்சிலைய போட்டு புகைய இழுக்க வச்சதும் எந்திரிச்சு உக்காந்துட்டாரு. நானும் போன கடமைக்கு தவிட்ட வறுத்து நெஞ்சுல ஒத்தடம் கொடுத்து, வெந்நித்தண்ணி, கஞ்சின்னு போட்டுக் கொடுத்து எதோ என்னாலானத செஞ்சு போட்டுட்டு, கிளம்பி வாறேன்.

இங்க இந்தப் புள்ள மீனாச்சி என்ன கதில வீட்ட வச்சிருக்காளோ தெரியல.. ஒரு நாள் உடம்புக்கு முடியலன்னு கஞ்சி வைக்க சொன்னாலே, சமயக்கட்ட மாடு கன்னு போட்ட எடமாட்டம் ஆக்கி வச்சிருப்பா. ஒரு வாரத்துல என்ன லட்சணமோ தெரியல. இந்த மனுஷனுக்கும் பொறுப்பே கிடையாது!"

சிலம்பாயியிடம் நீளப் பேசிக் கொண்டே கரையில் ஏறி வந்து, பிள்ளையாருக்கருகில் தன் கூடையையும் இறக்கி வைத்துவிட்டு, புடவையை சரி செய்து கொண்டாள் பரிமளம்.

"அக்கா, மீனாளப் பத்திதான்க்கா நானும் சொல்ல நினைச்சேன். ரெண்டு நா முந்தி, அண்ணன் மீனாச்சியவும் கூட்டிகிட்டு கிளம்பினாரு. ரெண்டு பேரும் இது வரிக்கும் வீட்டுக்குத் திரும்பல. நேத்தி ராத்திரி தாசி சின்னிக்குட்டி வீட்டுல அண்ணனப் பாத்ததா பூக்காரி மருதாயி சொன்னா. சரிதான், புள்ளைய உங்காத்தா வீட்டுக்கே வந்து உங்கிட்ட விட்டுபுட்டு, சின்னியூட்டுக்கு போயிட்டாரு போலன்னு நினைச்சேன். நீ தனியா வரத பாத்ததுமே கொஞ்சம் திக்குன்னு இருந்துச்சு. என்ன ஏதுன்னு ஒண்ணும் புரியலயேக்கா..."

பரிமளத்திற்கு வயிற்றில் கத்தியை சொருகியது போலிருந்தது இந்தச் செய்தி. கால்கள் நடுங்கத்தொடங்கின..

"என்னாடி சொல்ற?"

"ஆமாக்கா..!"

"இந்த கூறு கெட்ட மனுஷன நம்பி பொட்டப் புள்ளைய தனியா உட்டுட்டுப் போன எம்புத்திய என்ன சொல்ல? ஒரு நாள் இல்ல ஒரு நாள் நள மகராசா மாதிரி இடுப்பு சீலைய கிழிச்சுபுட்டு என்னய நடுத்தெருவுல விட்டுட்டுப் போகத்தான் போறான்னு நினைச்சுகிட்டிருந்தேன். ஆனா இப்படி பச்ச மண்ண தொலைச்சு, என் தலைல கல்லை தூக்கிப் போட்டுட்டுப் போவான்னு நினைக்கலயே." புலம்பியபடி தன்னிலை தடுமாறி, கீழே விழப்

போனாள். அதற்குள்ளாக அவளது அதிர்ச்சியைப் பார்த்து இப்படி ஏதேனும் ஆகும் என்று யூகித்து அருகில் வந்திருந்த சிலம்பாயி, அவளைத் தாங்கிப் பிடித்து மெதுவாக உட்கார வைத்தாள்.

“பதறாதக்கா. ஒண்ணும் ஆகியிருக்காது. நீ எங்க வீட்டுக்கு வா, வந்து ஒரு வாய் நீராகரத்த குடி. அதுக்கப்புறம் தெம்பா என்ன செய்யலாம்னு பாப்போம். அந்த குடிகெடுக்கறவ சின்னிய சிண்ட புடுச்சு உலுக்கிப்புடலாம், கவலப்படாதக்கா. அவளுக்குத்தான் பொட்டப் புள்ளயில்லயே, அவளோட வகையறாவுக்கு சரபேந்திரராசப் பட்டினம் கோவில்ல பொட்டுக் கட்டணுமேன்னு நம்ம புள்ளைய வில கொடுத்து வாங்கிருப்பாளோ என்னவோ.. எதுக்கும் ஒம்மச்சினம்மாரையும் கூப்பிட்டுக்குவோம். எல்லாருமா போயி அவள உண்டு இல்லனு ஆக்கிருவோம். நீ வாக்கா!”

பேசிக்கொண்டே பரிமளத்தைக் கைத்தாங்கலாக எழுப்பினாள் சிலம்பாயி. விம்மியும், கேவியும் அழுதபடியே பரிமளம் எழுந்தாள். சிலம்பாயிக்கும் கண்கள் கலங்கினாலும், பரிமளத்தை தேற்ற வேண்டிய பொறுப்பை உணர்ந்தவளாய், தன்னைக் கட்டுப்படுத்திக் கொண்டாள்.

“அவ இப்ப எம்புள்ளையே இல்லையேடி.. இன்னொருத்தனுக்கு வாக்கப்பட்ட புள்ள. திரண்டு குளிச்சு ஒரு வருசம் முடியப் போவுது. நானும் கும்மோணத்துக்கு, மாப்புள்ள புள்ளையாண்டானோட மாமனுக்கு தகவல் சொல்லி விடுய்யான்னு கரையா கரைஞ்சு அலுத்துப் போயிட்டேன். அவங்களும் என்ன சனங்களோ, இப்படியா நம்ம வூட்டுக்கு வர வேண்டிய பொண்ணுன்னு ஒரு அக்கறையே இல்லாம, திரும்பிக்கூட பாக்காமலா இருந்து தொலையணும்? இரவலா வாங்கின நகைய தொலைச்சா மாதிரி இப்படி பண்ணிப்புட்டானேடி இந்த மனுஷன்..” அரற்றிக்கொண்டே சிலம்பாயியின் பலத்தில் நடந்தாள் பரிமளம்.

அவளைத் தன் வீட்டுத் திண்ணையில் உட்கார வைத்துவிட்டு, உள்ளே ஓடினாள் சிலம்பாயி. பெரிய கற்சட்டியில் முந்தைய நாள் சோற்றில் கொட்டியிருந்த நீரை லேசாக கலக்கி விட்டு ஒரு சிறிய கலயத்தில் எடுத்து, கொஞ்சம் உப்புப் போட்டுக் கரைத்தாள். உறியில் தொங்கிக் கொண்டிருந்த கலயங்களில் ஒன்றிலிருந்து அதிகம் புளிக்காத மோராகப் பார்த்து எடுத்து நீராகரத்தில் கலந்தாள். ஈரக்கையை நன்றாகப் புடவைத் தலைப்பில் துடைத்துக்

கொண்டு, ஊறுகாய்ப் பரணியைத் திறந்து, அதிலிருந்து ஒரு துண்டு நாரத்தை ஊறுகாயை எடுத்து ஒரு இலைக் கிழிசலில் வைத்து, இரண்டையும் எடுத்துக் கொண்டு திண்ணைக்கு வந்தாள்.

அதற்குள் அதே தெருவாசிகளான நாகரத்தினமும், சூளாமணியும் பரிமளத்தின் இரண்டு புறமும் உட்கார்ந்திருந்தனர். எதிர் திண்ணையில் சிலம்பாயியின் மாமியார் செல்லத்தம்மாளும் சேர்ந்து கொள்ள மூவருமாய் பரிமளத்தின் வாயைக் கிளறிக் கொண்டிருந்தனர். ஏற்கெனவே கொத்தன் மீனாட்சியை அழைத்துக் கொண்டு அக்கரைக்குப் போன செய்தி இப்பெண்களுக்குத் தெரியும். அவர்களும் சிலம்பாயியைப் போலவே கண்டியூரில் பரிமளத்திடம்தான் மீனாளை விட்டிருப்பான் என்றே நினைத்திருந்தனர். இப்போது அப்படி இல்லையென்று ஆனதில் ஆளுக்கொரு ஊகத்தைச் சொல்லி பரிமளத்தை மிரள வைத்துக் கொண்டிருந்தனர்.

பரிமளம் கண்களையும் மூக்கையும் முந்தானையால் துடைத்துக் கொள்வதும், சொன்னதையே திரும்பச் சொல்வதுமாக இருந்தாள். ஆரம்ப அதிர்ச்சி குறைந்ததில், அவளது அழுகையும் குறைந்திருந்தது. தலையில் விழுந்த இடியில் குலைந்து போயிருந்த பரிமளத்தைப் பார்க்கையில் பரிதாபம் பொங்கியது சிலம்பாயிக்கு. இந்த நிலையிலும் வம்பு கேட்கும் மூவர் மேலும் எரிச்சல் மிகுந்தது. மாமியாரிடம் காட்ட முடியாத எரிச்சலை மற்ற இருவர் மீது மட்டும் காட்டினாள்.

“ஏங்கா, உங்க ரெண்டு பேத்துக்கும் ஈவிரக்கமே இல்லயா? அந்தக்காவே நொந்து போய் கிடக்கு, நீங்க வேற ஏன் குத்தி கிளறிகிட்டிருக்கீங்க? எருது நோவ காக்கா அறியாதுன்றாப்பல இல்ல இருக்கு?” என்றபடியே கலயத்தையும், இலைத்துண்டையும் பரிமளத்தின் முன்னால் வைத்தாள்.

“இதென்னாடி இது கூத்து? நாங்க அப்படியென்ன குத்திபுட்டோம், கிளறிப்புட்டோம்? ஏதோ பொண்ண பறிகொடுத்துட்டு கிடக்காளேன்னு நாலு வார்த்த ஆறுதலா சொல்லிட்டுப் போலாம்னு வந்தா நீ என்னவோ அவள அட காக்கறாப்பல குதிக்கறயே?” இது சூளாமணி.

“அதானே, எல்லாரும் இங்க தாயா புள்ளயாத்தானே இருக்கோம்? நீ என்னமோ நாட்டாம பண்ணுறியே என்ன?” என்றாள் நாகரத்தினம்.

"என்னாத்துக்கு இப்ப பறி கொடுக்கறது அது இதுன்னு பெரிய வார்த்தையெல்லாம் விடறீங்க? இப்ப புள்ளய காணோம்ன்றதுதான் பேச்சு... அதுக்குள்ளியும் இல்லாததையும் பொல்லாததையும் கௌப்பாதீங்க. மொதல்ல அந்தக்கா கண்டியூர்லேர்ந்து நடந்து வந்து களச்சு கெடக்கு, அது இந்த நீராகாரத்த குடிக்கட்டும், அது வரிக்குமாவது கொஞ்சம் பேசாம இருங்க."

"பேசலடியம்மா, பேசல. நீயே உங்கக்காவ கொஞ்சு, நாங்க வரோம்" என்று எழுந்தாள் நாகரத்தினம்.

"செல்லத்தக்கா, கணேசனிட்ட சொல்லி உம் மருமவள கொஞ்சம் கண்டிச்சு வை, ரொம்பத்தான் கார்வார் பண்ணிகிட்டு திரியறா" என்றபடியே சூளாமணியும் எழுந்து அவளுடன் இணைந்து கொண்டாள். சிலம்பாயியின் கோபத்தில் ஒரு நியாயம் இருப்பதை உணர்ந்தோ என்னவோ, செல்லத்தம்மாளும் ஒன்றும் பேசாமல் அமைதியாகிவிட, அவள் பரிமளத்தின் அருகில் உட்கார்ந்தாள்.

பேசாமல் கலயத்தை எடுத்து பரிமளத்தின் கையில் வைத்து, நீராகாரத்தைக் குடிக்க வைத்தாள். பரிமளமும் அமைதியாக குடித்து முடித்துவிட்டு, புடவைத் தலைப்பால் முகத்தை துடைத்துக் கொண்டு, மீண்டும் சுவற்றில் தலையைச் சாய்த்துக் கொண்டாள்.

"நீ இங்கயே இருக்கா. நான் போய் நம்ம கூடைகள ஒன்னொன்னா தூக்கிட்டு வரேன். அதுக்கப்புறம் நாம் ரெண்டு பேரும் கிளம்பிப் போயி அந்த சின்னிக்குட்டி கண்ணு முழிய தோண்டிப்பிடுவோம்!" என்றபடியே வாசற்படி நோக்கித் திரும்பிய சிலம்பாயியின் கையைப் பிடித்துத் தடுத்தாள் பரிமளம்.

"ரெண்டு கூடையும் கொண்டார வேண்டாம்டி. என் கூடைய மட்டும் கொண்டா. அதுல இருக்கற காய்கறி, பழத்தையெல்லாம் உன் வீட்டுல வச்சுடலாம். மாத்துப் புடவைய மட்டும் மூட்டையா கட்டி எடுத்துகிட்டு நான் வரேன். ரெண்டு பேருமா திரும்ப ஆத்த தாண்டி ஊருக்குள்ள போவோம். நீ போய் காய வித்து உன் பொழப்ப பாரு. நான் நேரா எங்க பெரியவங்க வீட்டுக்குப் போய் அங்க உள்ளவங்ககிட்டயும், நாட்டாம மருதண்ணன் கிட்டவும் கலந்துகிட்டு அடுத்தென்ன செய்யணும்னு பாக்கறேன்..."

"ஏங்கா பிரிச்சுப் பேசற? காகறி வியாபாரத்தல்லாம் எம் மாமியா பாத்துக்கும்."

"வேணாண்டி... உன் வேலைய கெடுத்துகிட்டு என் கூட சுத்த வேணாம். இனிமேட்டு என்ன வந்தாலும் நானேதான் சொந்தமா சமாளிக்கணும். இதுவரைக்கும் நா எம்புருஷன எதுத்து ஒத்த வார்த்த பேசினது இல்ல. பணத்தாசைல ஜாதி விட்டு ஜாதில புள்ளக்கு சம்பந்தம் பேசிட்டு வந்தப்பயுஞ்செரி, ஏகப்பட்ட அகடுதகடு பண்ணி கல்யாணத்த பண்ணினப்பவுஞ்செரி, பேசாம நின்னேன்." சொல்லும்போதே அவளுக்கு தொண்டையை அடைத்தது. கண்ணில் வழிந்த நீரைத் துடைத்துக்கொண்டாள். எச்சிலைக்கூட்டி முழுங்கிவிட்டுத் தொடர்ந்தாள், "புள்ளைய எங்கயோ கண் காணாத சீமைக்கு அனுப்ப வேண்டியிருக்கும்னப்ப கூட சரின்னுதான் சொன்னேன். மாப்புள்ள ரொம்ப சாது. மாமியா அதிகாரமும் இல்ல, நம்ம புள்ள நல்லபடியா பொழச்சு கிடப்பா. எங்கயோ கண் காணாம கிடந்தாலும், புள்ள நிம்மதியா இருக்கட்டும்னு நினைச்சேன்" என்னும்போது மீண்டும் அழுகை அலையென தாக்கியது. மேற்கொண்டு பேச முடியாமல் மீண்டும் சுவற்றில் சாய்ந்துகொண்டு குமுறினாள் பரிமளம்.

பரிமளத்தை எப்படி சமாதானம் செய்வதென்று அறியாமல், அவளருகில் அமர்ந்துகொண்டு, ஆதரவாக முதுகில் தடவிக்கொடுத்துக்கொண்டிருந்தாள் சிலம்பாயி. பரிமளத்தின் உள்ளத்தில் எண்ணங்கள் முட்டி மோதிக் கொண்டிருந்தன. இந்தக் குடும்ப வாழ்வில் அவள் எத்தனையோ விஷயங்களை சகித்துக் கொண்டு போயிருக்கிறாள். கொத்தனின் அத்தனை அட்டகாசங்களையும் மூடி மழுப்பிக் கொண்டு, பிறந்த வீட்டிலும், புகுந்த வீட்டிலும் உறவுகள் நடுவே அவனை விட்டுக் கொடுக்காமல் சமாளித்திருக்கிறாள்.

கொத்தனின் வம்சத்திலேயே இந்தத் தலைமுறைக்கென ஒரே பெண் குழந்தை மீனாட்சிதான். அதனாலேயே கொத்தனின் தாயாருக்கு பேத்தியின் மீது கொள்ளைப் பாசம். தனக்குப் பின் தனது நகைகள் அனைத்தும் பேத்திக்குத்தான் என்று ஒரேடியாக சொல்லிவிட்டாள். ஒரு ஜதை கெம்புத் தோடு, நாடா அட்டிகை, பூராக்கடி ஆரம், கல்லிழைத்த ராக்கொடி, பொன் வங்கிகள் ஒரு ஜதை என்று நிறைய நகைகளை ஒரு மூட்டையாகக் கட்டி பானையொன்றிற்குள் போட்டு வைத்திருந்தாள் அந்தக் கிழவி. பாகம் பிரித்தபோது மூத்தார் நற்குணம் அந்த நகைகளை மீனாளின் கல்யாணப் பந்தலில்தான் தருவேன் என்று சொல்லி நிறுத்தி வைத்திருந்தார். திருமணம் ஏற்பாடு செய்ததும் முதல் வேலையாகப்

போய் அதைக் கேட்டு வாங்கி வந்தான் கொத்தன். கல்யாணத்தன்றும், அடுத்து சில நாட்களும் மீனாளின் உடலில் அந்த நகைகள் மின்னின. உடனடியாக அவற்றை வாங்கி பத்திரப்படுத்துகிறேன் என்று தகரப் பெட்டியில் வைத்துப் பரணில் ஏற்றினான் கொத்தன். அதன் பிறகு ஒரு கன்னிப் பொங்கலன்று பிள்ளைக்கு அழகாய் பூத்தைத்து விட்டாள் பரிமளம். சரி, நகைகளையும் போட்டுவிட்டு அழகு பார்க்கலாம் என்று பெட்டியைத் திறந்து பார்த்தபோது ஒரு திருகாணி கூட அங்கே மிச்சமில்லை. உடனேயே அது தன் கணவனின் திருவிளையாடல்தான் என்று அவளுக்குப் புரியாமலில்லை. அப்போது கூட அவள் எந்த சண்டையும் போடவில்லை. அமைதியாகத்தான் இருந்தாள். இன்று அவளது விலைமதிக்க முடியாத பொக்கிஷத்தையே அவன் தொலைத்துவிட்டிருப்பானோ என்று பதறுகையில், அவனது தவறுகளை ஆரம்பத்திலேயே கண்டிக்காமல் பொறுத்துப் போன தன் மீதும் தவறிருக்கிறதோ என்று மருகினாள்.

எது எப்படியிருந்தாலும் இனி பொறுத்துப் போவதில்லை என்ற முடிவிற்கு அவளது ஆழுள்ளம் வந்திருந்தது. இதில் இன்னொருத்தியின் வேலைகளை கெடுத்துக் கொண்டு இங்கே உட்கார்ந்து கொண்டிருப்பதில் அர்த்தமில்லை. என்ன சிக்கல் வந்தாலும் புருஷனை அனுசரித்து நடந்துகொள் என்று எந்த சுற்றமும், சொந்தமும் சொன்னதோ அவர்களையும் சேர்த்தே நிற்க வைத்து கேள்வி கேட்டாக வேண்டும் என்று முடிவு கட்டிக் கொண்டாள் பரிமளத்தம்மாள்.

14

அன்று காலைமுதலே இடைமருதூரில் இடையறாத சரடாக மழைத் தூறல் மண்ணிறங்கிக் கொண்டிருந்தது. அபூர்வமாய் வந்த கோடை மழையால் அம்மாநகரின் விரிந்த தேரோடும் வீதிகளில் புழுதி சேற்றுக் குழம்பாகிவிட்டிருந்தது. அர்த்த ஜாமப் பொழுதின் அமைதியைத் தங்களது குளம்பொலியால் கிழித்தபடி வேகமாக வந்த இரண்டு குதிரைகள் மகாதானத் தெருவிலிருந்த அரண்மனையின் முகப்பில் வந்து நின்றன.

அங்கே காத்திருந்த சேவகர்கள் வந்து குதிரையின் கடிவாளங்களைப் பற்றிக் கொள்ள, குதிரையில் வந்த இருவரும் கீழே குதித்திறங்கி, அதே வேகத்துடன் அரண்மனைக்குள் நுழைந்தனர். முகப்பறையில் காத்திருந்த ஏவலர்கள் அவர்களை அழைத்துச் சென்று, மாற்றுடை

தந்து உதவினர். உடைமாற்றிக்கொண்டபின் இருவரும் மீண்டும் முகப்பறைக்கே வந்தனர்.

இருவருமே முப்பது வயது நிரம்பிய இளைஞர்கள். அதில் சிவந்த மேனியுள்ள இளைஞரின் ஆபரணங்கள் அவர் அரசகுடியினர் என்பதைக் காட்டியது. முகப்பறையில் இருந்த ஆசனத்தில் அவர் அமர்ந்துகொள்ள, உடன் வந்தவர் அவருக்குப் பின்னால் நின்று கொண்டார்.

அமர்ந்திருந்தவர் பிரதாப சிம்மர். மழை ராஜா என்று மக்களால் போற்றப்படும் முன்னாள் தஞ்சை மன்னர் அமரசிம்மரின் ஏக புத்திரன். பின்னால் நிற்பவர் அவரது மெய்க்காவலரும், பால்ய சிநேகிதருமான தானோஜி. இருவரது முகத்திலும் ஜொலித்த கம்பீரத்தைத் தாண்டியும் சோகக்களை வீசியது. வெளியே மழை பெய்தாலும்கூட அரண்மனையின் சுவர்களுக்குள் புழுக்கம்தான் ஆட்சி செய்தது.

ஒரு முறை கயிலை மலையில் சிவனின் கண்களை அன்னை பார்வதி விளையாட்டாய் மூடினாளாம். சூரியனும் சந்திரனுமே சிவனின் இரு கண்கள் என்பதால் பிரபஞ்சம் முழுமையும் இருண்டதாம். அப்போதும்கூட திருவிடைமருதூர் கோவிலில் மட்டும் பூஜைகளும், ஆராதனைகளும் தடைபடாமல் நடந்து கொண்டுதான் இருந்தனவாம். அப்பேர்பட்ட தலத்தின் கோவிலும் அரச குடும்பத்தில் ஏற்பட்டிருக்கும் இன்றைய இழப்பின் காரணமாக நடை அடைத்து வைக்கப்பட்டிருக்கிறது.

காலை முதல் அரண்மனையும், ஏன் ஊர் முழுவதுமே மக்கள் திரளால் மூச்சுத் திணறிக் கொண்டிருந்தது. மழையையும் பொருட்படுத்தாமல் மக்கள் நாலாபுறத்திலிருந்தும் கிளம்பி வந்து திருவிடைமருதூரை திணற அடித்துக் கொண்டிருந்தனர். தங்களது அன்புக்குரிய அரசரை கடைசிமுறையாக தரிசனம் செய்யும் பொருட்டு வந்த கூட்டத்தைப் பார்த்து பிரமித்து நின்றார் பிரதாபர்.

தஞ்சை அரண்மனையின் தர்பார் மண்டபத்தில் இருக்கும் அரியாசனத்தில் அமர்வதனால் மட்டும் ஒருவர் அரசராகிவிட முடியாது என்பதை உணர்த்திய தருணம் அது. இன்னமும் பெரும்பான்மை மக்கள் மனதில் அரசராக தன் தந்தையே இருக்கிறார் என்பதை கண்முன் கண்டு கொண்டிருந்தார் பிரதாப சிம்மர். அத்தனை நாட்கள் தன் அப்பாவின் மீது அவர்

கொண்டிருந்த கோபதாபங்கள் எல்லாம் அன்றைய மழையிலும், அவரது கண்ணீரிலும் கரைந்து கொண்டிருந்தது.

அரசரின் பூதவுடலை மயானத்திற்கு கொண்டு சென்ற ஊர்வலத்தை ஒழுங்குபடுத்த வெகு சொற்பமாக இருந்த அரண்மனைக் காவலர்களால் முடியவில்லை. எனவே அவர்களை அரண்மனையைச் சுற்றிக் காவலிருக்கும்படி பணித்தார் பிரதாபர். எப்படியோ யாரும் ஒழுங்குபடுத்தாவிட்டாலும் தன் பாதையைத் தானே தேர்ந்தெடுக்கும் நதி போல அந்த ஊர்வலம் சென்று சேர்ந்துவிடும் என்று தோன்றியது. அரசரின் பூதவுடல் காவிரிக்கரையைச் சென்றடைந்த பின்னர்தான் ஊருக்குள் நெரிசல் குறைந்திருக்கிறது.

மக்கள் திரளுக்கு நடுவில் கையில் புகையும் நெருப்புடன் தந்தையின் பிரேத ஊர்வலத்தில் நடந்த போது, அவரைச் சுற்றி காவலர்களோ ஏவலர்களோ யாருமில்லை. ஒரே ஓர் ஏவலன் மட்டும் அக்னி, மழையில் அணைந்து விடாதிருக்க தாழங்குடை பிடித்து நடந்து வந்தான். ஆனாலும் மக்கள் திரள் அவரருகில் நெருங்கிவிடவில்லை. மரியாதையான தூரத்திலேயே வளையம் போல பின் தொடர்ந்தனர். அப்போது பெய்யும் மழையில் சந்தன வாசனம் வீசுவதாகவும், மழை ராஜாவுக்காக தேவர்கள் சந்தன மழை பொழிவிப்பதாகவும் எல்லாம் மக்கள் பேசிக் கொண்டது அவர் காதில் விழுந்தது. தன் தந்தையின் பிம்பம் மக்களின் மனதில் எவ்வளவு உயரத்தில் இருக்கிறது என்பதை முதன் முறையாக அவர் உணர்ந்தார்.

மயானத்தில் தற்காலிகமாகப் போடப்பட்டிருந்த ஓலைக் கூரைக்கடியில் அமரசிம்மரின் பூதவுடலை வைத்துவிட்டு, இறுதிக்காரியத்திற்கான சடங்குகளைத் தொடங்கினர். அதில் மூழ்கியிருந்த பிரதாபனை அரசி பவானிபாயி அனுப்பிய தகவல்தான் உலுக்கி, அவசரமாய் மீண்டும் அரண்மனைக்கு விரைய வைத்திருக்கிறது.

காலை முதல் அலைந்த அலைச்சலும், மழைப் பொழுதின் புழுக்கமும் சேர்ந்து பிரதாபருக்கு நா வறண்டது. நீர் விடாய் இருந்தாலும் அதை ஆணையாக மாற்றத் தோன்றாத வண்ணம் மனம் உறைந்து கிடந்தது. தனது நாவால் காய்ந்திருந்த உதடுகளை ஈரப்படுத்திக்கொண்டார். மிகச்சரியாக அந்த நேரத்தில் குறிப்பறிந்ததுபோல பணிப் பெண்ணொருத்தி வெள்ளிக்

கிண்ணத்தில் சூடான பாலுடன் உள்ளே வந்து அவரிடம் பணிவுடன் நீட்டினாள்.

வேண்டாம் என்று கையசைக்கப் போனவர், அந்த நேரத்துக்குத் தன் உடலுக்கு ஒரு பானம் அவசியத் தேவை என்பதை உணர்ந்து எடுத்து அருந்தத் துவங்கினார்.

பின்னால் நின்று கொண்டிருந்த தானோஜிக்கும் வேறொரு பணிப்பெண் அதே போல பாலைக் கொண்டு வந்து தர, அவரும் நின்றவண்ணமே அதை அருந்தினார். அருகிலேயே நின்று, அவர்கள் அருந்தி முடித்த கிண்ணங்களைப் பெற்றுக் கொண்டு அப்பணிப்பெண்கள் உள்ளே நகரவும் முதிர்ந்த அக்கா ஒருத்தி உள்ளே வந்து இளவரசரை வணங்கினாள்.

“யுவராஜாவுக்கு வந்தனம். தாங்கள் உள்ளறைக்குள் வந்து அமரலாம். சில நொடிகளில் அம்மாஜி தரிசனம் தந்தருளுவார்கள்...”

எதுவும் பேசாமல் இறுக்கமான முகத்தோடு பிரதாபர், அந்த அக்காவைப் பின் தொடர்ந்து உள்ளே சென்றார். இருண்ட இடைகழிகளில் ஆங்காங்கு ஏற்றி வைக்கப்பட்டிருந்த தீவர்த்திகளால் திட்டுத் திட்டாக வெளிச்சம் இருந்தது. மௌனமாக நடந்து சென்று, அக்கா காட்டிய சிற்றறைக்குள் சென்று அமர்ந்து கொண்டார்.

சற்று நேரத்திற்கெல்லாம் பிரதாப சிம்மரின் தாயும், மழை ராஜா என்று மக்களால் அன்புடன் அழைக்கப்பட்டு வந்த அமரசிம்ம ராஜாவின் மூன்றாவது மனைவியுமான பவானிபாயி சாஹேப் உள்ளே நுழைந்தார். மராட்டியத்தில் புகழ் பெற்ற காட்டிகே வம்சத்தவரான பவானிபாயி பெரிதான ஆபரணங்கள் ஏதும் இல்லாமல் எளிய கோலத்தில்தான் வந்தார் என்றாலும்கூட அவரது மேனியின் எழிலே சாளரம் வழி நிலவொளி விழுந்தது போல் அறையைப் பிரகாசிக்க வைத்தது. பச்சை வண்ணக் காசிப்பட்டுப் புடவையை அணிந்து, செந்நிறத்துக் காஷ்மீரச் சால்வை ஒன்றை கும்டாவாக தலைக்கு மேல் அணிந்திருந்தார் பவானிபாயி. அன்னையின் வருகையை உணர்ந்த பிரதாபர் எழுந்து சென்று, பாதம் தொட்டு வணங்கினார்.

“அம்மாஜி ஆசீர்வதிக்க வேண்டும்...”

“தீர்க்காயுஷ்மானாக ஸ்ரேயசுடன் வாழ்வாயாக!”

சுருக்கமான முகமனுக்குப் பிறகு இருவரும் எதிரெதிர் ஆசனங்களில் அமர்ந்து கொண்டார்கள்.

"அம்மாஜியின் முடிவைப் மறுபரிசீலனை பண்ணும்படிக் கேட்டுக் கொள்ளவே நான் கிளம்பி வந்திருக்கிறேன். அங்கே மகாராஜாவின் உத்திரகிரியைக்கான காரியங்கள் எல்லாம் நடந்து கொண்டிருக்கின்றன. அதையெல்லாம் ஜனாச்சாரியாரிடம் பார்த்துக் கொள்ளச் சொல்லிவிட்டு ஓடோடி வந்தேனம்மா..."

"என் கடமையை நான் செய்யக் கூடாது என்று சொல்வதுதான் நீ அரசனானவுடன் இடும் முதல் கட்டளையா பிரதாபா?"

"அம்மாஜி, உங்களுக்கு கட்டளையிட நான் யார்? ராஜ்யத்தை இழந்தோம், இதோ இப்போது தந்தையையும் இழந்தாயிற்று. இனி எனக்கு வழிகாட்டியாக இருந்து கரையேற்ற வேண்டிய அம்மாஜியும் சக கமனம் செய்வது என்று முடிவு செய்துவிட்டால் நான் வாழ்வதுதான் எப்படி?" உணர்ச்சியில் பிரதாபரின் குரல் கம்மியது.

"நான் இம்முடிவை எடுத்ததே உனக்காகத்தான் பிரதாபா!" என்றார் பவானி. இளவரசரின் குழப்பம் முகத்தில் வெளிப்பட்டது.

கும்டாவை சரி செய்து கொண்டு பேச்சைத் தொடர்ந்தார் பாவானிபாயி, "பிரதாபா, இவ்வுலகில் தந்தையானவன் தன் மைந்தனுக்கு தரக்கூடிய உயர்ந்த விஷயங்கள் பெரும்பாலும் சூட்சுமமானவை – கண்ணுக்குத் தெரியாதவை. குடிப்பெருமை, வீரம், நீதி உணர்ச்சி என குல தனமாக தந்தை அளிப்பவை நிறைய உண்டு. ஆனால் ஒரு தாய் தன் மகனுக்குத் தரக்கூடியவை எல்லாமே ஸ்தூலமானவை – கண்ணுக்குத் தெரியக்கூடியவைதான். பத்து மாதம் கர்ப்பவாசம் செய்விப்பதிலிருந்து உதிரத்தை முலைப்பாலாக்கித் தருவது வரை எல்லாமே ஸ்தூலப் பொருட்கள்தான்.

அதே நேரம் பெண்ணின் கையிலும் ஒரு பிரம்மாஸ்திரம் உண்டு. கற்புக்கு களங்கம் வந்தாலும் சரி, பர்த்தாவின் மரணத்திலும் சரி, அக்னிப்பிரவேசம் செய்துவிடுவது என்ற ஒன்றில்தான் பெண்ணுக்கும் குடிப்பெருமை கிடைக்கும். அப்பெண்ணின் மைந்தனுக்கு அதன் மூலம் கிடைக்கும் அதிகாரம் ஈடிணையற்றது."

“அம்மாஜி, இந்தத் தஞ்சை ராஜ்யமே இன்று நம்முடையதில்லை. அன்னியரிடம் ஜீவனாம்சம் பெற்று வாழும் இந்த அல்ப வாழ்க்கையில் குலப்பெருமை என்பதெல்லாம் வெற்றுப் பெருமிதமல்லவா? இதன்பொருட்டு விட்டில்பூச்சி போல நீங்கள் உயிரிழக்கலாகுமா?”

“பிரதாபா, வருங்காலத்தில் நடக்கப் போவதை நம்மால் பார்க்க முடியாமல் போகலாம். ஆனால் நம் காலத்துக்கு முன் நடந்ததைப் பார்த்துப் புரிந்துகொண்டு, அதே போல எதிர்காலத்திலும் வரக்கூடும் என்று திட்டமிடவே நாம் பூர்வீகர்களின் வரலாற்றைப் படிக்கிறோம்.

நம் போன்ஸ்லே வம்சத்து சரித்திரத்திலேயே உன் பெயரைத் தாங்கிய, உன் பாட்டனார் பிரதாப சிம்மரும் இதே போல் பட்டம் இல்லாமல் இருந்தவர்தான். உத்தமமான வம்சத்தில் பிறந்தவராயினும் அவரது அன்னை அன்னபூர்ணா பாயி சாஹேப்பை, உன் பூட்டனார் துக்கோஜி கத்திக் கல்யாணம் பண்ணிக் கொண்டார் என்கிற காரணத்தாலே அவரை ஓரம் கட்டினார்கள்.

துக்கோஜி ராஜாவின் அண்ணா, சரபோஜி ராஜாவின் இரண்டாவது மனைவியான அபரூபா பாயி, கைகேயி போல சதி செய்து, யாரோ ஒரு தாதியின் பிள்ளையைத் தன் பிள்ளை என்று பசப்பி, பின் அவனை குப்பி என்றொரு வெள்ளாளப் பெண்ணிடம் கொடுத்து வளர்த்து வந்தாள். அந்த குப்பி வளர்த்த காட்டு ராஜாவை உடையாளூர் காட்டுக்குள்ளிருந்து கொண்டுவந்து தஞ்சாபுரியதிபதியென பட்டம் சூட்டி, இல்லாத அட்டூழியங்களை எல்லாம் பண்ணினார்கள். ஆனால், எவ்வளவு காலம் அதெல்லாம் நிலைத்தது என்கிறாய்?

இந்த சதிக்காரியங்களை எல்லாம் பின்னின்று நடத்திய சையிந்தே பிற்காலத்தில் உன் பாட்டனாரின் காலில் விழுந்து கூட்டிப் போய் பட்டாபிஷேகம் பண்ணுவித்தான்.”

“அதாவது இந்தப் பரங்கிக் கும்பினியரும் ஒரு நாள் என்னைத் தேடி வந்து, தஞ்சை ராஜ்யத்தைத் தங்கத்தாலத்தில் வைத்து நீட்டப் போகிறார்கள் என்ற நம்பிக்கையில், நீங்கள் தீயில் குதிக்க திட்டமிட்டிருக்கிறீர்களா அம்மாஜி?” பிரதாபரின் சொற்கள் கசந்து வழிந்தது.

"தமிழர்களிடம் ஒரு பழமொழி இருக்கிறது – 'ஓடமும் ஒரு நாள் வண்டியில் ஏறும், வண்டியும் ஒரு நாள் ஓடத்தில் ஏறும்' என்று. ஏன் உன் தகப்பனார் வாழ்வையே எடுத்துக்கொள்ளேன். அவர், பட்டம் ஏறும் நாள் வரும் என்றும் எதிர்பார்த்திருக்கவில்லை, அதிலிருந்து இறங்கும் நாள் வருமென்றும் எதிர்பார்த்திருக்கவில்லைதானே?

ராஜ்யபாரம் என்பது எப்போதும் அப்படித்தான். யாரிடம், எப்போது செல்ல வேண்டும், எவ்வளவு காலம் நிலைத்திருப்பது என்றெல்லாம் ராஜ்யலக்ஷ்மிதான் முடிவு செய்வாள். அதெதுவும் நம் கையில் இல்லை என்பது உண்மைதான். அவள் நம்மை ஏறிட்டுப் பார்க்கையில், இவன் நமக்குகந்தவனில்லை என்று அவள் எண்ணிவிடும் வகையில் நாம் ஒரு போதும் நடந்து கொள்ளல் ஆகாது மைந்தா!"

அவ்வளவு நேரம் பேசியும்கூட தாயும் மகனும் தாங்கள் இன்னும் முக்கியமான புள்ளியைத் தொடவே இல்லை என்று அறிந்தேதான் இருந்தார்கள். கவனமாகத் தவிர்க்க முயன்றும்கூட தாளவியலாமல் பவானி அந்தக் கேள்வியைக் கேட்டே விட்டார் "அவள் எப்படியிருக்கிறாள்?"

அம்மா யாரைப்பற்றி கேட்கிறார் என்பது பிரதாபனுக்கும் தெரிந்திருந்தது. "மூர்ச்சையாக இருப்பதாகத்தான் இதுவரை தகவல்" என்றான் அமைதியாக!

"நல்லது. மூர்ச்சையில்தானே இருக்கிறாள் என காவலைத் தளர்த்திவிட வேண்டாம். நான் சதி மாதாவாகுதல் எத்தனை முக்கியமோ, அதே அளவு அவள் இன்றைய பொழுதுக்குள் எரிபுகாமல் இருப்பதும் முக்கியம். சக பத்தினியர் யாரேனும் என்னோடு இணைந்து எரிபுகுந்தால் அதில் நமக்கு எவ்வித ஆட்சேபணையுமில்லை. ஆனால், ஒரு போகஸ்திரீ, எனக்கு நிகராக மாசத்தி ஆவதில் எனக்குத் துளியும் விருப்பமில்லை. இது விஷயத்தில் கவனமாக இரு..." என்ற பவானிபாயின் குரலில் கண்டிப்பு இருந்தது.

"அம்மாஜி, அவள் எரிபுகாது பார்த்துக் கொள்வதொன்றும் பெரிய விஷயமல்ல. ஆனால் நீங்கள் உங்கள் முடிவை மீண்டும் யோசிக்கக்கூடாதா? பிரதாபனை அனாதையாக்கிவிட்டுப் போகிறோமே என்ற எண்ணம் துளிக்கூடவா உங்களுக்கு வரவில்லை?"

“பிரதாபன் அனாதையாவதா? அதெப்படியப்பா? உன் மனைவியர் இருவரைக் கூட விட்டுவிடலாம். உன்னை அடைவதற்காக தவம் செய்து கொண்டிருக்கும் அம்முனி பாயி இருக்க, நீ எப்படியப்பா அனாதை ஆக முடியும்?” சூழலையும் மீறி ஒரு புன்னகைக் கீற்று ஒளிர்ந்தது அரசியின் முகத்தில்.

துக்ககரமான அந்த வேளையில் இந்தப் பேச்சை எப்படி எடுத்துக்கொள்வதென்று பிரதாபனுக்குப் புரியவில்லை. ஆனாலும் அம்முனியின் பெயரெழுப்பிய நினைவுகள் அவன் மன பாரத்தை சற்றுக் குறைக்கத் தவறவில்லை. தன் குறி தப்பவில்லை என்று கண்ட பவானி, தனது வேலை முடிந்ததென எழுந்தார்.

“பிரதாபா, இதுவே இப்பிறவியில் நான் உன்னிடம் பேசும் கடைசி வார்த்தைகள். கானகம் சென்ற ராமனுக்கு கோசலை சொன்ன வார்த்தைகளையே நானும் உனக்குச் சொல்வேன்– “தர்மத்தை நீ காத்து வா, தர்மம் உன்னைக் காக்கும்.’ ஜெய விஜயீ பவ” கைதூக்கி ஆசீர்வதித்துவிட்டு சரேலென திரும்பி அறையிலிருந்து வெளியேறினார் பவானிபாயி சாஹேப்.

அசைவற்று அப்படியே நின்றுகொண்டிருந்தான் பிரதாபன்.

15

கோபால் தாஸ் மோஹிதே, கல்யாண மகாலின் வாசலில் குதிரையை நிறுத்தி நிமிர்ந்து பார்த்தபோது, அங்கங்கே லஸ்தர் விளக்குகளை ஏவலர்கள் ஏற்றிக் கொண்டிருந்தனர். மலரொன்று தன் இதழ்களை மெல்ல விரிப்பது போல மகாலின் உப்பரிகைகள் ஒவ்வொன்றாய் ஒளிரத் துவங்கிய நேரம். அரண்மனையின் மற்ற இடங்களில் காலையில் வேலைக்கு வந்து மாலையில் வீட்டுக்குத் திரும்பிவிடலாம். ஆனால் இங்கோ, மாலையில்தான் சுறுசுறுப்பாக வேலைகளைப் பார்க்க வேண்டியிருக்கும். அன்றைக்கு அரசர் எழுந்தருளுவாரா, அப்படியே வந்தாலும் எந்தெந்த பாயிமார்களை சந்திக்க திருவுள்ளம் கொண்டிருக்கிறார் என்பது போன்ற விவரங்களே மாலையில்தான் தெரியவரும். அவரவருக்கு உரிய

அக்காமார்களுக்கு அந்தத் தகவலைத் தெரிவிக்க வேண்டியது மோஹிதேவின் பணி. அதன் பின் மஞ்சத்தறையை அழகுபடுத்துவது, பாயிமார்களின் அலங்காரம் போன்றவை அக்காமார் பொறுப்பு.

அரசருக்குத் தேவையான உண்டி, பானங்களை ஏற்பாடு செய்வது, காவல் ஏற்பாடுகளை சரிபார்ப்பது என மோஹிதேவின் பணிகள் இரவில்தான் நீளும். அரசர் வருகையில் வரவேற்க வாத்தியக்காரர்களை முகப்பில் நிறுத்த வேண்டும். புஷ்பம், பன்னீர், சந்தனம், கல்கண்டு என தாலங்கள் ஏந்தி சேடியர் முகப்பில் நின்று வரவேற்க வேண்டும்.

அரசர் சாரட்டிலிருந்து இறங்குகையில் வாத்தியங்கள் முழங்க வேண்டும். பிரதான கூடத்திற்கு அரசரை இட்டுச் சென்று அமர வைத்து, உபசரிப்பது வரை மோஹிதே உடனிருக்கவேண்டும். அதன் பின் அக்காமார்களும், பாயிமார்களும் அரசரை உபசரணை செய்யும் பொறுப்புகளை ஏற்றுக்கொள்வார்கள்.

எப்படியும் இரவு இரண்டாம் சாமத்தில் பாதி வரையிலேனும் மோஹிதே, மகாலில் இருந்தாக வேண்டியிருக்கும். இதனாலேயே அவர், மதிய உணவுக்கு வீட்டுக்குச் சென்றுவிடுவார். பிற்பகலில் சற்று அதிகமாகவே ஓய்வெடுத்துக் கொண்டு, மாலையில்தான் மகாலுக்குத் திரும்ப வருவதென்று ஏற்பாடு செய்து கொண்டிருந்தார்.

நல்ல ஓய்வுக்குப் பின்னர் கிடைக்கும் உற்சாகத்தோடு வந்து மகால் வாசலில் இறங்கினார் மோஹிதே. பணியாள் அவரது மட்டக் குதிரையின் கடிவாளத்தை வாங்கிக் கொண்டு பக்கவாட்டுப் பாதையை நோக்கி நகர்ந்தான். அவர் முகப்பறையின் முதல் படிக்கட்டில் கால் வைத்தபோது சற்று தூரத்திலிருந்து வேகமாக ஏழெட்டு பேர் வருவது தெரிந்தது. தன்னைச் சுட்டிக் காட்டி, அவர்களுக்குள் பேசிக் கொள்வதும், ஒரு சிலர் அழுகைக்குரலில் பேசுவதும் புரிந்தது. இங்கே எதற்கு இத்தனை பேர் வரவேண்டும் என்ற குழப்பத்துடன் படிக்கட்டின் ஆரம்பத்திலேயே நின்றுவிட்டார் மோஹிதே.

அவர்கள் நெருங்கி வர வர, அவர்களின் பேச்சு சப்தம் உரக்கக் கேட்டது. ஏக காலத்தில் அனைவரும் உணர்ச்சிகரமாகப் பேசியதால் அது ஒரு ஒலிக்குழப்பமாக இருந்ததே தவிர சரியாக அர்த்தமாகவில்லை. அநியாயம், அக்கிரமம், ஏளைங்களுக்கு கதியில்லை இப்படி பல வார்த்தைகள் துண்டு துண்டாக காதில் விழுந்தன. நெருங்கி வந்த அந்தக் கூட்டத்தில் இரண்டு நடுவயது

பெண்களும் இருந்தனர். இருவருமே அழுது கொண்டிருந்தனர். சுற்றிலுமிருந்த ஆண்களின் உரத்த குரலில் இவர்களின் அழுகை அமுங்கிக் கேட்டது.

அனைவரும் வந்து மோஹிதேவைச் சூழ்ந்து கொண்டு ஒரே நேரத்தில் பேச முற்பட்டனர். ஆண்களோடு முண்டியடிக்க முடியாமல் அந்த இரு பெண்களும் சற்றுப் பின்னாலேயே நின்று விட, மோஹிதேவால் தன்னைச் சுற்றி நிகழும் குழப்பத்தை ஜீரணிக்கவே முடியவில்லை.

அரண்மனை உத்தியோகஸ்தரை பாமர ஜனங்கள் இப்படியெல்லாம் மொய்த்துக் கொண்டு, மரியாதையில்லாமல் பேசும் பழக்கம் இதுவரை தஞ்சைத் தரணியில் இல்லை. அப்படியிருந்தும் இந்தக் கூட்டத்தின் அத்து மீறல் ஏதோ விபரீத சூழல் என்பதை அவருக்கு உணர்த்தியது.

வெளியில் ஏற்பட்ட சலசலப்பு மகால் உள்ளேயும் கேட்டிருக்க வேண்டும். அவரின் உதவியாள் கோவிந்தன், சில காவலர்களையும் அழைத்துக்கொண்டு விரைந்தோடி வந்தான். மோஹிதேவை சூழ்ந்திருந்தவர்களை விலக்கிவிட்டு, அவரை மகாலுக்குள் அழைத்துப் போனான்.

“மன்னிக்கணும் சாஹிப். மத்தியானமே இந்த ஆளுங்க வந்து மஹால் வாசல்ல நின்னு இரைய ஆரம்பிச்சாங்க. என்ன ஏதுன்னு மெதுவா விசாரிச்சு, சமாதானம் பண்ணி மரத்தடில உக்கார வச்சிருந்தேன். நீங்க வர நேரம் பாத்து இப்படி ஓடி வந்து அமர்க்களம் பண்ணுவாங்கன்னு எதிர்பாக்கல.”

“என்ன சங்கதி? யாரு இவங்கல்லாம்?”

“போன சோமவாரத்தன்னிக்கு திருவாதிலேர்ந்து ஒருத்தர் தன் பொண்ணை அழச்சுட்டு வந்து அரண்மனைக்கு கிரயம் செஞ்சு கொடுத்தாரே..” என்று இழுத்தான்.

மோஹிதே ஞாபக அடுக்குகளை புரட்டிப் பார்த்தார். மீனாட்சியின் அழகிய முகம் தோன்றி மறைந்தது.

“ம்.. ஆமா.. அதுக்கு என்னவாம்?” என்றபடியே வாசலில் நின்றிருந்த கூட்டத்தை எட்டிப் பார்த்தார்.

“இவங்கயெல்லாம் அந்தப் பொண்ணோட சொந்தக்காரங்கதான். கொஞ்சம் மாநிறமா இருக்கற பொம்பளைதான் அந்தப்

பொண்ணுக்கு அம்மா. கூட இருக்கற இன்னொரு கருத்த பொம்பள அந்தப் பொண்ணோட அத்தையாம். மாமன், மச்சான், பெரியப்பன்மார், நாட்டாமக்காரன்னு ஏகப்பட்ட பேர் கிளம்பி வந்திருக்காங்க."

"என்னதான் அவங்களுக்கு பிரச்சனையாம்?"

"அப்பங்காரன் பொண்ணை அழைச்சுட்டு வந்து இங்க வித்த சங்கதியே அம்மாக்காரிக்கு தெரியாதாம். அவ வெளியூர் போயிருந்தப்ப, இந்தப் பொண்ணைக் கொண்டாந்து இங்க வித்துட்டு போயிட்டானாம் அந்த மனுஷன். பணக்கஷ்டம், சோத்துக்கு வழியில்லனு இங்க சொன்னதெல்லாம் பொய்யாம். ஆள் பெரிய செலவாளி. ஷோக்கு பேர்வழியாம். அதுக்காக பொண்ணை கொண்டு வந்து வித்திருக்கான். இப்ப சொந்தக்காரங்கல்லாம் வந்து மல்லுக்கு நிக்கறாங்க..."

"அந்தாள் எதுக்காக வித்தார்னு நமக்கென்ன கவல? பொண்ணு மைனர் பொண்ணுதான். அது அவளோட பெத்த தகப்பந்தான்னு நிச்சயப்படுத்திகிட்டுத்தானே பத்திரம் எழுதினது? அவ்ளோதான் நம்மால செய்ய முடியும்."

கோவிந்தன் கொஞ்சம் குரலை தழைத்துக் கொண்டு "அவந்தான் தகப்பன், இல்லங்கல. ஆனா புள்ளைக்கு அஞ்சு வயசுலயே கல்யாணமாகிருச்சாம். புருஷன்காரன் எங்கயோ வெளியூர்ல இருக்கானாம். கலியாணம் பண்ணிக் கொடுத்த பொண்ண விக்க அப்பனுக்கு ஏது உரிமைன்றதுதான் அவங்க கேக்கற நியாயம்..." என்றான்.

மோஹிதேவுக்கு சில நொடிகளுக்கு சிந்தனையே உறைந்து விட்டது. நடந்து கொண்டிருந்தவர் அப்படியே நின்றுவிட்டார். உடன் நடந்து வந்தபடியே பேசிக் கொண்டிருந்த கோவிந்தன், அதை உணராமல் நாலைந்து தப்படிகள் முன்னால் போய்விட்டிருந்தான்.

மோஹிதேவின் சிந்தனைகள் எங்கெங்கோ அலைந்தன. பெண்ணை அழைத்து விற்க வந்தவன் பெற்றவர்தானா என்று விசாரிக்கச் சொன்னார்தான்... கூடவே திருமணம் பற்றியும் விசாரித்திருக்க வேண்டுமென்று ஏன் தோன்றாமல் போயிற்று என்று உள்ளம் பதறியது. எத்தனை பெரிய பாதகத்தை செய்துவிட்டோமென்று நடுங்கிப் போனார்.

கன்யாதானம் செய்து கொடுத்த பெண்ணின்மீது பெற்றவனுக்கு எந்த உரிமையும் கிடையாது என்பது சாஸ்திரங்கள் தெளிவாக சொல்லும் செய்தி. தெருவில் போகும் ஒருவன் ஒரு குழந்தையை திருடிக் கொண்டு வந்து விற்றுவிட்டுப் போவதற்கும், அந்த மனிதன் செய்திருக்கும் செயலுக்கும் எந்த வித்தியாசமும் இல்லை. அதை ராஜாங்கத்தின் சார்பில் அங்கீகரித்து, காசைக் கொடுத்து கர்ம வினையை வாங்கிப் போட்டிருக்கும் தன் மேலேயே எரிச்சலும் கோபமும் மண்டியது மோஹிதேவுக்கு.

இந்த மராட்டிய ராஜ்யத்தில் ஒன்றுக்கு நான்கு நியாய சபைகள் உண்டு. எல்லாம் தாண்டினாலும் அரசரே நேரடியாக உட்கார்ந்து வழக்குகளை விசாரிக்கும் நியாயநிசி மகால் என்ற நீதிமன்றமும் அபூர்வமாக இயங்குவதுண்டு. ஆனால் எந்த நீதிமன்றத்திலும் அரசாங்க அதிகாரி ஒருவரின் செயலை விட்டுக் கொடுத்துவிட மாட்டார்கள். எனவே இந்த ஜனங்கள் எங்கு போய் முறையிட்டாலும் தன் உத்தியோகத்திற்கு ஒரு ஆபத்துமில்லைதான். ஆனாலும் அவருக்குள் இருந்த தர்ம சிந்தனை அவரை உலுக்கியது. ஏதேனும் ஒரு வகையில் தன் சக்திக்குட்பட்ட வகையில் இந்த சிக்கலை நிவர்த்தி செய்து, அந்தப் பெண்ணை திருப்பி அவளைப் பெற்றவள் கையிலோ புருஷன் கையிலோ ஒப்படைத்துவிட வேண்டும் என்று முடிவு செய்து கொண்டார். நல்லவேளையாக அரசிலிருந்து கொடுக்கப்பட்ட பணத்தை திரும்பக் கட்டிவிட்டால், அடிமைகளை விடுதலை செய்துவிடும் அதிகாரமும் அவரது பதவிக்கு இருந்தது.

இப்படி ஒரு தீர்மானத்திற்கு வந்தபின்னர்தான் அவரால் அடுத்த அடியை எடுத்து வைக்க முடிந்தது. தன் அலுவல் இடத்தை அடைந்ததும் மெல்ல கையை ஊன்றி அமர்ந்தபடியே "உள்ள போய் வீரம்மா பாயிய வரச்சொல்லு" என்று கோவிந்தனுக்கு உத்தரவிட்டார்.

சில நிமிடங்களில் "கூப்பிட்டீங்களா சாஹிப்?" என்றபடி கும்டாவை சரி செய்து கொண்டு உள் நுழைந்தாள் வீரம்மா. மழைக்கால வானம் போன்ற கருநீல வர்ணத்தில் திருபுவனம் பட்டுப் புடவையை மராட்டிய பாணியில் கச்சமிட்டு கட்டியிருந்தாள். ஒரு வெண் பட்டுச்சால்வையை கும்டாவாக தலையில் அணிந்து தோள்களில் வழிய விட்டிருந்தாள். பெண்களுக்கான சராசரி உயரத்தை விட சற்றுக் கூடுதல் உயரம். நடுவயது கடந்துவிட்டிருந்தாலும் கட்டுக் குலையாத உடலுடன், பொலிவு குன்றாத சருமத்துடன் அழகி என்று

சொல்லத்தக்கவளாகத்தான் இருந்தாள் வீரம்மா. ஆனால் பாயிமார்களுடன் உட்கார்ந்தபடி உல்லாசப் பேச்சுப் பேசுவது, பூத்தொடுப்பது, அலங்காரங்கள் செய்வது என்றெல்லாம் ஒய்யாரமாக வளையவரும் அக்காமார்களுக்கு நடுவில் எப்போதும் ஏவல் பெண்டுகளை அதட்டி, உருட்டி வேலை வாங்கிக் கொண்டே இருப்பதாலோ என்னவோ வீரம்மாவின் முகத்தில் மட்டும் சற்றுக் கடுமை கூடுதலாக இருந்தது.

“திருவாதிலேர்ந்து போன வாரம் ஒரு பொண்ண புதுசா விலைக்கு வாங்கினோமே, அவ பேரென்ன?”

“மீனாட்சி.”

“ம்ம்... கிரயம் பண்றதுக்கு முன்னாடி அவள விசாரிக்க சொன்னேனே, அப்ப அவகிட்ட என்னெல்லாம் கேட்ட?”

“வழக்கமான கேள்விங்கதான். பேரென்ன, ஊரென்ன, கூட்டி வந்திருக்கறவர் உன்ன பெத்த தகப்பன்தானா... எல்லாந்தான் கேட்டேன்... ஏன் இப்ப அவள பத்தி விசாரிக்கறீங்க?”

“இவ்வளவு கேட்டியே, அவ கழுத்துல தாலி இருக்கான்னு பாத்தியா?”

அதிர்ந்து விழித்தாள் வீரம்மா.

“அவ கல்யாணம் ஆனவளாம். புருஷன், அம்மானு சொந்தக்காரங்க யாருக்கும் தெரியாம அவ அப்பன்காரன் இங்க கொண்டு வந்து நம்ம தலைல கட்டட்டு போயிட்டான். இப்ப சாதி சனம் மொத்தமும் திரண்டு மஹால் வாசல்ல வந்து நிக்குது. நல்லவேளையா இன்னிக்கு மகாராஜா இங்க வரதா இல்ல. இல்லாட்டி அவர் முன்னிலைல இந்த கும்பல நான் என்னன்னு விசாரிச்சு, சமாளிக்கறது?”

“அடக் கடவுளே! இந்த அக்கிரமத்த என்னன்னு சொல்ல? அந்தாளுக்கு ஏன் இந்த துக்கிரித்தனம்? இந்தப் புள்ளையும் ஊமக் கோட்டான் மாதிரி வாய தொறக்கலயே...”

“அது சின்னப் புள்ளதானே வீரம்மா? அதுக்கென்ன தெரியும்? நாம கேட்டதுக்கு பதில் சொன்னா. கேக்காத விவரத்தையெல்லாமும் ஒப்பிக்கணும்னு அவளுக்கெப்படி தெரியும்? சரி, ஆனது ஆச்சு... இத மேற்கொண்டு எப்படி சமாளிக்கறதுன்னு நான் பாத்துக்கறேன். உன்ன வரச்சொன்னது இனி மேற்கொண்டு இது மாதிரி புதுப்

புள்ளைங்க வந்தா இன்னும் நல்லா விலாவாரியா விசாரிக்கணும்னு சொல்லத்தான், புரியுதா?"

"சரிங்க சாஹிப்."

"இப்ப அவ எப்படியிருக்கா? எங்க வேல கொடுத்திருக்க?"

"மஹால் சுத்தம் பண்றதுக்கான வேலைலதான் அவள வச்சிருக்கேன். கிராமந்தரத்துப் புள்ளையில்லயா? நல்லா துப்புரவா வேலை செய்யறா. இங்க இருக்கற மத்த வாயாடிங்க மாதிரி இல்ல. அமைதியா, தானுண்டு, வேலையுண்டுன்னு இருக்கறா."

"ம்ம்.. சரி, அவள உள்ளடங்கின வேலைகளுக்கு மட்டுமே வச்சுக்க. முக்கியமா ராஜா இங்க விஜயம் பண்ற நாட்கள்ல அவள சமையல் வேலைக்கு கீழவீதி வீட்டுக்கு அனுப்பிட்டாலும் சரிதான். ஒரு வேள அவள விடுதல பண்றா மாதிரி நிலமை வந்தா அவ பவித்ரம் குறையாம இருந்தாத்தான் புருஷன்கிட்டப் போய் ஜீவிக்க முடியும். நான் சொல்ல வரது புரியுதா?"

வாத்தியக்காரர்களும், பாராக்காரர்களும் இரண்டாவது மரியாதை தருமளவு முக்கியத்துவம் வாய்ந்த மஹால் மத்தியஸ்தரிடம் அனாவசியமாக விரோதத்தைக் காட்டுவது புத்திசாலித்தனமல்லவே! "ஆகட்டும் சாஹிப்" என்று மட்டும் சொன்னாள். அவரை வணங்கியபின் அறையை விட்டு வெளியேறினாள்.

'நானும் ஒன்னும் பரம்பரயா அக்காவா இருக்கறவ இல்ல. இந்த அரண்மண சொவத்துக்கு வெளில இருக்கற பத்தினித்தனமெல்லாம் இஞ்ச செல்லுபடியாகாது. உங்கள மாதிரி வெளில இருந்துகிட்டு உள்ளர எட்டிப் பாக்கறவங்கல்லாம் என்னய மாதிரி பொம்பளைங்கள என்னவா நெனச்சுகிட்டு இருக்கீங்கன்னு தெரியும். ஆனாலும் ராஜ சகவாசத்தால எங்கள சகிச்சுகிட்டிருக்கீங்கன்றதும் தெரியும். எவ்ளோ திமிரா என்கிட்டயவே அவள பவித்ரமா பாத்துக்க சொல்வீங்க?' மனதுக்கு ஏற்பட்ட குமைச்சல் உடல்சூட்டை ஏற்படுத்தியது. வேகமாக கைவீசி நடந்தால் வீரம்மா. வீரம்மாவும் சுவர்களுக்கு வெளியே இருக்கும் உலகின் நியதிப்படி வளர்ந்தவள்தான். ஏவல் பெண்டாக உள்ளே நுழைந்து, அக்காவாக பதவி உயர்வு பெற்றவள் வீரம்மா. இந்த அக்கா பதவிக்கு மாதம் ஏழெட்டு ரூபாய் வரை மொயின் உண்டு. ராஜா மனம் குளிர்ந்தால் அவ்வப்போது நகைகள் கூட கிடைக்கும், தாலியைக்கூட ஒரு நகையாக கழுத்தில் அணிந்து கொள்ளலாம். ஆனால் அதற்கு தங்கத்தின் மதிப்பு தவிர வேறேதும்

கிடையாது. குழந்தை பெற்றுக் கொண்டால் அதுவும் சர்க்காரின் குழந்தையாகவே வளர்க்கப்படும். குழந்தைகளுக்கும் மாதாந்திர மொயின் உண்டு. எல்லாச் சடங்குகளும் செய்துவைக்கப்படுவதுண்டு. ஆண் குழந்தையாக இருந்தால் திருமணம் செய்துவைத்து, வயிற்றுப் பிழைப்புக்கு ஏதேனும் வழி செய்து வெளியில் அனுப்புவார்கள். பெண்ணாக இருந்தால் மீண்டும் இதே தொழில்தான்.

மஹாலைப் பெருக்கித் துடைக்க, விளக்கேற்ற, தூபம் போட, பங்கா போட, பூத்தொடுக்க, நீர் இறைத்து ஊற்ற என எல்லா வேலைக்கும் ஏவல் பெண்டுகளைப் பயன்படுத்திக் கொள்ளலாம். பாயிமார்களின் அந்தரங்க வேலைகளான குளியலுக்கு உதவுவது, அலங்காரம் செய்துவிடுவது, மஞ்சத்தறையை அழகுபடுத்துவது, உல்லாசப் பேச்சுகளில் அவர்களை மகிழ வைப்பது போன்ற பணிகளையே அக்காமார் முதன்மையாகச் செய்ய வேண்டியிருக்கும். சிற்சில அக்காமார் அவரவர் அறிவுத் திறனுக்கு ஏற்ப பாயிமார்களின் சக களத்திர சண்டைகளில் மதியூக மந்திரிகளாகவும் பணியாற்றிப் பலன் பெறுவதுண்டு.

எப்போதேனும் அரசர் உல்லாசமாய் சவாரி போனால் கல்யாண மஹால் பாயிமார்களையும் அழைத்துச் செல்ல திருவுள்ளம் கொள்வார். அத்தகைய சமயங்களில் கோச்சு வண்டியில் பாயிமார்களுக்கு சற்றுக் கீழான ஆசனத்தில் அமர்ந்து இவர்களும் செல்லலாம். வெளியுலகத்தை அப்படித்தான் பார்த்துக் கொள்ள வேண்டும். அல்லது பாயிமார்கள் ஏதேனும் வேண்டுதல் வைத்தால், அவற்றை நிறைவேற்றப் போகையில் கோவில் குளமென்று போய் வரலாம். இதெல்லாம் மிக மிகக் குறைவான வாய்ப்புகள் மட்டுமே.

தலைநகருக்குள்ளேயே நடக்கும் எந்த விழாக்களுக்கும் கலியாண மஹால் பாயிமார்களோ அக்காமார்களோ போக முடியாது. அங்கே போவதற்கு அரசர் முறைப்படி மணந்த அரச மாதேவியருக்கும், அவர்தம் மக்களுக்குமே அனுமதி!

மஹாலின் இருண்ட இடைக்கழிகளையும் மண்டபங்களையும் கடந்து போய்க்கொண்டே இருந்தாள் வீரம்மா. மோஹிதேவின் பேச்சில் இருந்த பவித்திரம் என்ற வார்த்தை அவளை ரொம்பவே உலுக்கிவிட்டது.

மீனாட்சியின் மீதான மோஹிதேவின் இந்த திடீர் பரிவை நினைக்க நினைக்க வீரம்மாவின் புழுக்கம் அதிகரித்துக் கொண்டே போனது. மீனாட்சி திருமணமானவள் என்பதால் மட்டும் எந்த விதத்தில் உயர்வு? அவளை மட்டும் காபந்து செய்து வைக்க வேண்டுமாமே? பெரிய சீதை இவள், இங்கே அசோகவனத்திலிருக்கிறாளாக்கும். நான் திரிசடை போல அவளை போஷித்து வைக்க வேண்டுமாக்கும். இப்படி பல்வேறு எண்ணங்கள் கொப்பளிக்க இறுக்கமான மனதோடு நடந்து நடந்து மஹாலின் கடைக்கோடியில் இருந்த நிலா முற்றத்திற்கே வந்துவிட்டிருந்தாள் வீரம்மா.

மஹாலுக்குள் இருக்கும் தூண்கள் எல்லாம் ஒரு ஆள் கட்டிப்பிடிக்க முடியாத அளவுக்கு பருத்த உருண்ட வழவழப்பான தூண்கள். நிலா முற்றத்திலோ மூங்கில் போல மெல்லிய தூண்கள் நின்று கொண்டிருந்தன. அவற்றுக்கு மேலே இரும்புக் கிராதி பரவியிருந்தது. கிராதியின் மேல் அங்கங்கு மல்லிகை, முல்லைக் கொடிகள் படர்ந்திருந்த இடங்களில் எல்லாம் இருள் அடர்ந்திருந்தது. கொடிப்பந்தல்களுக்குக் கீழே அமர்வதற்கு கல்லினால் சிறு சிறு திண்ணைகள் இருந்தன. அவற்றிலொன்றில் அமர்ந்தாள் வீரம்மா.

யோசித்துக் கொண்டிருந்தவளுக்கு இரண்டு வாரங்களுக்கு முன்பு கோவிந்தன் சொன்ன சேதியொன்று நினைவுக்கு வந்தது. அவளுக்குள் கிளர்ந்த வக்கிரத்திற்கு வடிகாலாக ஒரு திட்டமும் உதயமானது. இந்த மோஹிதே எப்படி மீனாட்சியை அவள் குடும்பத்திடம் ஒப்புவிக்கிறார் என்று பார்த்துவிடலாம் என்று உற்சாகமாக எண்ணிக்கொண்டபடி புன்னகைத்தாள்.

16

தஞ்சையின் அரண்மனை வெகுகாலத்திற்குப் பிறகு சுறுசுறுப்பாக இயங்கியது. ஒரு காலத்தில் வடக்கே கொள்ளிட நதியையும், கிழக்கே தேவிப்பட்டினம் தொடங்கி பாம்பாற்று அழிமுகம் வரையான கடற்கரையும், மேற்கே திருச்சி, புதுக்கோட்டை சமஸ்தானங்களையும், தெற்கே ராமநாதபுர அரசையும் எல்லையாகக் கொண்டிருந்த தஞ்சை மராட்டியர்களின் அரசு இப்போது தஞ்சையின் கோட்டைக்குள் மட்டுமாக சுருங்கிவிட்டிருந்தது.

பிரதாபசிங்கர் காலத்தில் வடகிழக்கு எல்லைப்பகுதியான தேவிகோட்டையை ஆங்கிலேயரிடம் விட்டுக் கொடுக்க ஆரம்பித்த வினை, படிப்படியாக முற்றி, சரபோஜி மன்னராக பதவியேற்றுக் கொண்டபோது தஞ்சைக் கோட்டையும், வல்லம் பகுதியும் மட்டுமே மிஞ்சியது.

ஆரம்பத்தில் ஆங்கிலப் படையின் பாதுகாப்பை பெற மராத்திய அரசர்கள் பணம் செலுத்தியது போக இப்போதோ அரசர் சரபோஜியே கும்பினியிடமிருந்து ஓய்வூதியம் நிலைக்கு வந்தாயிற்று.

இருந்தாலும் அரண்மனையில் பணியாளர்களின் எண்ணிக்கை குறைந்துவிடவில்லை. இப்போதும் கிட்டத்தட்ட ஆறாயிரம் பேர் வரை இங்கு பணியாற்றுகின்றனர். அரச குடும்பத்துக்கு உரிய முகாசா நிலங்களின் மகசூல், சத்திரங்களின் மேலாண்மை, பாயி சாஹிபுகளின் பெயரில் இருந்த தோப்புகளின் மேற்பார்வை, அரண்மனையின் அன்றாட நிர்வாகம் போன்ற சில்லறை வேலைகளைப் பார்த்துக் கொண்டு, அரண்மனை ஊழியர்கள் சுகவாசிகளாக காலம் கழித்துக் கொண்டிருந்தனர்.

விநாயகர் சதுர்த்தி, நவராத்திரி ஆகிய விழாக்காலங்கள் தவிர்த்து மற்ற நேரங்களில் அரண்மனை ஊழியர்கள் சோம்பல் ததும்பத்தான் இருப்பார்கள். அன்று வழமைக்கு மாறாக அந்த கடும் கோடைக் காலத்தில் காலை முதலே அரண்மனை பரபரப்பாக இருந்தது.

காலையிலேயே முன்னாள் அரசரும், இப்போதைய அரசர் சரபோஜியின் சித்தப்பா முறையுள்ளவருமான அமரசிம்மர் கைலாசவாசியாகிவிட்ட தகவல் திருவிடைமருதூரிலிருந்து வந்துவிட்டது. ஒரு பக்கம் மகாலிங்க ஜடாவல்லபர் வைதீகக் காரியங்களுக்குத் தேவையான கட்டளைகளை அளித்துக் கொண்டிருந்தார். இன்னொரு பக்கம் இந்த மரணத்தின் காரணமாக அரசியலில் ஏதேனும் மாற்றங்கள் ஏற்பட்டு விடுமோ என்ற அச்சத்தில் சேனாதுரந்திரர் வராஹப்பைய்யர் தலைமையில் அலுவலர்கள் கூடி ஆலோசிப்பதும், ஒற்றர் தகவல்களைத் தொகுப்பதுமாக ஓடியாடிக் கொண்டிருந்தனர்.

இறப்புத் தீட்டின் காரணமாக தனது அன்றாட சிவபூஜை தடைபட்டிருந்ததாலும், சிதையேற்றம் நடந்த பின்னரே தான் செய்ய வேண்டிய தர்ப்பணாதிகளைச் செய்ய முடியும் என்பதாலும் சரபோஜி மன்னர் தர்பாருக்கு வருவதைத் தவிர்த்தார். கல்யாண மஹாலின் ஒரு மண்டபத்திலேயே அலுவலர்கள் அனைவரையும் கூடுமாறு சொல்லியனுப்பியிருந்தார்.

'கடுகு சிறுத்தாலும் காரம் குறையாது' என்பதைப் போல ராஜ்யம் சுருங்கினாலும் ராஜாவின் விருதுகளை சுருக்க முடியாதல்லவா?

“ஸ்ரீமத் போஸல குலோத்பவ, ஹிந்துபதிசிரேஷ்ட, ஸார்வபௌம, சௌர்ய தைர்ய வீர்ய சாதுர்ய காம்பீர்ய விநயாதி ஸத்குண ரத்ன ரத்னாகர, ஸகல கலா ப்ரவீண ப்ரதிபக்ஷ பக்ஷகண்டன, சோழ தரணி பாலக, க்ஷத்ரிய குலவரிஷ்ட, க்ஷோணீச குலலலாம, சோணாவனீ நாயக, தஞ்சபுராதீச, மகாராஜ சத்ரபதி, பூலோக தேவேந்திர சரபோஜீந்திர ராஜே சாஹேப் பராக்” என்று ஏவலன் ஒருவன் கூவ, அவைக்குள் அமர்ந்திருந்த அனைவரும் எழுந்து நின்று வணங்கினர்.

சரபோஜி நிதானமாய் நடந்து வந்து தனக்குரிய ஆசனத்தில் அமர்ந்தார். பின்னர் மற்றவர்கள் அமர்ந்தனர்.

அது முறையான அரசவை இல்லையென்றாலும் வழக்கப்படி அரசரின் ஆசனத்துக்கு வலப்பக்கத்தில் போவாரும், இடப்பக்கம் தேவகரும், எதிரில் பேஷ்வாவும் அமர்ந்தனர். பிரதம மந்திரியான சர்க்கேல், காவல் அதிகாரியான கொத்தவால், கோட்டையின் பொறுப்பாளரான கில்லேதார் என எல்லா முக்கிய அதிகாரிகளும் அவரவர் அந்தஸ்துக்கு உகந்த முறையில் அவையில் அமர்ந்திருந்தனர்.

வராகப்பையர் எழுந்து அரசரையும், மற்ற அவையினரையும் வணங்கிவிட்டுப் பேச ஆரம்பித்தார்:

“மன்னரின் சிறிய தந்தை முறையுள்ளவரான அமரசிம்ம போன்ஸ்லே ராஜா, திருவிடைமருதூரிலே வியோகமான செய்தியை அவையீர் அறிந்திருப்பீர். அவருக்கான உத்தரக் கிரியைகளை ஜனாச்சாரியார் முன்னின்று நடத்திவைத்துக் கொண்டிருக்கிறார். அவரது மூன்றாம் அரசியான பவானி பாயி சாஹேப் சக கமனத்துக்குத் தயாராகிவிட்டதாகவும் செய்தி வந்திருக்கிறது.

இப்போ சிக்கல் என்னவென்றால் கும்பினியாருக்கு இந்த உடன் கட்டையேறுதல் என்பதில் அதீத வெறுப்பு. அதைக் காட்டுமிராண்டித்தனம் என்றே குறிப்பிட்டு வருகிறார்கள். இந்நிலையில் அரசகுடும்பத்திலிருந்து ஒரு பாயி சாஹேப், சதி மாதாவானால் அதை கும்பினிக்கு எதிராக நமது சமஸ்தானம் எழுப்பும் குரல் என்றே எடுத்துக் கொள்ளக்கூடும். தனிப்பேச்சில் ரெசிடெண்ட் மக்லோட் கூட அந்தப்படிக்கே அபிப்ராயப்படுவதாக அங்கிருக்கும் நமது சேவகர்கள் தெரிவிக்கிறார்கள்.

ஆனால் நம்மோட தர்ம சாஸ்திரப்படி பத்தினி தன் பர்த்தாவோடு எரிபுக முடிவெடுத்தால், அவள் கர்ப்பஸ்த்ரீயாகவோ பாலூட்டும் தாயாகவோ இல்லாத பட்சத்தில் அவளை பராசக்தி சொரூபமாகவே காணவேணும்; அவள் விருப்பதை ஏற்று, அவளை வணங்கி பர்த்தாவோடு அனுப்பி வைக்க வேணும். ஸ்மசானத்துக்கு பல்லக்கில் ஊர்வலமாகக் கூட்டிப் போகணும். போகும் வழியெல்லாம் அம்மன் ஊர்வலத்தைப் போலவே ஜனங்கள் வீட்டுக்கு வீடு எல்லோரும் மாசத்தியின் காலைக் கழுவி வணங்க வேணும்.

ராஜ்ஜியத்தில் எந்தக் குடும்பத்துப் பெண்ணாயிருந்தாலும் அவ சக கமனத்துக்கு தயாராயிட்டான்னு சொன்னா, அந்த சிதையேற்ற காரியத்துக்கு ராஜா சக்கரம் கொடுக்கணும்னு நம்ம சாஸ்திரங்கள் சொல்லும். அப்படியிருக்க, ராஜ குடும்பத்துல மாசத்தி ஒருத்தி புறப்படறச்ச, அவளை வழி மறிச்சா அந்தப் பாவம் தலைமுறைகளத் தாண்டியும் சுத்துமேன்றதையும் நாம பாக்க வேண்டியிருக்கு.

இப்ப பாம்பையும் அடிக்கணும், கோலும் உடையப்படாதுன்றாப்போல இதுக்கொரு உபாயம் கண்டுபிடிக்கத்தான் நாமெல்லோரும் இங்க கூடியிருக்கோம்."

எல்லோருக்கும் ஏற்கெனவே தெரிந்த விஷயங்கள்தான் என்றாலும் சபைக் கூட்டம் என்று வந்தால் யாரேனும் ஒருவர் சிக்கலை ஒருமிக்க தொகுத்துச் சொல்ல வேண்டும் என்பது மரபு. அதற்காவே வராகப்பைய்யர் விலாவரியாகச் சொல்லி முடித்தார். அவர் தனது ஆசனத்தில் அமர்ந்ததும் சர்க்கேல் தாத்தாஜி அப்பா எழுந்து தொண்டையக் கனைத்துக் கொண்டு பேசத் துவங்கினார்:

"ராஜஸ்ரீ மகாராஜாவுக்கு வந்தனம். சபையினருக்கும் என் வந்தனங்கள். இப்போ உள்ள ஸ்திதியை சேனாதுரந்திரர் விவரிச்சு சொல்லியிருந்தார். அதிலே அடியேனுக்கு தோணும் ஒரு யுக்தியை இங்கே முன்வைக்கலாமென்று நினைக்கிறேன்" என்று சரபோஜியைப் பார்த்தார். அவர் தொடர்க என்று கண்களால் சைகை காட்ட, இவரும் தொடர்ந்தார்.

"ரெசிடெண்ட் துரையவர்களையே நேரடியாக திருவிடை மருதூருக்கு உத்தரவு அனுப்பி வைக்கச் சொல்லலாம். அவர்களும் கும்பினியின் மானியத்தை எதிர்நோக்கி வாழுபவர்கள்தான் என்பதால் அவர்கள் அதை ஏற்றுக்கொண்டே ஆகணும். அல்லாமல்

மீறினாலும் கும்பினியாரின் கோபம் நேரடியாக அவர்களையே சேரும். நம் மகாராஜாவுக்கு எந்த ஹானியும் ஏற்படாது."

"இதுல நமது ராஜ்யத்துக்குள்ளேயே, மகாராஜாவின் வார்த்தைக்கு மரியாதை இல்லைன்னு காட்டிக்கறாப்ல ஆகிடாதா?" இது கில்லேதாரின் சம்சயம்.

"நம்ம மகாராஜா நேரடியா அவங்களுக்கு உத்தரவு அனுப்ப முடியாது. அப்படி அனுப்பினால் அது தாயாதிக் காய்ச்சல்னுதான் ஜனங்கள் புரிந்து கொள்ளக்கூடும். அது அமரசிம்மரோட பரிவாரத்துக்கு சாதகமாகக் கூடும். இதையே ரெசிடெண்ட் கேட்கையில் சொல்லிடலாம். அப்ப நேரடியா அவங்களே மத்தியார்ஜுனத்துக்கு தகவல் அனுப்பிக்கட்டும். அந்த ரெண்டு தரப்பும் நேரடியா மோதிகிட்டா எது நடந்தாலும் நாம தப்பிடலாம்."

கொஞ்ச நேரம் அமைதி நிலவியது. வேறு யாரும் எதுவும் பேசவில்லை. ஒருவாறு வேறெந்த எதிர்ப்பும் எழுந்து வராததால் இந்த யோசனையே இறுதியென்று எல்லோருக்கும் தோன்றியது. அரசரிடமிருந்து எந்த பதிலும் வரவில்லை என்பதால் ஒரு தேக்கமான அமைதி ஏற்பட்டது.

அந்த அமைதி நீளும் தோறும் அரசருக்கு இந்த யுக்தியில் பிரியமில்லை என்பது எல்லோருக்குமே புரிந்தது. ஆனால் இதில் வேறென்ன செய்ய முடியும் என்றும் புரியவில்லை. அமரசிம்ம ராஜா இருந்த வரை கதை வேறு - அவர் பெரிய மகாராஜா துளஜாவின் தம்பி என்பதால் சரபோஜிக்கு சிற்றப்பன் முறை. ஆனால் இனி அந்தப் பக்கம் நின்றிருக்கப் போவது அவரது மகன் பிரதாப சிம்மன். சரபோஜியைக் காட்டிலும் பல ஆண்டுகள் இளையவன். அவன் முன்னிலையில் ரெசிடெண்ட்டை முன்னால் விட்டுத் தான் பின்னால் நிற்பது அவருக்கு கௌரவக் குறைவாகத் தோன்றியதில் வியப்பில்லை.

அவைக்கூட்டம் நடந்து கொண்டிருந்த அறையின் பிரதான வாயில் புறம் சலசலப்பு எழுந்தது. ஏவலாள் ஒருவன் வினயமாக உள்ளே நுழைந்து ரெசிடெண்ட் அரசரை பேட்டி காண வந்திருப்பதைத் தெரிவித்தான்.

அரசரைத் தவிர அனைவரும் எழுந்து நிற்க, ரெசிடெண்ட் மக்லோட் உள்ளே வந்தார். அவரோடு துபாஷ் வேலப்ப முதலியும்

வந்திருப்பதைக் கண்ட அவையினருக்கு சற்று வியப்புதான். மன்னர் சரபோஜிக்கும், சர்க்கேலுக்குமே நன்றாக ஆங்கிலம் தெரியும் என்பதால் பொதுவாக தஞ்சை அரசவைக்கு வரும்போது மக்லோட் துபாஷை அழைத்து வருவதில்லை. இன்றைய புதுப்பழக்கத்தின் காரணம் புரியாமல் எல்லோரும் திகைத்தனர்.

மக்லோட், அரசரை வணங்கிவிட்டு, நீண்ட உரையொன்றை நிகழ்த்திவிட்டு, துபாஷியை பார்த்தார். வேலப்ப முதலி, அந்த ஆங்கில உரையை தமிழில் மொழிபெயர்த்தார்.

"உங்கள் சிற்றப்பாவின் மறைவுக்கு என் ஆழ்ந்த அனுதாபங்கள் மகாராஜா. இந்தத் துயரமான சமயத்தில் உங்களிடம் நான் சில கடுமையான விஷயங்களைப் பேச வேண்டியிருக்கிறது. அதற்காக என்னை மன்னியுங்கள்!" என்று பீடிகை போட்டவாறு ஆரம்பித்தார் மக்லோட். அவரது நிதானமான ஆங்கிலம் அவையில் பெரும்பாலானவர்களுக்குப் புரியவே செய்தது.

"அமரசிம்ம ராஜாவின் மறைவையொட்டி அவரது பாயி சஹேப்புகளில் ஓரிருவரேனும் உடன் கட்டை ஏற முயற்சிக்கலாம் என்று கேள்விப்பட்டேன். எங்கள் நிர்வாகத்தின் கீழிருக்கும் நாட்டில் நாங்கள் இதை அனுமதிக்க முடியாது. அரச குடும்பத்தவரின் செயல் என்பது மக்களுக்கு ஒரு வழிகாட்டி போல. அரச குடும்பத்திலேயே இச்செயலை அனுமதித்தால், நாளை சாதாரண ஜனங்களும் இப்படி தற்கொலை செய்துகொள்ள ஊக்கம் பெறுவார்கள்.

நீங்களே அதை தடுத்து நிறுத்துவது சாத்தியமில்லை என்பதை என்னால் புரிந்து கொள்ள முடிகிறது. எனவே படைகளின் உதவியோடேனும் நாங்கள் இதை நேரடியாக தடுத்து நிறுத்தியாக வேண்டும். எனவே துபாஷ் வேலப்ப முதலியின் உதவியோடு, நான் நேரே திருவிடைமருதூருக்குச் செல்ல இருக்கிறேன். உங்கள் ராஜ்ய பரிபாலனத்தில் குறுக்கிடுவதாக நினைத்துக்கொள்ளாமல் எங்களை அனுமதிக்க வேண்டும்" என்று முடித்தார்.

மேலுக்குப் பணிவான வேண்டுகோள் போலத் தெரிந்தாலும் உண்மையில் அது ஒரு கட்டளை என்பது எல்லோருக்குமே புரிந்தது. ஒருவிதத்தில் சரபோஜிக்கு எரிச்சல் எழுந்தாலும் இன்னொருவிதத்தில் தன் தர்மசங்கடம் தவிர்க்கப்படுவது குறித்து நிம்மதியும் எழுந்தது. சில வினாடி தாமதத்திற்குப் பின்னர் பதிலளித்தார்.

“உங்களது கோரிக்கையை என்னால் புரிந்து கொள்ள முடிகிறது. நானும் ஐரோப்பியக் கல்வி உடையவன் என்றாலும் அடிப்படையில் ஒரு இந்து. என்னால் சக கமனத்தை தடை செய்வதை, அதிலும் என் சொந்தக் குடும்பத்திலேயே செய்வதை முழு மனதோடு செய்ய இயலாது. எனவே நீங்களே நேரடியாக செயல்படுவதற்கு சம்மதிக்கிறேன். எம் படையிலிருந்து சிலரை உங்களுக்கு வழிகாட்டி அழைத்துச் செல்ல அனுப்பட்டுமா?”

“தேவைப்படாது மகாராஜா. வேலப்ப முதலி ஒருவரே வழிகாட்டப் போதுமென்று நினைக்கிறேன். கோட்டைக்கு வெளியே சிறு படை ஒன்றினை சித்தமாக நிறுத்த சொல்லியிருந்தேன். நாங்கள் இருவரும் போய் அப்படையோடு இணைந்துகொண்டு புறப்பட வேண்டியதுதான் வருகிறோம்.”

அந்த செட்டைக்கார துரை தனது அடிப்பொடியான முதலி பின் தொடர அவையிலிருந்து வேகமாய் வெளியேறினார். அந்த இரண்டு நபர்களின் வெளியேற்றத்தில் அங்கிருந்த அத்தனை பேர் மனதிலும் குடிகொண்டிருந்த இறுக்கம் தளர்ந்தது.

17

“ஆளாளுக்கு சத்தம் போடாதீங்க. எல்லாருமா சேந்து ஒரக்க பேசப் போயிதான் மத்தியஸ்தரய்யா கோவமா உள்ள போயிட்டாரு. கொஞ்சம் அமைதியா இருங்க” கூட்டத்தைப் பார்த்து உரக்கச் சொன்னான் மருதன். தெருவின் நாட்டாமை என்பதால் அவர் பேச்சுக்கு மறுபேச்சில்லை. அனைவரும் மௌனமானார்கள். ஆனால், பரிமளத்தின் அழுகை மட்டும் நிற்கவில்லை. தன் முன்னால் பிரமாண்டமாக நிற்கும் அந்த மாளிகையின் ஏதோ ஒரு உள்ளறைக்குள்தான் தன் பெண் இருக்கிறாள் என்பதை எண்ணி ஏங்கி ஏங்கி அழுது கொண்டிருந்தாள். அவளது விசும்பல் சத்தம் கூட்டத்தினர் அனைவரையும் சங்கடத்துக்கு உள்ளாக்கியது. செங்கமலம் அவ்வப்போது அவளை தோளோடு அணைப்பது, முதுகைத் தடவுவது என்று ஆறுதல்படுத்த முயன்றாள்.

மஹாலுக்குள்ளிருந்து இரண்டு காவலர்கள் துணைவர, கோவிந்தன் விறைப்பாக நடந்து அவர்களருகில் வந்தான்.

"என்னாய்யா உங்ககூட பெரிய தொந்தரவா இருக்கு. நான் அவ்ளோ தூரம் படிச்சு படிச்சு சொல்லியும் சாஹிப் வரப்ப கலவரமாக்கிபுட்டீங்களே.. அறிவில்லயா? ராஜதானி பட்டணத்துல, அரண்மனைக்கு உள்ள நிக்கறோம்ன்ற பயபக்தியே இல்லாம போச்சா உங்களுக்கெல்லாம்? இப்ப சாஹிப் ரொம்ப கோவமா இருக்காரு. இருந்தாலும் உங்க பிராதென்னன்னு கேக்க மனசிரங்கி, யாராவது ரெண்டு பேத்த உள்ள கூட்டிட்டு வரச் சொன்னாரு. பிரச்சினைல சம்பந்தப்பட்டவங்களா, இங்கிதமா பேசத் தெரிஞ்சவங்களா ரெண்டே ரெண்டு பேரு மட்டும் எங்கூட வாங்க" என்றான். அதைச் சொல்லிவிட்டு, அவர்கள் கலந்து பேசி முடிவெடுக்க இடம் கொடுத்து சற்றுத் தள்ளி சென்று நின்று கொண்டான்.

தாங்கள் கலைசலாக பேசப் போய்த்தான் சூழலின் சுமுகம் கெட்டிருக்கிறது என்பதை அனைவரும் உணர்ந்திருந்தனர். எனவே அனைவரும் வாயைத் திறக்காமல் மருதனையே பார்த்தனர். அனைவரின் கீழ்ப்படிதலையும் உணர்ந்த மருதனுக்கு ஒரு கணம் பெருமிதமாக இருந்தது. தானே உள்ளே போகலாமா என்று யோசித்தான். ஆனால் கோவிந்தன் சொல்லும்போதே பிரச்சினையில் சம்பந்தப்பட்டவர்கள் மட்டும் வந்தால் போதும் என்றது நினைவுக்கு வரவே பெண்ணைப் பெற்றவளையும், அந்தக் குடும்பத்தின் மூத்தாம்பிள்ளையையும் அனுப்பினால் போதும் என்று முடிவு கட்டிக் கொண்டான்.

"நற்குணம், நீயும் ஒந்தம்பி பொஞ்சாதி பரிமளமும் மட்டும் உள்ளார போங்க. மஹால் மத்தியஸ்தரய்யாதான் இங்க பெரிய அதிகாரி. அதுனால அவருகிட்ட சமாச்சாரத்த நறுக்குத் தெரிச்சாப்பல கச்சிதமா சொல்லுங்க. பணிவா நடந்துக்குங்க. நாங்கல்லாம் இங்கயே குந்தியிருக்கோம், சரியா?" என்றான்.

நற்குணமும், பரிமளமும் தலையாட்டிவிட்டு, நகர்ந்து கோவிந்தனருகில் செல்ல, அவன் தன்னைப் பின்தொடர சைகை காட்டிவிட்டு மஹாலுக்குள் சென்றான். இருவரும் அமைதியாக அவனை அடியொற்றி சென்றனர்.

பிரம்மாண்டமான வெண்ணிறத் தூண்களால் தாங்கப்பட்ட மஹாலின் கூரையின் உயரம் பிரமிக்க வைத்தது. ஒவ்வொரு

அங்கணத்திலும் மையப்பகுதி குவை மாடமாக உயர்ந்திருந்தது. குவை மாடத்தின் மையப்பகுதிகளில் கொத்துக் கொத்தாக கண்ணாடி மலர்கள் மலர்ந்தது போல லஸ்தர் விளக்குகள் நிதானமாக எரிந்து கொண்டிருந்தன. மாடத்தின் உட்புறம் அழகிய தைல ஓவியங்கள் வரையப்பட்டிருந்தன. அவற்றையெல்லாம் ரசிக்கும் மனநிலையில் பரிமளம் இல்லையென்றாலும் அவற்றின் பிரமாண்டம் அவளை மருட்டவே செய்தது. நிமிர்ந்து கூரையை ஒரு கணம் பார்ப்பதும், பின் பார்வையைத் தழைத்துக் கொள்வதுமாக தன் மைத்துனரைப் பின் தொடர்ந்து அறைக்குள் நுழைந்தாள்.

மோஹிதேவின் அலுவல் அறை ஒரு மேடையின் மீது அமைந்திருந்தது. தரையில் விரித்த ஓலைப் பாய்களின் மீது மெத்தைகளை விரித்து, அதில் திண்டுகளை அமைத்துக் கொண்டு, சௌகரியமாக அமர்ந்திருந்தார் மோஹிதே. எழுதுவதற்கான குட்டை மேசையொன்று அவர் முன்னால் இருந்தது.

உள்ளே நுழைந்ததும் இருவரும் உடலை வளைத்து பவ்யமாய் வணக்கம் வைத்தனர். அதை அலட்சியமாக ஏற்றுக்கொண்டவர். அவர்கள் இருவரையும் நிமிர்ந்து பார்த்தார். பரிமளத்தின் உருவம் மீனாட்சியின் அழகின் மூல ஊற்று எதுவென கட்டியம் கூறுவது போலிருந்தது. சோகம் போர்த்திய அவளது முகம் புழுதி படிந்த சிலையொன்றின் முகமென வாடியிருந்தது. இன்னும் இப்படி எத்தனை எத்தனை மனிதர்களின் துயரத்தில் தனக்குப் பங்கிருக்கப் போகிறதோ என்று மோஹிதேவுக்குள் அச்சம் ஊர்ந்தது. இப்படி ராஜ சேவகத்தில் சேர்த்துக் கொண்டே போகும் பாவமூட்டைகளை எப்போது, எப்படி இறக்கி வைக்கப்போகிறோமோ என்று எண்ணியவருக்கு பெருமூச்சு எழுந்தது.

தன் மனத்தளர்ச்சியை புதைத்துக் கொண்டு மீனாட்சியை கிரயம் செய்து வாங்கியிருந்த முத்திரைத் தாளை எடுத்து தன் முன்னிருந்த குட்டை மேஜை மேல் வைத்துக் கொண்டார். வந்திருந்த இருவரும் முகத்தில் அச்சமுடன் நின்றுகொண்டிருந்தனர். கம்பீரத்தை விட்டுக் கொடுக்காமல் சற்று அதட்டலாகவே பேச்சை ஆரம்பித்தார் மோஹிதே,

“என்னப்பா, ராஜவிசுவாசம்ன்றதே அத்துப் போச்சு போலிருக்கே? அரண்மனை வளாகத்துக்குள்ள வந்து நின்னு கூச்சல் போடற அளவுக்கு துளிர்த்துப் போச்சா? என்ன பிரச்சினைனாலும் மரியாதையா வந்து பிராது கொடுக்கத் தெரியாதா?”

“ஐயா, சாமி அப்படியெல்லாம் பெரிய வார்த்தையெல்லாம் சொல்லாதீங்கய்யா. அடிவயிறு பத்தி எரியறப்ப அர்ஜி எழுதிகிட்டிருக்க முடியுங்களா? ஏதோ எங்க கலவரத்துல சத்தம் போட்டு பேசிப்பிட்டோம். மன்னிச்சுக்குங்க” என்றபடியே நெடுஞ்சாண்கிடையாக தரையில் படுத்து தண்டமிட்டார் நற்குணம். அவர் எழுந்ததும் பரிமளமும் பெண்களுக்குரிய முறைப்படி மண்டியிட்டு தலைகுனிந்து வணங்கி எழுந்தாள்.

“பொட்டப் புள்ளயோட வாழ்க்கைங்க. அந்தப் பதட்டத்துல கத்திபிட்டோம் ஐயா. பெரிய மனசு பண்ணி மன்னிக்கணும்” என்று தழுதழுத்தாள் பரிமளமும்.

“என்னதான் உங்களோட பிரச்சினை? சுருக்கமா, தெளிவா சொல்லுங்க...”

“எம்பேரு நற்குணமுங்க. என் தம்பி பேரு பெரிய நாயக் கொத்தனுங்க. ஊரு திருவாதி. இந்தா இவதாங்க என் தம்பி பொஞ்சாதி. எந்தம்பிக்கு ஒத்தப் பொண்ணு. அது பேரு மீனாச்சி. அந்தப் புள்ளக்கு இந்த மாசிக்கு வயசு பன்னெண்டாவுது. இந்தா நிக்கறாளே, இவதான் அதப் பெத்தவளுங்க. அந்தப் புள்ளைக்கு அஞ்சு வயசிருக்கும் போதே, அத கும்மோணத்துல கட்டிக் கொடுத்துப்பிட்டோம். புள்ள திரண்டு குளிச்சதுக்கப்புறம் கொண்டு போய் குடித்தனம் வைக்கணும்னு காத்திருந்தோமுங்க. மாப்புள்ள புள்ளையாண்டான் சித்தூர் ஜில்லா வேலூர் கோட்டைல கும்பினி சர்க்கார்ல உத்தியோகம் பாக்குறவரு. அவருக்கு அப்பாவும் அங்க நல்ல உத்தியோகஸ்தர்தான்.”

நற்குணத்தின் பிராதை மேலோட்டமாகக் கேட்டுக்கொண்டிருந்த மோஹிதேவுக்கு கும்பினி சர்க்கார் உத்தியோகஸ்தன் என்றதும் தூக்கிவாரிப்போட்டது. அதை வெளியே காட்டிக்கொள்ளாமல், காலை மாற்றிப்போட்டு உட்காரும் பாவனையில் சற்றே நிமிர்ந்து உட்கார்ந்துகொண்டார். கும்பினி சர்க்கார் உத்தியோகஸ்தன் பெண்ஜாதியையா இங்கே விலைக்கு வாங்கித் தொலைத்திருக்கிறோம் என்ற நினைப்பில் மோஹிதேவின் படபடப்பு அதிகமானது. அந்நபர் நாலெழுத்து படித்தும் தொலைத்திருந்தானென்றால் கண்டிப்பாக சிக்கல் பெரிதாகிவிடுமே என்று அஞ்சினார். ஆனாலும் எதையும் முகபாவத்தில் காட்டிக் கொண்டுவிடாமல் இறுக்கமாகவே கேட்டுக் கொண்டிருந்தார்.

"இதுக்கு நடுவுல வெண்ண திரண்டு வரப்ப தாழிய போட்டு உடச்சாப்பல எந்தம்பி, அந்த நாசமாப் போறவன், புள்ளய இங்க கொண்டாந்து கிரயம் பண்ணிக் கொடுத்து பணத்த வாங்கி முடிஞ்சுகிட்டு போயிட்டான்."

அந்த இடத்தில் சட்டென்று பரிமளம் குறுக்கிட்டுப் பேச ஆரம்பித்தாள். அவள் வாழ்க்கைப்பட்டு வந்த இத்தனை வருடங்களில் பெரியவர்களின் பேச்சில் இடைநுழைந்து அவள் பேசிப் பார்த்தேயிராததால் நற்குணம் திகைத்துப் போனார். வாழ்வில் விழுந்த அடிகள் அவளது அடக்கத்தையும், பொறுமையையும் கடைசி எல்லை வரை உடைத்துவிட்டிருப்பதை உணர்ந்து பெருமூச்செறிந்தார்.

"நா எங்கப்பன் வீட்டுக்குப் போயிருந்தேங்க. வீட்ல யாருமில்லாதப்ப புள்ளைய பட்டினம் பாக்கலாம் வான்னு கூட்டிட்டு வந்து வித்துபுட்டாருங்க அந்த துப்பு கெட்ட மனுஷன். வித்த காச தலப்புல முடிஞ்சுகிட்டு நேரா தேவிடியா வீட்டுக்குப் போயி, பாதிக் காச தொலைச்சும் புட்டாரு. மிச்சமிருந்த 20 சக்கரத்த கொண்டாந்திருக்கோம். பெரிய மனசு பண்ணி, இத வாங்கிகிட்டு எங்க புள்ளய விடுதல பண்ணி விட்ருங்க எஜமான். இப்படியே நேர கும்மோணத்துல போய் மாப்புள்ளயோட மாமன் குடும்பத்துகிட்டயாச்சும் ஒப்படைச்சாத்தான் எங்க கலக்கம் தீரும்" என்று பரிமளம் புடவைத் தலைப்பில் முடிந்து வைத்திருந்த பணத்தை எடுத்து மோஹிதேவின் முன் பவ்யமாய் வைத்தாள்.

"ஹ்ம்ம்... முதல்ல ஒருத்தன் வந்து நான் தான் புள்ளைக்கு அப்பன்னு வித்துட்டுப் போனான். இப்ப நீங்கல்லாம் வந்து இன்னொரு கதை சொல்றீங்க. இதுல நான் எதை நம்ப? சரி, அப்படியே பாத்தாலும் புள்ளைய கிரயம் பண்ணினது 50 சக்கரத்துக்கு. எழுத்துக்கூலி ஒரு ரெண்டு சக்கரம். அத வேணும்னா போனாப் போவுதுன்னு தள்ளலாம். பாதிக்கும் குறைவா காசக் கொடுத்தா நானில்ல போத்தே மஹாலுக்கு கணக்கு கொடுக்கணும்? அதோட நீங்க சொல்றதெல்லாம் நிஜம்தான்றதுக்கு என்ன ருஜூ? ஊருக்குப் போய் தாசில்தார் மாதிரி பெரிய மனுஷங்க யாரையாவது பாத்து லிகிதம் வாங்கிட்டு வாங்க, மொத்தமா 50 சக்கரத்தையும் கொண்டாங்க. நான் புள்ளைய விடுதல பண்ணி ஒப்படைக்கறேன்."

"எஜமான், அம்புட்டு பணத்துக்கு நாங்க எங்க போவோமுங்க? கருண காட்டுங்கய்யா" பரிமளத்திற்கு மேற்கொண்டு பேச

முடியாமல் அழுகை பொங்கியது. நற்குணம் தழுதழுக்கும் குரலில், “ஐயா, தாசில்தாரய்யா கால்ல கைல விழுந்தாச்சும் லிகிதம் வாங்கிடறோம். ஆனா இதுக்கு மேல காசுக்கு எங்கய்யா போறது? புள்ளைய அரண்மனைல புடிச்சு வச்சுகிட்டு, காசு கேட்டா ஏழைங்க நாங்க எங்கய்யா போவோம்?” எனக் கேட்டார்.

மோஹிதேவுக்கு கோபம் தலைக்கேறியது. “ஏயப்பா… நாங்க என்னமோ குதிரக்காரங்கள அனுப்பி உங்கூட்டுப் புள்ளைய தூக்கிட்டு வந்தாப்பல பேசறீங்களே? வர வர வாய் ரொம்ப நீளுதே… கொண்டு வந்து வித்தானே உந்தம்பி, அவன்கிட்டல்ல இந்த நியாயத்தையெல்லாம் நீ கேக்கணும்? அவன் தாசி வீட்டுல தொலைக்க, அரண்மனைலேர்ந்து சக்கரம் தருவாங்கன்னு நினைச்சீங்களா? உங்களையெல்லாம் கூப்பிட்டு நிதானமா பேசினது என் தப்புதான். கோட்டைக் கொத்தவாலுக்கு சொல்லியனுப்பி, இனி உங்கள தஞ்சை துர்க்கத்துக்குள்ளயே காலெடுத்து வைக்க விடாம செஞ்சுருவேன் ஜாக்கிரதை!” என்று உரத்த குரலில் சத்தமிட்டார்.

அவரது குரலில் மேசையும், அதிலிருந்த காகிதங்களும் அதிர்ந்தன. அவரது முகம் சிவந்து, காதுகள் துடித்தன. அதில் அணிந்திருந்த கடுக்கன்களும் வேகமாக ஆடின. அவரின் கோபத்திற்கு பயந்துபோன நற்குணம், தரையில் மண்டியிட்டு, துண்டை கையில் ஏந்தி, பிச்சை எடுப்பதுபோல கைநீட்டினார். கண்கள் கலங்கி, கண்ணீர் அணைகட்டி நின்றுகொண்டிருந்தது.

“ஐயா, அப்படியெதுவும் உங்கள குற சொல்லலங்க. தப்பெல்லாம் எந்தம்பி பேர்லதான். நாங்க இல்லங்கல. அவன வேணும்னா புடிச்சு கொட்டடில அடைச்சு வைங்க. முதுகுத் தோல உரிச்சு, உப்புத் தடவுங்க. கன்யாதானம் பண்ணிக் கொடுத்த பொண்ண கொண்டாந்து வித்ததுக்கு என்ன தண்டனை வேணும்னாலும் கொடுங்க. நானே புடிச்சுட்டு வந்து ஒப்படைக்கறேன். ஆனா பொம்பளப் புள்ளைய விட்ருங்கய்யா. உங்களுக்கு ஏழேழு தலைமுறைக்கு புண்ணியமாப் போவும்” என்றபோது அணை உடைந்து கண்ணீர் கன்னங்களில் வழிந்தோடியது.

கோபம் குறையாத மோஹிதே, “பாவம் புண்ணியமெல்லாம் ராஜ சேவகனுக்கு கிடையாது. எங்க வேலையென்னவோ அதைத்தான் நாங்க செய்யறோம். இதுக்கு மேல உங்ககிட்ட கத

பேச எனக்கு நேரமில்ல. போய் சொன்னபடி பணத்தோடயும், லிகிதத்தோடயும் வாங்க. புள்ளைய கூட்டிகிட்டு போயிகிட்டே இருக்கலாம். ம்... கிளம்புங்க" என்றவர் வேறொரு தஸ்தாவேஜியை எடுத்து மேசை மேல் வைத்துக் கொண்டு அதைப் படிப்பதான பாவனையில் தலையைக் குனிந்து கொண்டார்.

மெல்லமாக எழுந்து நின்ற நற்குணமும் பரிமளமும் சற்றுநேரம் தயங்கி நின்றனர். பரிமளம் மூக்கை முந்தானையில் பிழிந்து துடைத்துக் கொண்டு, செருமும் சப்தம் கேட்டு நிமிர்ந்து பார்த்த மோஹிதே "இன்னுமா நீங்க ரெண்டு பேரும் எடத்த காலி பண்ணல? பாராக்காரங்கள கூப்பிட்டு கழுத்த புடிச்சு தள்ளச் சொன்னாத்தான் போவீங்களா?" என்று கர்ஜித்தார். அவரின் வார்த்தைகளைக் கேட்டு, அதிர்ந்தவர்களாக இருவரும் மஹாலை விட்டு வெளியேறினர்.

அவர்கள் வெளியில் போன பின்னரும் மோஹிதேவுக்கு பதட்டம் குறையவில்லை. உடனடியாக அரண்மனைக்குப் போய் சர்க்கேலிடம் உள்ள நிலவரத்தை அறிக்கையிட்டு விடுவது நல்லது என்று எண்ணிக்கொண்டார். நாளைக்கு பிரச்சினை முற்றி, இவர்கள் பிராது கொடுத்தபிறகு தன்னிலை விளக்கமாக நடந்ததை சொல்வதைவிட, முன்கூட்டியே தனது தரப்பை சொல்லிவிடுவது நல்லது. எப்படியும் சர்க்கேல் தத்தாஜி, ஒரு ராஜ சேவகனை விட்டுக் கொடுத்துவிடமாட்டார்தான். இருந்தாலும் அவர் நல்ல மனநிலையில் இருக்கும்போது பேசி, தன் தரப்பை உறுதிப்படுத்திக் கொண்டுவிட வேண்டும் என்று முடிவு செய்தார். உடனடியாக கிளம்ப எண்ணிய மோஹிதே, தனது சால்வையைத் தேடி எடுத்து மேலே போட்டுக் கொண்டு எழுந்தார்.

18

இடைமருதூர் அரண்மனையின் வாயிலுக்கு எதிரில் இருந்த முற்றத்தில் அந்த தந்தப்பல்லக்கு தரையில் வைக்கப்பட்டிருந்தது. பல்லக்கின் கொம்பின் முன்னும் பின்னும் தங்கத்தினால் அமைந்த யாளி முகமும், புலியின் வாயும் பதிக்கப்பட்டிருந்தன. பல்லக்குக் கூண்டின் இரு கோடிகளிலும் கல்லிழைத்த வாழைப்பூ போன்ற கலசங்கள் மின்னின. அதன் நான்கு மூலைகளிலும் கல்லிழைத்த குஞ்சங்களும், ஜாலர்களும் தொங்கவிடப்பட்டிருந்தன. இரண்டு புறமும் தண்டுகளுக்கு வெள்ளிக் கவசம் அணிவித்திருந்தனர். தண்டுகளிலிருந்து தொங்கும் ஜரிகைக் குஞ்சங்களும், தொங்கட்டான்களும் காற்றில் ஊசலாடின. வெள்ளித் தகடுகள் பதிக்கப்பெற்ற பல்லக்குக் கூண்டின் உட்புறம் நிலைக்கண்ணாடியும், வெல்வெட்டுத் திண்டுகளும்

அமைக்கப்பட்டிருந்தன. பல்லக்குத் தூக்குவதற்கான போகிகளும் சற்றுத் தொலைவில் காத்திருந்தனர். மராட்டிய பாத சார துருப்பைச் சேர்ந்த வீரர்கள் அரண்மனைக் காவலில் ஈடுபட்டிருந்தனர்.

அரண்மனையின் உட்புறத்தில், கோஷாப் பகுதி, பரபரப்பாக இயங்கிக் கொண்டிருந்தது. அக்காமார்கள் அடங்கிய குரலில் கட்டளையிடுவதும், சேடிப் பெண்கள் அங்குமிங்கும் ஓடியாடுவதும் என பரபரப்பாக இருந்தாலும் எல்லோர் முகங்களிலும் துக்கம் படர்ந்திருந்தது. அரசியர் நால்வரும் அவரவர் அறைகளில் இருந்தனர்.

அரண்மனையின் பின்புறம் இருந்த தட்டி மஹாலை ஒட்டி சில பெண்கள் புற்கட்டுக்களை கொண்டு வந்து இறக்கிக் கொண்டிருந்தனர். தலையில் இருந்த புற்கட்டை இறக்கி வைத்துவிட்டு, வந்தவழியே வெளியேறிக் கொண்டிருந்தனர். அந்தப் பெண்கள் வரிசையில் இருவர் மட்டும் விலகி, அரண்மனையின் உட்புறத்தை நோக்கி நகரத் தொடங்கியதை யாரும் கவனிக்கவில்லை.

இருவரும் விறுவிறுவென மாட்டுக் கொட்டில்களைத் தாண்டி, சமையற்கட்டின் பின் வாசல் வழியே உள்ளே நுழைந்தனர். சேடிப் பெண்கள் அனைவரும் ஏதோவொரு வேலையில் கவனமாக இருந்தது அவர்களுக்கு வசதியாக இருந்தது. குறி வைத்தாற் போல நேராக பவானிபாயி சாகேப்பின் அறையை நோக்கி இருவரும் சென்றனர்.

இருவரில் ஒருத்தி வெளியே நின்று கொள்ள, இன்னொரு பெண் சுற்றுமுற்றும் பார்த்துவிட்டு, அரசியின் அறைக்குள் வேகமாய் நுழைந்தாள். அரசி மஞ்சத்தில் தளர்வாக சாய்ந்திருந்தார். கடந்த சில நாட்களாகவே அரசரின் உடல்நிலை காரணமாக உணர்ச்சி சூறாவளியில் சிக்கிக் களைத்திருந்த பவானிபாயி, அரசர் மண் நீங்கிய பின்னர் சற்று நிதானமடைந்திருந்தார் என்றே சொல்லலாம். தான் அரசருடன் சிதையேறுவது என்று முடிவு செய்து, அதற்குரிய ஏற்பாடுகளைச் செய்யுமாறு ஜனாச்சாரியாருக்கு சொல்லி அனுப்பினார். அதன்பின் அவரது பதற்றம் முற்றிலும் வடிந்து விட்டது. ஆயினும் தொடர்ச்சியாக பல நாட்களாக சரியான ஊணுறக்கம் இல்லாமல் போனதில் அவரது உடல் தளர்ந்து விட்டிருந்தது. எனவே மஞ்சத்தில் சாய்ந்தவாக்கில் அமர்ந்து

கண்களை மூடியிருந்த பவானிக்கு, யாரோ வேகமாக உள்ளே நுழைந்த அரவம் கேட்டது. ஆயினும் கண்களைத் திறக்காமலே "யாரது?" என்றார்.

"வணங்குகிறேன் அரசி" என்ற இனிமையான குரலைக் கேட்டதுமே பவானிக்கு அது யாரென்று புரிந்துவிட்டது. கண்களைத் திறந்து பார்த்தபோது மூர்ச்சையாகிக் கிடக்கிறாள் என்றும், காவலில் இருக்கிறாள் என்றும் பிரதாபன் சொல்லியிருந்த ருக்மணிபாயி, எளிய உடையில் நின்றிருந்தாள். அறையில் கொத்து விளக்குகள் ஏற்றப்படவில்லை என்பதால் இருளின் ஆதிக்கமே மிகுந்திருந்தது. பிடிவாதமாக எரிந்து கொண்டிருந்த இரண்டு சுவரொட்டி விளக்குகளின் மங்கிய ஒளியில் வெண்கலச் சிலையென நின்றிருந்தாள் ருக்மணி.

"நீ... நீ... எப்படி இங்கே வந்தாய்?"

"அரண்மனையின் மாட்டுக்கொட்டிலுக்கு பசுந்தீவனம் கொண்டு வரும் பெண் போல உள்ளே நுழைந்தேன். எளிய குடியானவப் பெண் தோற்றத்தில், நான் வருவேனென இங்கிருக்கும் காவலர்கள் எதிர்பார்த்திருக்க மாட்டார்கள் இல்லையா?!"

"இங்கே எதற்கு வந்தாய்? என்னுடன் பல்லக்கிலேறி சகபத்னியென்ற முறையில் சிதைமேடை வரை ஊர்வலம் போகலாமென்று கனவு காண்கிறாயா? அரசரென்றால் ஆயிரம் காமக்கிழத்தியர் இருக்கலாம். அவர்களுக்கெல்லாம் மாசத்தியாகும் பாக்கியத்தை தந்துவிட முடியாது. இதோ, ஒரு நொடியில் உன்னை கைது செய்கிறேன் பார்" என்றபடியே மஞ்சத்தின் அருகிலிருந்த அழைப்பு மணியின் சரடினை இழுக்கப் போனார் பவானிபாய்.

ருக்மணியோ இரக்கம் ததும்ப அரசியைப் பார்த்தார். "நீங்கள் என்னைத் தனியாகக் கைது செய்யவேண்டியதில்லை அரசி. நாம் அனைவருமே இன்னும் சிறிது நேரத்தில் கைதிகளாகத்தான் போகிறோம்."

"என்னடி புதிர் போடுகிறாய்?"

"புதிரில்லை அரசி. உங்களுக்கும் எனக்குமான சக களத்திர சண்டையோ அல்லது சரபோஜிக்கும் நமது மன்னருக்குமான தாயாதி சண்டையோ உண்மையான அரசியல் அல்ல. இனிவரும் சில நூறு வருஷங்களுக்கேனும் நம் பாரதத்தின் அரசியலை

நிர்ணயம் செய்யப்போவது வியாபாரப் போர்வையில் கடல்கடந்து வந்திருக்கும் கும்பினியர் மட்டும்தான்.

அவர்களுக்கு சாதகமான பொம்மை அரசர்கள்தான் இனி இங்கே நீடிக்க முடியும். நீங்களும் நானும் மட்டுமல்ல, இன்றைக்கு தஞ்சைக் கோட்டைக்குள் சுவடிகளுக்குள் தலையைப் புதைத்துக் கொண்டிருக்கும் சரபோஜியும் கூட அவர்களின் கைதிதான் அரசி.

நாம் இப்போது நம் அரசருக்குரிய மரியாதையை செலுத்த வேண்டும் என்பதுதான் முக்கியமே தவிர, நமக்குள்ளான அந்தஸ்து பேதங்கள் எல்லாம் ஒரு பொருட்டே அல்ல. நம்மில் ஒருவரேனும் அரசருடன் உடன்கட்டை ஏறுவது நம் பிறவிக்கு பொருள் அளிப்பது மட்டுமல்ல அரசரின் மாண்புக்கு பெருமை சேர்ப்பதும்தான். உங்களுக்கு விருப்பம் இல்லையென்றால் நான் உங்களுடன் சேர்ந்து சிதை ஏறவில்லை. என்னை நம்புங்கள், உங்களை மட்டுமேனும் சிதை மேடைக்கு அழைத்துச் செல்லவே முதன்மையாக நான் இங்கு வந்தேன்."

பார்வையில் சந்தேகத்தோடு பவானி கேட்டார் "நீ மூர்ச்சையாகிக் கிடப்பதாகத்தான் செய்தி வந்தது. அது வெறும் பசப்பல்தானா?"

புண்பட்டவளாக ஒரு கணம் அரசியையே கூர்ந்து பார்த்தாள் ருக்மணி. "ஆக இன்னமும் நீங்கள், நான் சொல்லும் இக்கட்டைப் புரிந்து கொள்ளவில்லை அல்லவா? அரசர் விண்ணேகிய செய்தி கேட்டதும் அனிச்சையாக நான் மூர்ச்சித்து விழுந்தது உண்மைதான். அவரில்லாப் பாழுலகில் வாழ்வது சாத்தியமே இல்லை என்ற உணர்வே என் பிரக்ஞையை மீட்டுக்கொண்டு வந்திருக்கவேண்டும்.

உடனே மாளிகையிலிருந்து கிளம்பி வெளிவந்தேன். சக கமனத்துக்குரிய சடங்குகளைச் செய்துவிட்டு, வாயில் வழியாக முறைப்படி பல்லக்கில் ஏறி வெளிவருவேன் என்றே நீங்கள் அனுப்பிய காவலர்கள் நினைத்துக்கொண்டிருந்தனர். நானோ இந்த குடியானவப் பெண் கோலத்தில், புறவாசல் வழியே கால்நடையாகப் புறப்பட்டேன். வழியில் அரண்மனை தட்டி மஹாலுக்குப் புல் கொண்டுவரும் பெண்களைப் பார்த்ததும், அவர்களோடு இணைந்து கொண்டேன்."

ருக்மணிக்கான மாளிகை ஷகாஜிராஜபுரம் என்றழைக்கப்படும் திருவிசநல்லூரில் இருந்தது. மூன்று மைல் தொலைவு. நடுவில் காவிரியும், வீரசோழனாறும் வேறு குறுக்கிடுகின்றன. கோடைக்காலம்தான் நடந்தே கடந்துவிடலாம் என்றாலும் அகால

வேளையில் இடுப்பளவு நீரில், இரண்டு ஆறுகளைக் கடந்துவந்து நிற்கும் அவளது மனத்திடத்தை நினைத்தபோது பவானிபாயின் உள்ளம் நெகிழ்ந்தது.

ருக்மணியின் மீதான அமரசிம்மரின் அதீதப் பிரியத்தையும், அவளிடம் மட்டும் தனது எண்ணங்கள் எல்லாவற்றையும் பகிர்ந்து கொள்ளும் அவரது வழக்கத்தையும் கண்டு எரிமலையென குமுறும் சக பாயிமார்களைப் போலத்தான் பவானிபாயியும் இருந்து வந்தார். ஆனால் இன்று ருக்மணியின் செயல்களில் தொனிக்கும் உறுதியையும், அவளது மதிநுட்பத்தையும் பார்க்கையில் அரசரின் அத்தனை மரியாதைக்கும் அவள் தகுந்தவள்தான் என்ற எண்ணம் எழுந்தது. அவரது சிந்தனையோட்டத்தை உடைத்தாள் ருக்மணி.

"அரசி, அனேகமாய் ரெசிடெண்ட் மக்லோட் துரையே நேரடியாகவோ அல்லது அவர் சார்பான கும்பினி அதிகாரிகள் யாருமோ வந்து இங்கிருந்து பாயிமார்கள் யாரும் வெளியேறுவதைத் தடை செய்வார்கள் என்று யூகிக்கிறேன். தஞ்சை ரஸ்தாவில் சில ஆட்களை நிறுத்தி, அங்கிருந்து வருபவர்களைத் தடை செய்யச் சொல்லியிருக்கிறேன். அதற்குள்ளாக நாம் இருவரும் மட்டுமேனும் இங்கிருந்து வெளியேறியாக வேண்டும்..."

ருக்மணி சொல்லும்போதே பவானி பாயிக்கு ஒரு மெல்லிய பயம் தோன்றியது - இவளைப்போல நம்மையும் கால்நடையாக இங்கிருந்து காவிரிக்கரை வரை வரச்சொல்லிவிடுவாளோ என்று; உடனேயே அவ்வெண்ணத்திற்காகத் தனக்குள்ளேயே கூசிக்கொண்டாள்.

அரசியின் மனம் ஓடும் திசை புரிந்தாற்போல ருக்மணி சொன்னாள்: "அலங்கரித்த பல்லக்கில், ராஜபாட்டை வழியாகப் போவது சாத்தியப்படாது. அதற்கென நீங்கள் நடந்துவருவதும் தகாது. அரண்மனையின் பின்னால் ஓடும் ஓடையில் மூங்கில் பரிசல் ஒன்றைக் கொண்டுவரச் சொல்லியிருக்கிறேன். அதிலேறி நாம் வீரசோழனாற்றை அடைந்து விடலாம். அங்கிருந்து சிறிது தொலைவில் காவிரிக்கரையில்தானே அரச குடும்ப மயானம். அந்தத் தொலைவை மட்டும் நாம் நடந்துகடந்தால் போதும்."

அறையின் கதவை லேசாக தட்டும் சத்தம் ருக்மணியின் பேச்சை தடை செய்தது.

"என் சேடி ஆனந்தவல்லியாகத்தான் இருக்கும்" என்று அரசியிடம் சொல்லிவிட்டு "உள்ளே வரலாம்..." என்று குரல் கொடுத்தாள்.

எதிர்பார்த்தாற் போலவே ஆனந்திதான் வந்தாள். ருக்மணியின் அருகில் வந்து மெல்லிய குரலில் அவள் பேசப் பேச, ருக்மணியின் முகம் இன்னமும் இறுகியது.

"அரசி, நாமிருவரும் உடனடியாகக் கிளம்பவேண்டும், வாருங்கள்! ரெசிடெண்ட் நான் எதிர்பார்த்ததை விடவும் இவ்விஷயத்தில் தீவிரமாக இருக்கிறார். தஞ்சையிலிருந்து ஏறத்தாழ முந்நூறு பேர் கொண்ட சிறு படையுடன் புயல் வேகத்தில் வந்துகொண்டிருக்கிறார். நான் அனுப்பிய ஏவலர்கள் அந்தப் படையை மறிக்க முடியாது என்பதைக் கண்டுகொண்டு, பின் வாங்கிவிட்டார்களாம்.

உங்களுக்குத் தெரியாததல்ல. ஆனாலும் நினைவூட்டுகிறேன். சககமனம் செய்யும் ஸ்திரீகள் சர்வாலங்கார பூஷிதையாக இருத்தல் வேண்டும். காது, கழுத்து, கைகால் என அந்தந்த அங்கங்களுக்குரிய குறைந்தபட்ச அணிகளையேனும் அணிந்திருக்கவேண்டும். அந்த நகைகள் எல்லாம் சடங்குகளை நடப்பிக்கும் புரோகிதருக்குரிய தட்சிணை என்பதெல்லாம் அறிந்திருப்பீர்கள். நீங்கள் எல்லா அணிகளும் அணிந்திருக்கிறீர்களா என ஒருமுறை சரி பார்த்துக் கொள்ளுங்கள். நாம் கிளம்பவேண்டும்..."

பிரதாபன் வருவதற்கு முன்பாகவே அதையெல்லாம் செய்து முடித்திருந்ததால் பவானி பாயி, சுருக்கமாகக் "கிளம்பலாம்" என்று மட்டும் சொன்னாள். மூவரும் அறைவாயிலை நோக்கி நடந்தனர். மீண்டும் கதவைத் தட்டும் சத்தம். இந்தமுறை ஒரு அக்கா பதற்றமாக அறைக்குள் நுழைந்தாள்.

"அரசி, ரெசிடெண்ட் மக்லோடு தலைமையில் ஒரு சிறு படையுடன் அரண்மனையின் முகப்பிற்கு வந்திருக்கிறார். அரசியர் அனைவரையும் உடனடியாக பேட்டி காணவேண்டும் என்று துபாஷ் வேலப்ப முதலி மூலம் சொல்லி அனுப்பியிருக்கிறார். முகப்பில் தங்கள் ஊர்வலத்திற்காகத் தயார் செய்யப்பட்டிருந்த பல்லக்கையும் மீண்டும் கொட்டகைக்கே அனுப்பி விடுமாறு உத்தரவாம்..."

அரசி, ருக்மணியைப் பார்க்க, அவளோ பெரிதாக எந்த உணர்ச்சியையும் காட்டாத பளிங்கு முகத்துடன் நின்றிருந்தாள்.

“இப்போது நாம் என்னடி செய்வது?”

“அரசி பதறாதீர்கள்... எப்போதுமே இந்த பரங்கியரிடம் ஒரு நல்ல பழக்கம் உண்டு. முதலில் பேசிப் பார்த்துவிட்டு, சரிவராது என்றால் மட்டும்தான் பலாத்காரத்தை பிரயோகிப்பார்கள். எப்படியும் அரசியர் அனைவரையும் கூப்பிட்டு பேசவே முயலுவார்கள். அதற்குள் நாம் ஓடை வழியாக வெளியேறி விடலாம். ஆனால்...” என்றவள் திரும்பி ஆனந்தியை நோக்கி,

“இங்கே உனக்கொரு வேலை இருக்கிறதடி...”

“சொல்லுங்கள் அம்மாஜி!”

“மக்லோட் எல்லா அரசியரையும் ஒன்றாகவே பேட்டி காண விரும்புகிறாராம், சமாளித்துக்கொள், என்ன?”

‘சரி’ என்று தலையாட்டினாள் ஆனந்தி.

ருக்மணியும் அரசி பவானிபாயியும் மட்டும் அறையைவிட்டு வெளியேறி, அரண்மனையின் பின்புற ஓடையை நோக்கிச் சென்றனர். ஆனந்தி அந்த அக்காவின் உதவியோடு பிற அரசியர் நால்வரையும் தேடிச்சென்றாள்.

19

கோபால் தாஸ் மோஹிதேவின் மைத்துனர் கானோஜி, பண்டரிபுர யாத்திரை செய்து நல்லபடியாக மீண்டிருந்தார். அதன்பொருட்டு அவர் வீட்டில் சமாராதனை ஏற்பாடு செய்யப்பட்டிருந்தது. முந்தின நாளிலிருந்தே அதற்கான ஏற்பாடுகளில் மோஹிதே மும்முரமாக இருந்தார். அன்றும் மறுநாளும் கல்யாண மஹாலுக்குத் தன்னால் வர முடியாது என்பதை சர்க்கேலிடம் சொல்லி ரஜா வாங்கிக் கொண்டிருந்தார். வீரம்மா பாயிக்கு இது எதிர்பாராத அதிர்ஷ்டம் என்றே பட்டது. அவளது திட்டத்தை முறியடிக்கக் கூடிய ஒரே நபரான மோஹிதேவும் இரண்டு நாட்களுக்கு இல்லை. எனவே தான் நினைத்தது நடந்து விடும் என்று அவளுக்கு திடமாய்த் தோன்றியது.

கோவிந்தனை அஞ்சு அங்கண மாடிக்கு அனுப்பி சில தகவல்களை உறுதிப்படுத்திக் கொண்டு வரச் சொன்னாள். அவன் வரும் வரையில் நிலைகொள்ளாமல் தன் அறைக்குள்ளேயே அங்குமிங்கும் அலைந்து கொண்டிருந்தாள். தூரத்திலிருந்து கோவிந்தன் வருவதைப் பார்த்ததும், தன் பதற்றத்தை மறைத்துக்கொண்டு அங்கிருந்த ஆசனத்தில் அமர்ந்து கொண்டாள்.

வேகமாக உள்ளே நுழைந்த கோவிந்தன், லேசாக தலையைக் குனிந்து வணங்கினான். சொல் என்பது போல வீரம்மா கையால் சைகை செய்ததும் கடகடவென பேச ஆரம்பித்தான்.

"அக்கா, அவங்களுக்கு ஒரு ஆள் வேண்டியிருக்குறது வாஸ்தவந்தானாம். இன்னும் ஒரு வாரத்தில் கௌம்பிருவாங்களாம்."

ஒரு வாரமா என்று ஒரு சின்ன திகைப்பு தட்டியது வீரம்மாவுக்கு. அந்த ஒரு வாரம் வரை மோஹிதே அந்தப் பெண்ணைப் பற்றி கேட்காதிருக்க வேண்டுமே என்றொரு சின்ன பயம் வந்தது. ஆனால் மோஹிதே பொதுவாக பெண்களோடு அதிக சகவாசம் வைத்துக் கொள்பவரில்லை. தன்னுடன் மஹால் நிர்வாகம் குறித்து பேசுகையிலும் கூட பட்டுக் கத்தரித்தாற் போலத்தான் பேசுவார். அதிகப்படி உற்சாகமோ, உல்லாசமோ அவரது பேச்சிலிருக்காது. வயதுக்கேற்ற பெரிய மனிதத் தன்மை கொண்டவர். அதனால்தான் ராஜா அவரை இந்த போக மாளிகையில் விட்டு வைத்திருக்கிறார். இத்தனை சிந்தனைகள் மனதுக்குள் ஓடிக் கொண்டிருந்தாலும் கோவிந்தனிடம் அடுத்த கேள்வியை வீச மட்டும் தவறவில்லை.

"இப்பவே ஆள கொண்டாந்து விட்ரலாமான்னு கேட்டுகிட்டயா?"

"ஆமாக்கா, இப்பவே கொண்டாந்து விட்டாலும் சவுரியந்தான்னு சொன்னாங்க. அங்க மஹால் மத்தியஸ்தர் சக்காராம் சாஹிப்பும் இன்னிக்கு ரஜாதான். ஆனாலும் நேரா யோகாம்பா அக்காகிட்டயே கேட்டு நிச்சயம் பண்ணிகிட்டேன்."

"சரி, அப்படின்னா நாம இப்பவே கௌம்புவோம்" என்றபடி ஆசனத்திலிருந்து எழுந்தாள்.

"அக்கா, எனக்கு ஒரு சம்சயம். அவங்க கௌம்ப இன்னும் ஒரு வாரமிருக்கு. அதுக்குள்ளற அந்த திருவாதிக்காரங்க பணத்த பொரட்டிகிட்டு வந்துட்டாங்கன்னா, நம்ம சாஹிப் பொண்ணக் கொண்டான்னு கேப்பாரில்ல, அப்ப என்ன செய்வீங்க?" அவள் மனதிலோடிய சந்தேகத்தையே கோவிந்தனும் கேட்டான்.

“அம்பது சக்கரம்ன்றது அப்படியொன்னும் அல்பசொல்ப தொகையில்ல கோவிந்தா,. அதான் அந்தக் கூட்டத்த அன்னிக்கு உப்பரிகைலேந்து பாத்தேனே. எல்லாம் பஞ்சப் பராரி கூட்டம். அதுங்க எங்கேர்ந்து பணத்த பொரட்டிட்டு வரப் போவுதுங்க. வந்தா பாத்துக்கலாம்” என்று அவனுக்கும், தன் மனதிற்கும் ஒருசேர சமாதானம் சொன்னபடி முன்னால் நடந்தாள். அவளைப் பின் தொடர்ந்தான் கோவிந்தன்.

முற்றங்களையும், இடைக்கழிகளையும் தாண்டிச் சென்றபின், ஓரிடத்தில் நின்ற வீரம்மா, கோவிந்தனிடம் திரும்பி “இஞ்சேர்ந்து தோட்டத்துல எறங்கிப் போயிரலாம். மஹால் வாசல் வழியா போவேணாம். நீ போய் இந்தப் பக்கத்து கதவத் தொறந்து வச்சி நில்லு, நா அவள கூட்டிட்டு வரேன்...” என்று பக்கவாட்டுத் தோட்டத்திற்குப் போகும் கதவொன்றைக் காட்டினாள். தலையாட்டிவிட்டு கதவை நோக்கி நகர்ந்தான் கோவிந்தன்.

மீண்டும் நடந்து உள்கட்டுக்குள் சென்றாள். மஹாலின் மைய மண்டபத்தில் தென்னமநாட்டுக்காரி செவத்தாயி கையில் ஒரு துணியை வைத்துக் கொண்டு பூச்சாடிகளைத் துடைப்பதாக பாவனை செய்து கொண்டிருந்தாள். அவளைக் கைகாட்டி கூட வரச் சொல்லிவிட்டு கண்டகி பாயியின் அறைக்குள் நுழைந்தாள்.

அந்த அறையின் தரையை ஈரத்துணியால் துடைத்துக் கொண்டிருந்த மீனாட்சியின் கைகள் அரைவட்டங்களாக அடுத்தடுத்து வரைந்து கொண்டிருந்தன. திருவாதியில் அவர்கள் வீட்டின் தரை மண் தரை என்பதால் சாணியை நீரில் கரைத்து இதே போல் மொழுகுவது வழக்கம். ஈரம் காய்ந்ததும் தென்னந்துடப்பத்தால் வாரி எடுத்தால் தூசியெல்லாம் போய் பசுமஞ்சள் நிறத்தில் தரை மெருகிட்டுத் தெரியும். இங்கோ தரையெல்லாம் வழவழவென காரையில் தேய்த்திருந்தது. எனவே வெறும் தண்ணீரில் கொஞ்சம் கல் உப்பைப் போட்டுக் கரைத்து, வாசனைக்கு ஏதோ ஒரு எண்ணெய்யை விட்டுக் கலந்து தரையைத் துடைக்கச் சொல்கிறார்கள். இதுவும் சுத்தமாகவும், வாசனையாகவும்தான் இருக்கிறது. யோசித்துக்கொண்டே ஒரு வரிசை முழுக்க அரைவட்டங்களாகத் துடைத்து முடித்திருந்தாள் மீனாட்சி.

வாளித் தண்ணீருக்குள் துணிச் சுருணையைப் போட்டு, அப்படியே தூக்கிக்கொண்டு ஆரம்பித்த இடத்திற்கே வந்தாள்.

துடைத்த இடத்திற்கு இரண்டடி தள்ளி குந்தி உட்கார்ந்து, அதே போல கையெட்டும் தூரம் வரை அரை வட்ட வடிவில் துடைத்துக் கொண்டே பின்னகர்ந்தாள்.

அறையின் உள்ளே நுழைந்த வீரம்மா அவள் வேலையின் லாவகத்தையும், வேகத்தையும் கவனித்தாள். மீனாட்சி ஒல்லியும் இல்லை பருமனும் இல்லை. எந்த இடத்திலும் எலும்பு தெரியாதபடி வெண்ணெய்யைப் பூசியது போல சதைப் பற்றான உடல். துவைத்துத் துவைத்து வர்ணம் மங்கியிருந்தாலும் பளிச்சென்றிருக்கும் சிற்றாடையும், மேலாக்கும் அந்த மாந்தளிர் மேனியை நறுவிசாக மூடியிருந்தன.

அடர்த்தியான கூந்தலை அள்ளி வலது புறமாக சொருக்குப் போட்டிருந்தாள். நல்ல அடர்ந்த இமை மயிர். இயற்கையாகவே மையிட்டாற் போன்ற கருத்த கண்கள். சற்று நீண்ட முகம். அளவெடுத்து செதுக்கியது போல மூக்கும், முகவாயும் வடிவாய் இருந்தன. உதட்டிலும், கண்ணிலும் ஈரம் படர்ந்து அந்த முகத்தை இன்னும் அழகாகக் காட்டியது. மஹாலுக்கு வந்த போதிற்கு இப்போது அவள் தோலின் நிறம் கூடியிருப்பதாகவே தோன்றியது. தொடர்ச்சியாக கூரைக்கு அடியிலிருந்து வேலை செய்ய ஆரம்பித்திருப்பது, சத்தான, சுவையான உணவு போன்றவற்றின் விளைவாக சென்ற வாரத்திற்கு இப்போதே அவளது அழகு கூடியிருப்பது தெரிந்தது. வீரம்மாவும், செவத்தாயியும் உள்ளே நுழைந்ததைப் பார்த்த மீனாட்சி, அவர்களை நிமிர்ந்து பார்த்து புன்னகைத்தாள்.

"செவத்தாயி, நீ போய் அந்த சுருணைய வாங்கிகிட்டு மேற்கொண்டு தரைய தொடைச்சு முடி. மீனாச்சி, நீ இங்க வா! பாயி சாஹிப் எங்க?"

துணிச் சுருணையை மீண்டும் வாளித் தண்ணீருக்குள் போட்டுவிட்டு, கையை மேலாக்கின் தலைப்பில் துடைத்துக் கொண்டு எழுந்தாள் மீனாட்சி.

"பாயம்மா இப்பத்தான் ஸ்நானம் பண்ணப் போனாங்க. அவங்க வரதுக்குள்ள அங்கணத்த துப்புரவா தொடச்சு வைடின்னு ராஜாத்தியக்கா சொன்னாங்க."

"சரி, அதெல்லாம் நான் பேசிக்கறேன், நீ எம்பின்னால வா!" என்று மீனாட்சிக்கு உத்தரவிட்டுவிட்டு, அறையிலிருந்து வெளியேறினாள்.

செவத்தாயி, வேண்டாவெறுப்பாக துணிச் சுருணையை பிழிந்து தரையைத் துடைக்க ஆரம்பித்தாள்.

மஹாலில் இருந்து இவளை வெளியே கொண்டு போகும் வரை எந்த பாயிமார் கண்ணிலும் பட்டுவிடக் கூடாதே என்று அவளுக்கு ஒரு சிறு பதற்றம் ஏற்பட்டது. அதனாலேயே மைய மண்டபம், அதற்கு வரும் பாதை எதிலும் குறுக்கிட்டு விடாதபடி இருண்ட இடைக்கழிகளுக்குள்ளாக புகுந்து புகுந்து சென்று கொண்டிருந்தாள் வீரம்மா. அவளின் பின்னாடியே மீனாட்சியும் அடியொற்றினாள்.

மஹாலின் பக்கவாட்டுப் பகுதியில் திறக்கும் எண்ணற்ற கதவுகளில் ஒன்றைத் திறந்து வைத்துக் கொண்டு நின்றிருந்தான் கோவிந்தன். அந்தக் கதவின் வழியாக வீரம்மாவும், மீனாளும் வெளியேறி தோட்டத்தில் கால் வைத்தார்கள். தோட்டம் முழுவதும் மஹாலின் பக்கவாட்டுச் சுவற்றை ஒட்டி பத்தடிக்கு கீற்றுச் சார்ப்பு இறக்கியிருந்தது. மகாலின் கீழ்த் தளத்து அறைகளின் சாளரக் கதவுகள் தோட்டத்தை நோக்கித் திறக்கும்போது வெயிலின் தாக்கம் அதிகம் இல்லாமல் இருப்பதற்கான ஏற்பாடு இது. முக்கியமான அலுவல் அறைகளின் சாளரங்களின் முன்னால் வெட்டிவேர் தட்டிகள் வேறு தொங்கின.

கீற்றுக் கொட்டகைக்குள்ளாகவே மூவரும் நடந்தனர். மூவரில் மீனாட்சிக்கு மட்டும்தான் எந்தக் கவலையும் இல்லை. தன் அப்பா எதோ கடன் வாங்கிப் போயிருக்கிறார், அக்கடன் அடைபடும் வரை தான் இங்கு வேலை செய்து கடனைக் கழிக்கிறோம் என்கிற அளவில்தான் புரிந்து வைத்திருந்தாள். வேலைக்கு அஞ்சுகிறவளாக அவளைப் பரிமளம் வளர்க்கவில்லை. மேலும் வீட்டிலும், வயலிலும் தினசரி அவள் செய்யக்கூடிய வேலைகளோடு ஒப்பிட்டால் இங்கே கொடுக்கப்படும் வேலைகள் மிகவும் குறைவுதான்.

எனவே இச்சூழலை ஒரு பெரிய சிக்கல் என்றே அவள் நினைக்கவுமில்லை. பெரிய நகரம், அதில் அழகிய மாளிகை, அங்கே சுற்றிச் சுற்றி வந்து செய்யும் வேலைகள், வேளா வேளைக்கு விதவிதமான சாப்பாடு என்று ஓரளவு உற்சாகமாகவே இருந்தாள். அம்மாவைப் பார்த்து இருபது நாட்களுக்கும் மேலாக ஆனது ஒன்றுதான் அவளுக்கு லேசான வருத்தம். அந்த வருத்தம் கூட மஹாலின் சாப்பாட்டைப் பார்க்கையில் அவளுக்கு மறந்துவிடும்.

கீழ வீதியிலிருக்கும் சமையல் வீட்டிலிருந்து வண்டிகளில் வரும் சாப்பாட்டை பாயிமார்களுக்கு வெள்ளித் தட்டில் பரிமாறியும், தொடுகறிகளைச் சின்னச் சின்ன வட்டில்களில் வைத்து அவற்றை தாலங்களில் அடுக்கியும் எடுத்துச் செல்வது இவர்களின் பணி. வெள்ளித் தட்டுக்கள், கிண்ணங்கள், கரண்டிகள் எல்லாவற்றிலும் அவ்வவற்றுக்கு உரிய பாயிமார்களின் பெயர்கள் பொறிக்கப்பட்டிருக்கும். ஒன்றும் மாறிவிடக் கூடாது என்று வீரம்மா அக்கா கத்திக்கொண்டே இருப்பாள்.

பாயிமார்கள் அவரவர் அறையிலேயே சாப்பிட்டு முடிந்ததும் அக்காமார்களுக்கு சாப்பாடு பரிமாற வேண்டும். மூன்றாம் கட்டில் இருந்த சாப்பாட்டுக் கூடத்தில் பந்திப்பாய் விரித்து, வாழை இலைகள் போட்டு ஏவல் பெண்டுகள் பரிமாறுவார்கள். அந்தப் பந்தியும் முடிந்த பின்னர் அதே மூன்றாம் கட்டின் தாழ்வாரத்தில் ஏவல் பெண்டுகளுக்குப் பந்தி நடக்கும். அவரவர்க்கு வேண்டியதை பாத்திரங்களில் இருந்து தத்தமது தட்டுக்களில் அள்ளிப் போட்டுக் கொண்டு வந்து உட்கார்ந்து சாப்பிடலாம். மீண்டும் எதையேனும் எடுக்க வேண்டும் என்றால் தட்டிலிருப்பதை சாப்பிட்டு முடித்து, கை கழுவி, தட்டையும் தேய்த்துக் கழுவி எடுத்துக் கொண்டு வந்துதான் மீண்டும் சாப்பாட்டு பாத்திரங்கள் இருக்குமிடத்திற்குப் போக வேண்டும்.

இங்கு சாப்பாட்டில் அனேகமாக தினமுமே புலால் இருந்ததே மீனாளுக்கு முதல் அதிசயம். கோழியோ மீனோ இல்லாத சாப்பாடே மகாலில் அபூர்வம். புடலங்காயினுள் இறைச்சியைத் திணித்து செய்யும் கறி, வெந்தயக் கீரை சேர்த்த கறி, கருவாடும் கத்திரிக்காயும் போட்ட குழம்பு, கீரைத்தண்டும் கருவாடும் போட்ட குழம்பு என்று காய்கறிகளையும் புலாலையும் ஒட்டுப் போட்டுச் செய்த பதார்த்தங்கள் வேறு மீனாளை வியக்கடித்தன. வடை போல எண்ணெய்யில் பொரித்தெடுக்கும் பதார்த்தங்களை 'கபாப்' என்கிறார்கள். அதிலும் கூட இறைச்சி உண்டு. கெட்டித் தயிரை துணியில் மூட்டையாகக் கட்டி தொங்கவிட்டு, அதிலுள்ள நீர் முழுமையும் சொட்டிய பின் அந்த சக்கையோடு வாதுமைப்பருப்பு, பாலாடை, வெண்ணெய், குங்குமப்பூ எல்லாம் குழைத்து அதில் மிளகாய் மசாலையை சேர்த்து, கொத்தி வைத்த ஆட்டுக்கறியோடு கலந்து, அக்கலவையை வில்லை வில்லையாக தட்டி எண்ணெய்யில் போட்டு பொரித்தெடுத்து அதற்கு 'கதாயீ கபாப்' என்று பெயர் சொல்கிறார்கள். பிறந்ததிலிருந்தே

இப்படியெல்லாம் வெண்ணெய்யும், பாலாடையுமாக சாப்பிடப் போய்த்தான் இங்குள்ள மராத்தி பாயிமார்கள் எல்லோரும் நிகுநிகுவென வெண்மஞ்சள் நிறத்தில் பொலிகிறார்கள் போலும்.

இங்கே விரத நாட்களில் மட்டும்தான் முழு மரக்கறி சாப்பாட்டைப் பார்க்க முடியும். அதுவும் ஒன்றும் ருசிக்குறைவாக இருந்துவிடுவதில்லை. கேந்தாட்டா என்று ஒரு கூட்டு. இருக்கிற பருப்பு வகை அத்தனையும், கிடைக்கின்ற காய், கீரை வகை அத்தனையும் போட்டு, தேங்காய், மிளகாய், எள்ளு எல்லாவற்றையும் நெய்யிலே பொரித்து அரைத்த மசாலாவோடு வெல்லம் சேர்த்து, திரும்பவும் நெய்யிலே தாளிதம் செய்வார்கள். ஸாண்டகே என்றொரு வடகம் போட்ட குழம்பு, முருங்கைக்காயும் பலாக்கொட்டையும் போட்ட கூட்டு, பலாப் பிஞ்சுக்கறி, ஆமவடையைப் போட்டு வைக்கும் கடி எனும் மோர்க்குழம்பு என்று சைவத்திலும் பெரிய பட்டியல் உண்டு. அரிசி, துவரம் பருப்பு, கடலைப் பருப்பு, எள்ளு, மிளகாய், மிளகு, கறிவேப்பிலை என சில சாமான்களை நன்றாகப் பொன்னிறமாக வறுத்து அரைத்து ஹூரிட் என்றொரு மாவு தயாரித்து வைத்துக் கொள்வார்களாம். எல்லா கூட்டு, குழம்புகளிலும் அதைத் தூவுவதில்தான் அரண்மனைச் சாப்பாட்டுக்கு இத்தனை ருசி கிடைக்கிறதாம்.

கூட வேலை செய்யும் துலுக்கப் பெண் ஹமீன்ஷா ஆறு வயதிலிருந்து மஹாலில்தான் வளர்கிறாளாம். அவள்தான் சாப்பிடும் போது ஒவ்வொரு பதார்த்தத்திற்கும் பெயரைச் சொல்லி, அதன் அருமை பெருமையெல்லாம் வேறு சொல்வாள். மீனாள் சாப்பிட மட்டுமே வாய் திறப்பாள் என்றால் அவளுக்கு நேர்மாறு அந்தப் பெண். பேச்சு சத்தம் வலுத்தால் உள்ளே சற்றுக் கண்ணயரும் வீரம்மா அக்கா எழுந்து வந்து சத்தம் போடுவாள்.

“அடியே, உங்களையெல்லாம் அரை நாழி பேசாம இருக்கச் சொன்னா செத்துருவீங்க போலிருக்கே, சாப்பிடறப்ப மட்டுமாவது திருவாய மூடுங்களேண்டி...” என்று குரல் கொடுப்பாள். அதற்கும் ஹமீன்ஷாவிடம் பதில் இருக்கும் “வாய மூடிகிட்டு எப்படிக்கா சாப்பிட முடியும்?” என்பாள். சுற்றி இருப்பவர்கள் சிரித்து, அதில் யாருக்காவது புரையேறி என்று அந்தத் தாழ்வாரமே மேலும் அமர்க்களப்படும். வீரம்மாக்காவும் சிரித்துக் கொண்டே தலையில் அடித்துக்கொண்டு சென்றுவிடுவாள். இதையெல்லாம் நினைத்துக்

கொண்டே கோவிந்தனையும், வீரம்மாவையும் பின் தொடர்ந்தாள் மீனாட்சி.

தன் ஆயுள் முழுமைக்குமான அடிமைத்தளையில் சிக்கியிருப்பதைக் கூட உணராமல், நதியொன்றின் மீது விழுந்த சருகினைப் போல அவர்களின் இழுத்த இழுப்புக்கெல்லாம் சென்று கொண்டிருந்தாள்.

மஹாலை விட்டு வெளியே வந்து மைதானத்தையும் கடந்து அரண்மனைக்குள் நுழைந்தார்கள் மூவரும். மூலை மாடிக்கு படியேறிச் சென்றதும் அங்கே இருந்த ஆளோடியில் ஓரிடத்தில் மீனாட்சியை நிற்கச் சொல்லிவிட்டு கோவிந்தனும், வீரம்மாவும் மட்டும் ஒரு அறைக்குள்ளே சென்றனர். அரை நாழிகைக்குப் பின் அவர்கள் வெளியில் வந்தனர். வீரம்மா மட்டும் அவளிடம் வந்து "இனிமேட்டு நீ இந்த மஹால்லதான் வேல செய்யணும். இப்ப யாராச்சும் வந்து உன்னய கூட்டிகிட்டுப் போய், எங்க இருக்கணும், என்ன செய்யணும்னெல்லாம் சொல்லித் தருவாங்க, ஒளுங்கா கேட்டு நடந்துக்க. சரியா?" என்று சொல்லிவிட்டு அவள் பதிலுக்குக் காத்திராமல் படியிறங்கலானாள். திகைத்துப் போனவளாக அவர்கள் போகும் திசையையே பார்த்தபடி நின்றாள் மீனாட்சி.

20

திருவிடை மருதூர் அரண்மனையின் மஹால் மத்தியஸ்தர் மானோஜி ராவுக்கு பதற்றத்தில் வியர்த்து ஒழுகியது. இதயம் துடிப்பது அவரது காதில் முரசறைவது போல கேட்டது. ஏற்கெனவே அமரசிம்ம ராஜாவின் இறப்பு, அதற்குரிய சடங்குகள் என்று திணறிக் கொண்டிருந்தவருக்கு திடுமென வெள்ளை துரைத்தனத்தார் வந்து நின்று அதிகாரம் செய்யவும் மிகவும் குழம்பிவிட்டார்.

வேலப்ப முதலிதான் அவரை சமாதானப்படுத்தி, என்னென்ன செய்ய வேண்டும் என்று சொன்னார். முதலில் நான்கு பாயிமார்களின் அறைக்கும் சென்று, அவர்களிடம் ரெசிடெண்ட் பேட்டி காண வந்திருக்கும் தகவலைக் கூறுமாறு அக்காமார்களை ஏவினார்.

இப்போதுதான் அரசர் வியோகமாகியிருக்கும் நிலையில் எந்த அரசியும் அன்னிய ஆண்களை நேரடியாக சந்திக்க மாட்டார்கள். மிகவும் அவசியம் என்றால் திரைக்குப் பின்னால் இருந்து வேண்டுமானால் பேசலாம். மானோஜியை அதற்கேற்றார்போல ஏற்பாடுகளைச் செய்யச்சொன்னார்.

பெரிய கூடமொன்றில் பட்டுத்திரைக்கு இரு புறமும் தேவையான ஆசனங்களைப் போட்டு ஏற்பாடு செய்துவிட்டு, முதலில் துபாஷியையும், ரெசிடெண்ட் துரையையும் அழைத்துப்போய் அமரவைத்தார். அதன் பின் கோஷா பகுதியிலிருந்துவந்த ராணிமார்கள் அவரவர் ஆசனங்களில் அமர்ந்த பின்னர் மக்லோட் பேச ஆரம்பித்தார்.

"அரசியருக்கு என் ஆழ்ந்த அனுதாபங்கள். இந்தத் துயரமான சந்தர்ப்பத்தில் உங்களை எல்லாம் நான் சிரமப்படுத்த வேண்டியிருப்பது என் துரதிர்ஷ்டம். அதற்காக நீங்கள் அனைவரும் என்னை மன்னிக்கவேண்டும். மறைந்த மன்னர் அமரசிம்மரின் ஆன்மா சாந்தியடைவதாக.." என்று கூறியபடி, தனது தலையிலிருந்த தொப்பியை எடுத்து கையில் வைத்துக்கொண்டு தலையைக் குனிந்து வணங்கினார் மக்லோட். அவரது பேச்சை உடனுக்குடன் முதலி மொழிபெயர்த்துச் சொல்லிக்கொண்டே வந்தார்.

அரசியர் பகுதியிலிருந்து மெல்லிய விசும்பல்கள் எழ, வேலப்ப முதலிக்கு மிகுந்த தர்மசங்கடமாக இருந்தது. விரைவில் தேறிக் கொண்டவராக திரைக்குப் பின்னிருந்து ஒரு மெல்லிய, ஆனால் உறுதியான குரலில் "உங்களது அனுதாபத்திற்கு நன்றி துரை அவர்களே! எந்தத் தயக்கமும் இல்லாமல் நீங்கள் சொல்ல நினைப்பதைச் சொல்லலாம்..." என்றார் மூத்த அரசியான கிருஷ்ணம்மா பாயி. கோவிந்தராவ் காடேராவின் மகளான கிருஷ்ணம்மா பாயியின் திடசித்தம் எல்லோரும் அறிந்ததுதான் என்றாலும் அந்தத் துயரச் சூழலிலும் நிதானம் தவறாத அவரது பெரும்போக்கு, மெக்லோடின் மனதையும் நெகிழ்த்தவே செய்தது.

"வெளிநாட்டவரான நாங்கள் உங்களது மதாச்சாரங்களில் கூடுமானவரை தலையிடுவதில்லை என்ற கொள்கை உடையவர்கள்தான். ஆனாலும் மனிதாபிமான அடிப்படையில் உங்களது பழக்கவழக்கங்களில் சிலவற்றை எங்களால் அங்கீகரிக்கவும் முடிவதில்லை.

அதில் முக்கியமானது கணவர் இறந்தால் மனைவியும் அதே நெருப்பில் விழுந்து தற்கொலை செய்துகொள்ளுவது... மாட்சிமை பொருந்திய ராணியின் தலைமையில் இயங்கும் எங்களது பிரிட்டிஷ் அரசாங்கத்தின் பிரதிநிதியாக அச்செயலை நாங்கள் அனுமதிக்க இயலாது..."

"மன்னிக்கவும், அது ஆத்மஹத்தியல்ல. ஒரு மனைவியின் கடமை அது. தேவி தாட்சாயிணி தன் கணவனை மதிக்காத தந்தையின் யாகத் தீயில் விழுந்து பிராணத்தியாகம் செய்ததால் சதி என்று பெயர் பெற்றாள். அவளைப் போலவே கணவருக்கான சிதை நெருப்பில், தாமரை பூத்த தடாகத்தில் பாய்வது போலப் பாய்வது இந்த மண்ணில் பிறந்த பெண்களின் கடமை. அப்படிச் செய்வதும் செய்யாததும் இங்கு பெண்களின் உரிமைதான். அதை நாங்கள்தான் முடிவெடுப்போமே தவிர அன்னியரான உங்களுக்கு அதில் தலையிட உரிமையில்லை..." சற்று உயர்ந்த குரலில், கட்டுப்படுத்திக் கொண்ட சினத்தோடு கிருஷ்ணம்மாபாயி சொன்னார்.

முதலி மொழிபெயர்க்கும் முன்னரே அரசியின் குரலில் இருந்த சினம் மக்லோடுக்கு புரிபட்டுவிட்டது. அதிலேயே எரிச்சலுற்றிருந்த அவர், முதலி சொன்ன விவரங்களைக் கேட்டதும் அடக்கிவைத்திருந்த சினத்தை வெளிப்படையாகவே பேச்சில் காட்டத் துவங்கிவிட்டார்.

"அரசி! நீங்கள் சொல்லும் புராண இதிகாசக் கதைகளைப் பற்றி எனக்கு கவலையில்லை. ஆனால், இன்று இந்த மண்ணில் விளைவது, சூரியன் மறையாத பிரிட்டிஷ் சாம்ராஜ்யத்தின் நீதி மட்டும்தான். அந்த நீதியைக் காத்து நிற்பது எங்களது துப்பாக்கிகள். அவற்றுக்கு எந்த மந்திர மாயாஜாலத்திடமும் இளக்கம் கிடையாது.

உயர்குடிப் பெண்களான உங்களிடம் இப்படி ஒரு வாக்குவாதம் செய்யும் நிலைக்கு நான் வருந்துகிறேன். ஆனால் என் கடமையைச் செய்தாக வேண்டித்தான் இத்தனை கடினமாகப் பேச வேண்டியிருக்கிறது.

மேலும் நான் இப்போது உங்களிடம் கோரிக்கையாக இதைச் சொல்லவில்லை. இந்த அரண்மனை இப்போது எங்கள் படையின் அரவணைப்புக்குள்தான் இருக்கிறது. அமரசிம்மரின் சிதை எரிந்தடங்கும் வரை, இங்கிருந்து பெண்கள் யாரும் வெளியேற முடியாது..."

“உங்கள் கண்களை மூடிக் கொண்டுவிட்டால் உலகம் இருண்டு விடும் என்று நினைக்க உங்களுக்கு தாராளமாக உரிமையுண்டு துரை. இத்தோடு இந்த பேட்டி முடிவடைந்தது” என்று திடமாகச் சொல்லிவிட்டு, திரும்பி தன் இளையாள்களை நோக்கினார்.

அரச குடும்பத்தவர் அமரும் அவையென்றால் முதலில் அனைவரும் வந்து காத்திருக்க, அரச குடும்பத்தவர் உள்ளே வர வேண்டும். அப்போது அவையினர் அனைவரும் வணங்க வேண்டும். அதேபோல் அவை கலையும்போது முதலில் அரச குடும்பத்தினர் அனைவரும் அகவை வரிசைப்படி வெளியேறிய பின்னரே, மற்றவர்கள் அவையை விட்டு வெளியேற வேண்டும் என்பது மரபு. எனவே மக்லோடும், முதலியும் அரசியர் வெளியேறுவதற்காக காத்திருந்தனர்.

அதுவரை பேச்சு வார்த்தைகளிலேயே கவனமாக இருந்த முதலி, இப்போது அந்த மெல்லிய திரையை உற்றுப் பார்த்து உள்ளே இருக்கும் பாயிமார்கள் வெளியேறுவதை ஊர்ஜிதம் செய்ய முயன்றார். அமர்சிம்மரின் பாயிமார்களில் கிருஷ்ணம்மா பாயிதான் மூத்தவர். அவருக்கு அடுத்தவர் மோகனா பாயி, மூன்றாமவர் பவானி பாயிதான் இளவரசர் பிரதாபரின் தாய். அனைவருக்கும் இளையவர் பார்வதி பாயி. கடைசி மனைவியான பார்வதி பாயிதான் அவையிலிருந்து முதலில் வெளியேற வேண்டும். ஆனால் உள்ளிருந்த நால்வரில் ஒருவர் எழுந்து வெளியேறிய பிறகும் பார்வதி பாயி உள்ளே இருப்பதை கவனித்தார்.

அமரசிம்மர் ஆட்சிப் பொறுப்பில் இருந்த போது முதலிக்கு அந்தக் குடும்பத்தோடும் நல்லுறவு இருந்தது. அவர் கவனித்தவரையில் பார்வதி பாயி, சற்றுக் குள்ளமான உருவம் உடையவர். அதனால் அரசியர் நிரையில் எப்போதும் தனித்துத்தெரிவார். எனவே அவருக்கு நிச்சயமாக பார்வதி பாயி உள்ளேயிருப்பது புரிந்தது. கிருஷ்ணம்மா பாயியின் குரல் வந்த இடத்திலிருந்து அவர் வரிசையில் முதலில் இருப்பதை ஊகிக்க முடிந்தது. ஆக நடுவில் இருக்கும் அரசியர் இருவரில் யாரோ ஒருவர் அவைக்கு வரவில்லை என்பதையும், அவருக்கு பதிலாக வேறொரு பெண்ணை அமர வைத்திருந்திருக்க வேண்டும் என்பதையும் யூகிக்க முடிந்தது.

இத்தனையையும் முதலி யோசித்து முடிக்கும் முன் அனைத்து பாயிமார்களும் வெளியேறியிருந்தனர். அக்கா ஒருத்தி வந்து

பட்டுத்திரையை நகர்த்திவிட்டு, கோஷா பகுதிக்குச் செல்லும் கதவை மூடிக்கொண்டு உள்ளே சென்றாள்.

அவள் செல்லும் வரை காத்திருந்த முதலி, பதற்றத்துடன், "துரையவர்களே, நால்வரில் யாரோ ஒரு பாயி சாகேப் இந்த அவைக்கு வந்திருக்கவில்லை. என் சந்தேகப்படி அவர் ஏற்கெனவே அரண்மனையை விட்டு வெளியேறி இருக்கக்கூடும்" என்று மெக்லோடிடம் சொன்னார்.

"வாசலில் பல்லக்கு வெறுமையாகத்தானே இருந்தது. அதில்தானே ஏறி ஊர்வலம் போவார்கள் என்று சொன்னார்கள்?"

இந்த அபத்தமான பதிலைக்கேட்டு முதலி கொஞ்சம் எரிச்சலடைந்தார்.

"ஐயா, அரண்மனை என்றால் நான்கு புறமும் வாயில்களும், அங்கங்கு எண்ணற்ற ஊடு வழிகளும் இருக்கும். உங்களிடமிருந்து தடை வரும் என்று யூகித்து, முன்னரே வெளியேறியிருக்கிறார்கள் என எண்ணுகிறேன். நாம் வந்தவுடனேயே படைகளை அரண்மனையைச் சூழ்ந்து கொள்ளச் சொல்லியிருக்க வேண்டும். இப்போது காரியம் கைமீறி விட்டதாகவே தோன்றுகிறது."

"இல்லை முதலி, அரண்மனையிலிருந்து வெளியேறினாலும்கூட அங்கே மயானத்திற்குள் பெண்கள் யாரும் நுழைந்துவிட முடியாது. வெட்டவெளியென்பதால் சுற்றிலும் நம் படைகள் இடைவெளியின்றி காவல் காக்கின்றன. அதுவும் உள்ளூர்க்காரர்கள் யாருமில்லை, எல்லாம் எங்கள் ஆட்கள்தான். எனவே கவலைவேண்டாம்!"

இதில் தனக்கு என்ன கவலை வந்துவிடப் போகிறது என்று எள்ளலோடு எண்ணிக்கொண்டார் முதலி. அரச குடும்பத்துக்கும், கும்பினிக்குமான போராட்டத்தில் யார் ஜெயித்தாலும் யார் தோற்றாலும் அவருக்கென்ன? துபாஷி வேலைக்கான ஊதியம், மானியங்கள், பற்றாக்குறைக்கு பெரிய குடும்பங்களுக்கு வட்டிக்குவிட்டு சேர்க்கும் உபதொழில் என வேலப்ப முதலியின் கருவூலத்திற்கு பல ஊற்றுகளிலிருந்து செல்வம் வந்து கொட்டிக் கொண்டிருந்தது. எனவே உணர்ச்சி துடைத்த முகத்துடன் மக்லோடைப் பின் தொடர்ந்தார் முதலி.

21

மீனாட்சி சற்று நேரத்திற்கு திகைத்துப்போய் நின்றிருந்தாள். இந்த திடீர் இடமாற்றத்தின் காரணம் என்னவென்று அவளுக்குப் புரியவில்லை. தான் ஏதேனும் தப்பு செய்து விட்டதால் இப்படி வேற்றிடத்திற்கு அனுப்பி விட்டார்களா என்ன? அரண்மனைக்கு வந்த நாள் முதலாக அவளுக்கு இடப்பட்ட எந்த வேலையையும் மறுத்ததில்லை. சொல்லப்போனால் மஹாலில் இருக்கும் மற்ற ஏவல் பெண்டுகளை விடவும் இவளுக்குத்தான் வேலை அதிகம் அளிக்கப்பட்டு வந்தது. மற்றவர்களுக்கெல்லாம் ஒரு வேலை கொடுத்தால் எவ்வளவு முடியுமோ அவ்வளவு மெதுவாக செய்வார்கள். அந்த வேலையை செய்து முடிப்பதற்குள் அடுத்த உணவு வேளை வருமளவுக்கு இழுத்து இழுத்துதான் செய்வார்கள். அந்த சூதுவாதெல்லாம் தெரியாமல் இவள் மாங்குமாங்கென்று

சொன்ன வேலையை வேகமாய் முடித்துவிட்டு, முடித்தாயிற்று என்று அக்காக்களிடமே போய் சொல்ல வேறு செய்வாள். அவர்களும் இவளைப் பண்டைக் காலத்து பைத்தியங்களில் ஒன்றென எண்ணி, கபடமாய் சிரித்துக்கொண்டே அடுத்த வேலையைச் சொல்வார்கள்.

ஹமீன்ஷாகூட பலமுறை சொல்லியிருக்கிறாள். “இப்படி வழிச்சு விட்ட சட்டியா இருக்காத பொண்ணே, ஒரு வேலைய சொன்னா மெதுவா செஞ்சாத்தான் நமக்கு நல்லது. கொடுத்த வேலை முடிஞ்சிருச்சுன்னா ஒடனே ஓடிப்போய் அவங்ககிட்ட சொல்ல வேற சொல்லுற. அதுனாலதான் உடனே அடுத்த வேலய ஒந்தலைல கட்றாங்க. வேலைய முடிச்சுட்டா அப்படியே கண் காணாம போயிறணும். இத்தன பெரிய மஹால்ல ஓரம் ஒதுக்கா எங்கயாவது பதுங்கிறணும். அப்புறம் அப்படியே சாப்பாட்டு நேரத்துக்கு தட்டுல எடுத்துகிட்டு உக்காந்திரு. அவங்களுக்கு அவசரம்னா அவங்களே வந்து பாத்து வேல முடிஞ்சுருச்சான்னு தெரிஞ்சுக்கட்டுமே, ஒனக்கென்னவாம்? இந்த அரண்மன சேவுகத்துல ஒரு வசதி என்னான்னா.. நாளைக்கு சோத்துக்கு என்னாகுமோன்னு கவலப் படத் தேவையில்ல. ஏன்னா நமக்கான கூலிய ஏற்கெனவே கொடுத்துட்டாங்கல்ல, அதுனால நம்மகிட்டேர்ந்து வேலய வாங்கிக்க வேண்டியது அவங்க கவல. “சிரித்துக்கொண்டே சொன்னாலும் அதனுள் பொதிந்திருக்கும் வலியை மீனாட்சியால் உணர முடிந்தது. ஆனால் தன் நிலையும் அவளைப் போலத்தான் என்று புரிந்திருக்கவில்லை.

சொன்ன வேலைகளையெல்லாம் தட்டாமலும், குறையின்றிச் செய்தும் ஏனிப்படி தூக்கி எறிந்துவிட்டார்கள் என்று குமைந்து கொண்டு நின்றிருந்தாள் மீனாட்சி. காரணமற்று அடிவாங்கியது போல அந்த சிறுமியின் உள்ளம் நைந்து புகைந்தது. பரிமளத்தம்மாளைப் போலவே மீனாளும் மென்மையான சுபாவம் கொண்டவள். அந்த இயல்பினால் தன்னைத் தானே சமாதானப் படுத்திக் கொண்டாள்.

இதுவும் அரண்மனையின் இன்னொரு பகுதிதான் என்பதால் இங்கும் நல்ல சாப்பாடு கிடைக்கத்தான் போகிறது. உழைப்புக்கு அஞ்சாதவள் என்பதால் சமாளித்துக் கொள்ளலாம் என்று முடிவு செய்தாள். ஆனாலும் ஊவா முள்ளென கவலைகள் உதற உதற விடாமல் படர்ந்தன. ஒருவேளை அப்பா கடனை அடைத்துவிட்டு தன்னை மீண்டும் அழைத்துப் போக வந்தால் என்னாவது

என்றொரு கேள்வி பிறந்தது. நாம்தான் இங்கே வந்துவிட்டோமே தவிர, நம்மைக் கொண்டுவந்து விட்ட கோவிந்தன் அண்ணனும், வீரம்மா அக்காவும் அங்கேதானே இருப்பார்கள், அவர்கள் அப்பாவை இங்கே அழைத்து வந்துவிட மாட்டார்களா என்ன என்று மீண்டும் தன்னைத்தானே ஆற்றிக்கொண்டாள்.

இந்த சிந்தனைகளில் நேரம் ஓடியதையே உணராமல் ஒரு சிலை போல சுவற்றில் சாய்ந்து நின்றிருந்தாள். மாலை மங்கும் வேளையில்தான் அந்த அறைக்குள்ளிருந்து இன்னொரு பெண், வீரம்மாவின் வயதை ஒத்தவள் வந்து மீனாட்சியை அழைத்துப் போனாள். அவள் பெயர் யோகாம்பாள். அவளும் அக்கா பதவியில் இருப்பவள்தான்.

அவள் மீனாட்சியை இன்னொரு அறைக்குள் அழைத்துச் சென்றாள். அங்கே மஞ்சத்தில் அமர்ந்திருந்த மங்கையை வணங்கி விட்டு "பாயி சாஹிப், கூடுதலா இன்னொரு ஏவல் பெண்டு வேணும்னு கேட்டிருந்தோமே, கல்யாண மஹால்லேர்ந்து அனுப்பி வச்சிருக்காங்கம்மா. இவ பேரு மீனாச்சியாம்" என்று சொன்னாள். மஞ்சத்தில் அமர்ந்திருந்த பெண்ணின் கம்பீரத்தில் கவரப்பட்டவளாய் மீனாட்சியும் இடுப்பை வளைத்து வணங்கினாள். மஞ்சத்தில் அமர்ந்திருந்தவள் முன்னாள் மன்னரான அமரசிம்மரின் பிரியத்துக்குரிய ஸ்திரீயான ருக்மணி பாயி சாஹேப்.

ருக்மணி பாயை விளக்கொளியில் நிமிர்ந்து பார்த்தாள் மீனாட்சி. ருக்மணி சந்தன வர்ணத்தில் இருந்தாள். அவளின் நிறத்தை அதிகரித்துக் காட்டும் வகையில் அடர் குங்கும நிறப்பட்டுப் புடவை அணிந்திருந்தாள். கும்டாவாக ஒரு பொன்னிற சால்வையை அணிந்திருந்த போதும் உள்ளறைதான் என்பதாலோ என்னவோ, கும்டாவை தலையைச் சுற்றி சரியாகப் பொருத்தியிருக்கவில்லை. அது சரிந்து தோளில் கிடந்தது. அதென்னவோ இந்த மராத்தி பாயிமார்களுக்கு மட்டும் பிரம்மன் படைத்து முடித்த பின்னர், தனியாக இரண்டு வெண்ணெய் உருண்டைகளை கன்னத்தில் ஒட்டி அனுப்புவார் போல. அந்த கன்னத்து உப்பலே இவர்களுக்கெல்லாம் ஒரு குழந்தைத்தனமான அழகைத் தந்துவிடுகிறது போல என்று எண்ணிக்கொண்டாள் மீனாட்சி.

தலையில் கிருஷ்ண கொண்டை, உச்சிப் பூ எல்லாம் வைத்திருந்தாள் ருக்மணி பாயி. நாகமென நீண்டிருந்த ஜடைப்

பின்னலை எடுத்து முன்னால் போட்டிருந்தாள். பின்னலில் ஜடைக்குச்சும், முத்துக் குஞ்சமும் வைத்துப் பின்னியிருந்தாள். காதில் ஐங்கலச ஜிமிக்கி ஊசலாடியது. தோளில் இருந்து இறங்கிய கைகளில் புஜபந்துவும், பொன் வங்கியும் இறுகப் பதிந்திருந்தன. முன் கையில் பல வகை வளையல்கள் குலுங்கின. கைவிரல்கள் அனைத்திலும் மோதிரங்கள் வரிசைக் கட்டியிருந்தன.

மூக்கில் அணிந்திருந்த பொட்டு, பேசரி, புல்லாக்கு, நத்து எல்லாவற்றிலும் வைரங்கள் நீலத்தை வாரியிறைத்தது. கழுத்தில் அட்டிகை, கண்ட சரம், கண்டா, பஞ்ச சரம், முத்து ஹாரம், சந்திர ஹாரம் என விதவிதமான நகைகள் வரிவரியாய் பதிந்து கிடந்தன. பாதங்களில் கால் சங்கிலியும், தண்டையும் அணி செய்தன. கால் விரல்கள் பத்திலும் கூட மோதிரங்கள் அணிந்திருந்தாள். இத்தனை நகைகளை ஒரு சேர அணிந்திருந்தும் கூட அது ரசாபாசமாய் இல்லை. அவற்றை தேர்ந்தெடுத்து அணிந்திருந்த விதத்தில் ஏதோ ஒரு நேர்த்தி இருந்தது.

மீனாளுக்கு அவளைப் பார்த்தவுடனேயே ஒரு பிரியம் ஏற்பட்டது. அதற்கு முன் கல்யாண மகாலில் பார்த்த பாயி சாஹேப்புகள் போலில்லாமல் ருக்மணியிடம் ஏனோ ஓர் இணக்கம் தோன்றியது. ருக்மணிக்கும் மீனாளைப் பிடித்துத்தான் இருந்தது என்பது அவளது புன்னகையில் தெரிந்தது.

“எந்த ஊரடி உனக்கு?”

“திருவாதிங்கம்மா...”

“உனக்கு எழுத்துப் படிப்பு உண்டா?”

“இல்லீங்கம்மா...”

ருக்மணியின் முகத்தில் சற்று ஏமாற்றம் தெரிந்தது. சரஸ்வதி பண்டாரத்திலிருந்து இரண்டு மாதக் கெடுவிற்கு குமார சம்பவமும், சடகோபரந்தாதி என்றொரு தமிழ் நூலும் எடுத்து வைத்திருந்தாள். குமார சம்பவம் தானே படித்து விடலாம். இந்தப் பெண் பிள்ளைக்குத் தமிழ் படிக்கத் தெரியுமென்றால் இங்கிருந்து கிளம்புவதற்குள்ளாக அந்த அந்தாதியைப் படிக்கச் சொல்லி கேட்கலாம் என்று நினைத்தாள். அது இயலாது என்பதில் சற்று ஊக்கம் குறைந்தது. யோகாம்பாள் பக்கம் திரும்பி “சரி, விரைவில் நாம் எல்லோரும் திருவிடைமருதூருக்குப் பயணப்பட வேண்டியிருக்கும், தெரியும்தானே? பயணத்திற்கான தயாரிப்பு

வேலைகளுக்கு இவளையும் உனக்கு உதவியாக வைத்துக் கொள். இப்போது கிளம்புங்கள்...” என்றாள் ருக்மணி பாயி.

யோகாம்பாளும், மீனாளும் பணிவுடன் வணங்கிவிட்டு, பின் புறம் காட்டாது நான்கடிகள் எடுத்து வைத்தனர். அதன் பின்னரே திரும்பி நடந்து அறையின் வாயிலை அடைந்தனர். வாயிலருகே சென்று இன்னொரு முறை திரும்பிப் பார்த்தாள் மீனாட்சி. மாலை நேரத்து பொன்னொளி சாளரத்தின் வழி வந்து ருக்மணியின் மீது வழிந்தது. அந்த கம்பீரமான தோற்றமே தனக்கு அபயம் அளிப்பதைப் போல உணர்ந்தாள் மீனாள். அவள் மனதில் எழுந்த எண்ணத்தை உறுதிப்படுத்துவது போல சந்தியாகால பூஜைக்கென பெரிய கோவிலின் காண்டாமணி ஒலித்தது.

22

வீரசோழனாற்றுக்கும், காவிரியாற்றுக்கும் நடுவில் பரந்து விரிந்து கிடந்தது அந்த தென்னந்தோப்பு. அது பிரதாப சிம்ம ராஜாவின் காலத்தில் சக்ரவாம்பாள்புர சத்திரத்துக்கு சுரோத்திரியமாகத் தரப்பட்டது. இப்போது அதனை குத்தகைக்கு எடுத்திருப்பவர் நாகையைச் சேர்ந்த மரக்காயர் ஒருவர். கடந்த சில வருடங்களாகவே காய்ப்பு சரியாக இல்லை என்றும், குத்தகை பாக்கியைத் தள்ளுபடி செய்துவிட வேண்டுமென்றும் அவர் அரசுக்கு விண்ணப்பித்திருக்கிறாராம்.

வீரசோழனாற்றின் கரையிலிருந்து ஆரம்பிக்கும் தென்னந்தோப்பு, காவிரிக் கரைக்கு கொஞ்சம் முன்னால் முடிந்து விடும். அதற்குப் பிறகு காவிரி வரை இருக்கும் வெட்டவெளிப் பகுதிதான் கைலாச மஹால் - அரச குடும்பத்தினருக்கான

மயானம். இந்தத் தோப்பிலிருந்து வெளியேறினால் நேராக அந்த மயானத்தில் கால் வைக்கலாம்.

அரண்மனையிலிருந்து பவானி பாயியை அழைத்துக் கொண்டு பரிசலில் கிளம்பி வந்து அந்தத் தோப்பில் கரையிறங்கிய ருக்மணிக்கு மேலுமொரு சிக்கல் காத்திருந்தது. அவளது நம்பிக்கைக்குரிய ஏவலர்கள் சிலர் ஏற்கெனவே அங்கு வந்து கூடியிருந்தனர். எண்ணியது போல பவானி பாயி நேரே மயானத்துக்குச் சென்று அமரசிம்மரின் சிதையில் தீப்பாய்வது என்பது எளிதல்ல என்று அவர்கள் கண்டு சொன்னார்கள்.

அங்கே வெட்டுப்பட்ட தென்னையொன்றின் அடிமரப் பகுதி மட்டும் மண்ணில் நின்றிருந்தது. அதுவே ஒரு ஆசனம் போலிருக்கவே களைத்துச் சோர்ந்திருந்த பவானி பாயியை அதில் அமர வைத்தாள் ருக்மணி. ஏவலரில் இருவரை அங்கேயே அரசிக்கு துணை நிற்கச் சொல்லிவிட்டு, மீதமுள்ளோரை அழைத்துக் கொண்டு தோப்பின் எல்லையை நோக்கி நடக்கலானாள்.

“ருக்மணி, எங்கேயடி போகிறாய்?” என்று அரற்றலாகக் கேட்ட பவானி பாயியைத் திரும்பிப் பார்த்து, காத்திருங்கள் என்று சைகை செய்துவிட்டு தோப்பின் மறு எல்லையை நோக்கி விரைந்தாள்.

தோப்பின் எல்லையை நெருங்கும் போதே மயானத்தில் எரிந்து கொண்டிருந்த ஐந்து முக தீவட்டிகளின் வெளிச்சத்தில் காட்சிகள் துலங்கின. பிரிட்டிஷ் படை மயானத்தை முழுமையாகச் சூழ்ந்திருந்தது. காவிரிப் படிக்கட்டுகளிலும் கூட கையில் துவக்குகளுடன் படை வீரர்கள் நின்று கொண்டிருந்தனர். அரசருக்கு இறுதி மரியாதை செலுத்த வந்த மக்கள் திரள் துப்பாக்கி முனையில் பின்னால் தள்ளப்பட்டு, மயானத்தைச் சுற்றிலும் இரும்பு வளையமாக படைகள் சூழ்ந்திருந்தன.

தான் நினைத்ததை விடவும் மக்லோட் கூர்மையானவர் என்பதை ருக்மணி உணர்ந்து கொண்டாள். உடன் வந்திருந்தவர்களில் சமயோஜிதமாக நடந்து கொள்ளும் திறனுடைய மாடிக் எனும் மராட்டிய இளைஞனின் மூலம் மயானத்தில் சடங்குகளைச் செய்து கொண்டிருக்கும் பிரதாபனுக்கு தகவல் சொல்லி அனுப்பினாள். வேறு சில ஏவலர்களை ஊருக்குள் சென்று சில பொருட்களை சேகரித்து வரச் சொன்னாள். உடனிருந்த மற்றவர்களை தோப்பின் உட்புறத்தில் இருக்கும் மரங்களை வெட்டி அப்புறப்படுத்த உத்தரவிட்டாள். மீண்டும் பவானி பாயி அமர்ந்திருக்கும் இடத்திற்கே திரும்பி வந்தாள் ருக்மணி.

23

"சபாபதி... ஐயா சபாபதி" சத்தமாக அழைத்துக் கொண்டே படியேறினார் சோலையா பிள்ளை. சித்தூர் பிரதேசத்துக்கே உரிய கடுமையான வெயிலில் வாடி வதங்கி, களைத்துப் போயிருந்தார். வீட்டிற்குள் நுழைந்தவர் இடைக்கழியைக் கடந்து கூடத்தில் இருந்த ஊஞ்சலில் வந்து அமர்ந்தார். அவர் கூப்பிட்ட குரல் கேட்டதுமே பானையில் இருந்து தண்ணீரை ஒரு சொம்பில் மொண்டு கொண்டு, உத்திரக் கட்டையில் சொருகியிருந்த ஒரு பனை ஓலை விசிறியையும் எடுத்துக் கொண்டு வந்து அவரிடம் தந்தான் சபாபதி.

பொதுவாகவே சபாபதி கலகலப்பாகப் பேசிப் பழகுபவன் அல்ல. சிறு வயதிலிருந்தே அம்மாவின் கை வளைப்புக்குள்ளேயே வளர்ந்தவன். அப்பாவிடம் நெருங்கிப் பழகுவதே கடந்த

ஆறு ஆண்டுகளாகத்தான். எனவே எப்போது தந்தை அழைத்தாலும் இப்படி அருகே வந்து நின்று அவர் முகத்தை ஏறிட்டுப் பார்ப்பானே தவிர "என்னப்பா? என்ன வேணும்?" என்பது போன்ற உபசார சொற்களைக்கூட உதிர்க்க மாட்டான். எனவே அவனிடமிருந்து எந்த எதிரொலியையும் எதிர்பார்க்காமல் தான் சொல்ல வந்த விஷயத்தை சொல்ல ஆரம்பித்தார் சோலை.

"ஒரு வழியா நம்ம வீட்டுக்கும் ஒரு விடிவு காலம் வந்துருச்சுடாப்பா. இனியும் பட்டாளத்து உண்டக்கட்டிய வாங்கிட்டு வந்து, நம்ம வூட்டுத் தட்டுல போட்டு சாப்பிட்டுகிட்டு, குடித்தனம்னு சொல்லிகிட்டிருக்க வேண்டியதில்ல. நீ திருவாதிக்குப் போய் உம்பொஞ்சாதிய கூட்டிட்டு வர வேண்டியதுதான்."

உற்சாகமாகப் பேசிக் கொண்டே போனவரை வியப்புடன் பார்த்தான் சபாபதி. அவனுக்குத் தலையும் புரியவில்லை, காலும் புரியவில்லை. இந்த ஐந்து வருடங்களில் கல்யாணம் என்ற ஒன்று தனக்கு நடந்ததே கனவு போல ஆகிவிட்டிருந்தது. ஆம், இந்நேரம் மீனாட்சிக்கு பன்னிரெண்டு வயது திகைந்திருக்கும். அதற்கேற்ப வளர்ந்திருப்பாள், பூப்படைந்திருக்கவும் கூடும். இதெல்லாம் இப்பொழுதுதான் ஞாபகத்திற்கே வருகின்றன. வேலூரிலிருந்து கிளம்பி திருவாதிக்குப் போய் வருவதென்றால், பயணத் தொலைவை நினைத்தாலே மலைப்புத் தட்டுகிறது. முன்பு தன் திருமணத்திற்கு கூட தகப்பன் கிளம்பி வராமைக்கும் காரணம் அதுதானே? இருநூறு மைல் தூரத்தை நடந்து கடக்க வேண்டுமென்றால் மாதக்கணக்கில் ஆகும்.

இங்கிருந்து போளூர், திருவண்ணாமலை, கள்ளக்குறிச்சி வழியாகப் போகவேண்டும். இல்லாவிட்டால் ஆற்காடு, ஆரணி, செஞ்சி, விருத்தாச்சலம் வழியாகக் கும்பகோணத்துக்குப் போய், அங்கிருந்து திருவாதிக்குப் போக வேண்டும்.

எல்லா இடங்களிலும் தங்க வசதியான சத்திரங்கள் கூட கிடையாது. கோவில் மண்டபங்களிலும், மரத்தடியிலும்கூட தங்க வேண்டியிருக்கும். பெரும்பாலும் ஊர்மடங்களில் தங்கினால், ஊர்ப் பெரிய மனிதர்கள் யாராவது ராச்சாப்பாட்டுக்கு வழி செய்துவிடுவார்கள். மற்றபடி எல்லா நேரமும் சாப்பாடு கிடைக்கும் என்பதுகூட நிச்சயமில்லை.

அத்தோடு ஒரு இளம் பெண்ணை அழைத்து வருவதென்றால் கொஞ்சமேனும் மனிதர்களின் துணை வேண்டும். தனியே

ஓரிருவர் மட்டும் சென்று அழைத்து வருவதெல்லாம் சாத்தியமே இல்லை. அதிலும் கும்பினியார், ஆற்காட்டு நவாப் ஆட்கள், மராத்தியர் என எல்லாப் படையினரும் ஆடுபுலி ஆட்டத்திற்கு கட்டம் வரைவது போல இந்த நிலத்தில் அவர்களின் எல்லைகளை மாற்றி மாற்றி வரைந்து கொண்டே இருக்கிறார்கள். அதற்கென படைகொண்டு இங்குமங்கும் அவர்கள் ஓயாது திரியும் இந்தக் காலகட்டத்தில் பெண் பிள்ளைகளை அழைத்துக்கொண்டு வருவது என்று நினைத்தாலே வயிற்றைக் கலக்குகிற சங்கதி.

சபாபதி இத்தனை விஷயங்களை கோர்வையாக நினைக்கக் கூடியவன் என்பது கூட அவன் தகப்பனுக்குத் தெரியாது. நல்லத்தாயி இருந்தவரை அவனைப்பற்றி அவர் கவலையேபட்டதில்லை. அவள் போனபிறகு இவனை குடியும் குடித்தனமுமாகப் பார்க்காமல் போய் விட்டாளே மகராசி என்றுதான் சோலைக்கு ஆற்றாமையாக இருந்தது. அவர் நிமிர்ந்து பார்த்தபோது, பையன் மோட்டுவளையை வெறித்துக்கொண்டு நின்றிருந்தான்.

“க்கும்...” என்று தொண்டையைச் செருமினார் சோலை.

நடப்பு உலகிற்குள் வந்தான் சபாபதி.

“என்னப்பா சொல்றீங்க? அந்தப் புள்ளைய கூட்டி வரணும்னா... இருநூறுமைல் தொலைவில்ல போகணும்? அத்தோட நம்ம ரெண்டு பேத்துக்கும் சர்க்காரில் அத்தினி நாள் ரஜா கொடுப்பாங்களா?”

“அடேயப்பா... பொஞ்சாதிய கூட்டிட்டு வரணும்னதும்தான், தம்பி வாய்லேர்ந்து முத்து உதிர்றாப்ல இருக்கே? நல்லது, நல்லது... இந்தளவுக்காச்சும் பேசினாச் சரி...” என்றார் சோலை சிரித்துக் கொண்டே.

“அப்புறம் என்ன கேட்டே? ரெண்டு பேருக்கும் ரஜா கிடைக்காதேன்னு சொன்ன இல்ல? முதல்ல நாம ரெண்டு பேரும் போகப் போறதில்ல. நீ மட்டும் போகப்போற... போய் அங்கேர்ந்து மீனாட்சிய கூட்டிகிட்டு வந்துரு!”

புரியாமல் விழித்தான் சபாபதி.

“ஆமாப்பா.. இதுக்கு ரஜா தேவையில்ல. சர்க்கார் வேலையாவே போறா மாதிரி ஒரு வாய்ப்பு கிடைச்சிருக்கு.”

“என்னப்பா சொல்றீங்க? நான் தனியா போறது கூட சரிதான். ஆனா திரும்பி வரப்ப பொண்ணு ஒருத்திய வேற கூட அழைச்சுட்டு வரதுன்னா, நாட்டு நிலமை சரியா இல்லயே அப்பா?”

“இருடா... ரொம்ப பதறாதே. உன்னை யாரும் தனியாப் போகச் சொல்லல. விவரமாகச் சொல்லுறேன் கேட்டுக்கோ” என்றபடி தனது எண்ணத்தை விவரிக்கத்தொடங்கினார்.

“நம்ம வேலூர்க்கோட்டைலேர்ந்து தஞ்சாவூருக்கு ஒரு ராஜகோஷ்டி போகப்போவுது. அந்த சவாரில உனக்கும் ஒரு வேலைய போட்டுத்தர சொல்லிட்டேன். தஞ்சாவூர் போன பிறகு, நீ அந்த காவல் சூப்பிரெண்டுகிட்ட சொல்லி, ரஜா வாங்கிட்டு நேரா கும்மோணத்துக்குப் போ. அங்க போய் உன் மாமங்காரன், அந்த திருவாழத்தான் ரத்தினம்பய இருக்கானே, அவன் வீட்டுக்குப் போயிடு. அப்புறம் அவனையும் அழைச்சுகிட்டு திருவாதிக்குப் போ. அவங்க எதுனா சடங்கு சொன்னாங்கன்னா அதை செஞ்சுபிட்டு, புள்ளைய கூட்டிகிட்டு தஞ்சாவூருக்கு வந்து, ராஜகோஷ்டியோட சேந்துக்க...”

அப்பா சொல்லுவதையே வாய் பிளந்து கேட்டுக்கொண்டு நின்றிருந்தான் சபாபதி. அவரும் விடாமல் சொல்லிக்கொண்டே இருந்தார்.

“துவக்கும் கையுமா ஆளுங்க கூட வருவாங்கன்றதால, பத்திரமா அந்தப் புள்ளையையும் கூட்டிகிட்டு நீ ஊரு வந்து சேர்ந்துரலாம். வழில தங்கறதுக்கு, சாப்பாட்டுக்குன்னு ஒரு கவலையும் தனியா நீ படத்தேவையில்ல. எல்லாம் சர்க்காரே பார்த்துக்கும். முன்கூட்டியே எந்தெந்த ஊர்ல முகாம்னெல்லாம் ஏற்பாடு செஞ்சிருப்பாங்க. பத்திரமா போயிட்டு, குடும்பஸ்தனா வந்து சேரு. என்ன சரியா?”

“ஓ.. அப்படியா? அதுசரி, இப்ப சவாரி போவப்போற ராஜகோஷ்டி யாரு?”

“சிங்களத்துல கண்டின்னு ஒரு ராஜ்யம் இருக்கு. அதோட ராஜா ஸ்ரீ விக்கிரம ராஜசிங்கன்னு பேரு. அவரை நம்ம பிரிட்டிஷ் படை ஜெயிச்சு, அவர் ஆண்ட கண்டி ராஜ்யத்த வசப்படுத்தினாங்க. அப்ப அந்த ராஜகுடும்பத்த மொதல்ல சென்னப்பட்டினத்துக்கு அனுப்பி வச்சாங்க. அங்கேர்ந்து இங்க, நம்ம வேலூர் கோட்டைக்கு அனுப்பி சிறை வச்சாங்க. ஆரம்பத்துல ராஜ குடும்பம் முழுசையும் காவல்ல வச்சாலும், அப்புறம் ராஜா விக்கிரம்சிங்கனத் தவிர மத்த

குடும்ப ஆளுங்கள கௌரவமா வெளிய நடமாட அனுமதிச்சாங்க. அவங்கம்மா, அவரோட நாலு பொஞ்சாதிங்க, அவங்க புள்ளைங்கன்னு ஏகப்பட்ட பேரு இங்க வேலூர்க் கோட்டைக்குள்ளதான் இருக்காங்க. அதுனாலதான் அந்த அரண்மனைய கண்டி மஹால்னு சொல்றாங்க.

அந்த விக்கிரம ராஜசிங்கரோட அம்மா, ராஜமாதா உபேந்திரம்மாதான் இப்ப தஞ்சாவூருக்குப் போகணும்னு கிளம்பிருக்காங்க. சர்கார்ல மனுப்பண்ணி, குவர்னர் சவாரிக்கு ஒப்புதல் கொடுத்துட்டாராம். இப்ப ஏற்பாடெல்லாம் மும்முரமா நடக்குது. அதுலதான் உன்னய பாராக்காரனா போடச் சொல்லி கேட்டிருக்கேன்."

"சிங்களத்து ராணியா? அப்ப அவங்க பேசற பாஷை புரியணுமே நமக்கு.."

"அடப் போடா இவனே... கண்டி ராஜ வம்சத்துலயே கடைசித் தலமொற நம்ம மதுர நாயக்கருங்க இல்ல, அவங்க குடும்பத்து ஆளுங்களாலதான் உருவாச்சு. அதுனால தெலுங்கு, தமிழ்னு எல்லா பாசையும் தெரிஞ்ச ஆளுகதான் ராஜ பரிவாரத்துல இருப்பாங்க."

"ஓ... இப்ப இந்த ராஜ மாதா எதுக்காக தஞ்சாவூர் போறாங்களாம்?"

"ஏற்கெனவே இங்கிருந்த ராஜ பரிவாரத்துல பாதிப் பேரை பிரிட்டிஷ் சர்க்கார் தஞ்சாவூருக்கு அனுப்பி வச்சிருக்கு. அவங்கள்ள யாரையாவது பாக்கறதுக்கா இருக்கலாம். இல்லாட்டி வெறுமனே இந்த பொட்டல் காட்டு கோட்டைக்குள்ள அடைபட்டு கிடக்காம, கொஞ்சம் பச்சையும் பசுமையுமா காவேரிக்கர பிரதேசங்கள பாத்துட்டு வந்தாத் தேவலாம்னு இருக்கலாம். அந்தம்மா மனசுல என்ன இருக்கோ யாருக்குத் தெரியும்?"

சபாபதிக்கும் அது சரிதான் என்றே தோன்றியது. யார் மனதில் இருப்பதையெல்லாம் யார்தான் சரியாகப் புரிந்து கொள்ள முடிந்திருக்கிறது? பெற்ற அப்பனும் பிள்ளையுமாக இருந்தாலுமே தன் மனதில் இருப்பதெல்லாம் அப்பாவுக்கு தெரிந்துவிட்டதா என்ன? அவன் நினைவோட்டம் அறியாதவராக சோலை பேச்சைத் தொடர்ந்து கொண்டிருந்தார்.

"இந்தப் பரங்கிகளும் ராஜ குடும்பத்த கொஞ்சம் கௌரவமாத்தான் வச்சிருக்காங்க. பல்லக்கு, காவலுக்கு ஆளு, ஏவலுக்குப்

பெண்டுகள்னு எல்லா சௌகரியங்களும் உண்டு. ஆனாலும் கைதியாத்தான் இருக்கோம்ன்ற நினைப்பு அவங்களுக்கு இருக்கும்தானே? பாவம், தங்கள மாதிரியே ராஜ வம்சமா இருந்து, இப்ப கும்பினி பிஞ்சன் வாங்குற தஞ்சாவூர் ராஜ குடும்பத்த பாக்கறப்ப ஒரு ஆறுதலா இருக்குமோ என்னவோ... எது எப்படி இருந்தாலும், நமக்கு இவங்களால பெரிய சௌகரியம்தான். இல்லாட்டா நீ சொல்றாப்பல இந்த மோசமான காலத்துல எங்கேர்ந்து போய் என் மருமவள கூட்டிட்டு வரது?"

"அதும் சரிதான்" என்று ஆமோதித்தான் சபாபதி. அவனது மனதுக்குள் இளமைக் கனவுகள் மொட்டுவிடத் துவங்கின.

24

புலரியில் விண்ணேகிய அமரசிம்மரின் சடலம் அந்திப்பொழுதாகியும் இன்னமும் விகாரமடையாமல் இருந்தது பிரதாபனுக்கே வியப்பாக இருந்தது. அந்தி இருளோடு மழை மேகங்களின் மூட்டமுமாக சீக்கிரமே இருண்டு விட்டது. சிதையேற்றத்திற்கு முன்பு செய்யப்படவேண்டிய வேள்விச் சடங்குகள் முடியும் தருவாயிலிருந்தன. திடீரென மயானத்தைச் சூழ்ந்த பிரிட்டிஷ் படையை முதலில் பிரதாபன் கவனிக்கவே இல்லை. காவிரிக் கரை முழுக்க நிறைந்திருந்த மக்கள் கூட்டத்திற்கு நடுவே படை வீரர்கள் அணிவகுத்து வந்து, மயானத்தை சூழ்ந்து கொண்டதை இருளில் சரிவர புரிந்து கொள்ள முடியவில்லை. மக்லோடும் முதலியும் சடங்குகள் நடக்கும் இடத்திற்கே வந்து நின்றபோதுதான் விபரீதம் புரிந்தது. தானோஜி முதலியின் அருகில் சென்று

விவரம் கேட்டுவந்து பிரதாபனின் காதில் சொன்னதும் அவனது ரத்தம் சூடானது.

அம்மாஜி மட்டுமல்லாது அரசியர் நால்வருமே அரண்மனைக்குள் சிறைவைக்கப்பட்டிருப்பதை உணர்ந்தபோது மக்லோடின் மீது எழுந்த சினம் தன் கையாலாகத்தனத்தின் மீதான தன்னிரக்கமாக மாறியது. தந்தையின் மரணத்தைவிடவும் இந்த ஆதிக்கம் மிகுந்த வலியைத் தந்ததில், சற்றே நின்றிருந்த கண்ணீர் மீண்டும் ஊறி வழிந்தது.

வேள்வி முடியும் தருவாயிலிருந்தது. அம்மாஜி சக கமனம் செய்வதில் அவனுக்குமே உடன்பாடில்லை என்பது வேறு. ஆனால் அன்னியரின் கட்டளைக்கிணங்கி, அன்னையின் ஆவலை நடத்தி வைக்க முடியாது போவது என்பதை பிரதாபனால் தாங்கிக் கொள்ள முடியவில்லை. பின்னர் வாழ்நாள் முழுவதும் அன்னையைக் காணும் போதெல்லாம் தன் திறனின்மையையே உணர வேண்டியிருக்கும் என்று நினைத்தான்.

செய்வதறியா திகைப்போடு ஜனாச்சாரியார் சொன்னவற்றை இயந்திரம் போல் செய்துகொண்டிருந்தான். அவர் சொன்ன மந்திரங்களை முணுமுணுப்பாக திருப்பிச் சொன்னானே தவிர, என்ன சொல்கிறோம் என்பதே கவனத்தில் இல்லை.

தலையில் ஒரு வெள்ளிக்குடமும், கையில் வில்லொன்றும், முதுகில் அம்புறாத் துணியுமாக ஒரு உருவம் காவல் வளையத்தைத் தாண்டி மயானத்திற்குள் நுழைந்தது. ஏற்கெனவே சடங்குகளுக்குத் தேவையான பொருட்கள் எல்லாம் வந்து சேர்ந்திருந்தன. வேள்வியும் முடியுந்தருவாயில் இருந்தது. இனி சிதைக்கு நெருப்பிடும் முக்கிய பணி மட்டுமே மீதமிருக்கையில் எதற்காக புதிதாக மேலும் சில பொருட்களுடன் இவன் உள் நுழைகிறான் என்ற எண்ணம் தோன்ற, தானோஜியைப் பார்த்தான். அவன் பார்வையை உணர்ந்த தானோஜி அந்த புதிய நபரை நெருங்கி விசாரித்து விட்டு, வந்து பிரதாபனின் காதில் விவரம் சொன்னார்.

ஷகாஜிபுர மாளிகையில் ருக்மணிபாயி சாஹேபிடம் பணிபுரியும் மாடிக் என்பவன் தான் கொண்டு வந்திருந்த வெள்ளிக் குடத்தை வேள்வியை நடத்திவைப்பவரான ஜனாச்சாரியாரின் அருகில் வைத்துவிட்டு, வில்லையும் அம்புறாத் துணியையும் சிதை மேடையினருகில் கொண்டு போய் வைத்தான். வெள்ளிக் குடத்தை வைக்கும் போதே ஜனாச்சாரியாரின் காதில் எதையோ ரகசியமாகச் சொல்லிவிட்டுச் சென்றான்.

திருமணம் போன்ற சுப காரியங்களில் புரோகிதர்களைவிட, வீட்டுப் பெரியவர்கள் மிகவும் உற்சாகத்தோடு முன்னிற்பார்கள். குறிப்பாக மூத்த பெண்மணிகள் சில சமயங்களில் உரிமையோடு புரோகிதரையேகூட அதிகாரம் செய்வதுண்டு. ருது சாந்தி, ஜாதகர்மா பெண்களை மையமாகக்கொண்ட சடங்குகளென்றால் புரோகிதர்கள் வீட்டின் மூதன்னையரின் வார்த்தைகளைக் கேட்டுக்கொண்டுதான் பவ்யமாக நடத்தி வைக்கவேண்டியிருக்கும்.

துக்க வீட்டின் நிலை அப்படியில்லை. இறப்புச் சடங்குகளைப் பொறுத்தவரையில் புரோகிதர்களைத் தவிர வேறு யாருக்கும் அவ்வளவாக பரிச்சயம் இருக்க முடியாது. உறவினர் எல்லோருக்குமே ஓரளவேனும் சோகமும், பதற்றமும் இருக்கும் என்பதால் அடுத்தடுத்து செய்ய வேண்டிய எல்லாவற்றிற்கும் புரோகிதரே கட்டளைகளைத் தர வேண்டியிருக்கும்.

அதிலும் அரச குடும்பத்துக்கான சடங்காச்சாரங்களைப் பற்றி சாமானிய மக்களுக்கு அதிகம் தெரிந்திருக்க வழியே இல்லை. எனவே வேலப்ப முதலிக்கு அங்கு நடக்கும் விஷயங்கள் ஒன்றும் புரியவில்லை. வேள்வி முடிந்து விட்டதா என்பதையும் அவரால் உணர முடியவில்லை. பிரதாபன் சொல்ல வேண்டிய மந்திரங்கள் எதுவுமில்லாமல் புரோகிதரான ஜனாச்சாரியார் மட்டுமே நெய்யை வேள்விக் குளத்தில் சற்றைக்கொருதரம் விட்டுக் கொண்டிருப்பது, வெறுமனே அந்த நெருப்பைக் காப்பாற்றுவதற்காக மட்டுமே என்பதையும், அவர்கள் எதற்காகவோ காத்திருக்கிறார்கள் என்பதையும் மக்லோடும் அவரது பரிவாரத்தினரும் உணரவே இல்லை.

இந்த இந்துக்களே இப்படித்தான், சடங்குகள் என்ற பெயரில் நேரத்தை அழிக்கிறவர்கள் என்பதான எள்ளலுடன் மக்லோடும் காத்திருந்தார். நேரமாக ஆக அவரது பொறுமை தீர்ந்து கொண்டு வந்தது என்பது அவரது முகச்சுளிப்பில் தெரிந்தது. காவிரிக்கரைக் காற்று நமக்கு குளுமையாக இருக்கலாம், ஆனால் பனிப்பிரதேசத்திலிருந்து வந்த பரங்கியருக்கு அதுவே அனலாகத்தானே இருக்கும் என்றுணர்ந்த முதலிக்கு அவர்பால் சற்று இரக்கம்கூடத் தோன்றியது.

“துரையவர்கள் சாரட் வண்டிக்குள் வேண்டுமானால் போய் அமர்ந்து கொள்ளுங்கள். சேவகர்களை விசிறி வீசச் சொல்லலாம்.” என்று பவ்யமாய்ச் சொன்னார்.

அதுவும் சரிதான் என்று மக்லோடுக்குத் தோன்றியது. சாரட்டுக்குள் ஏறி உட்கார்ந்து கொண்டார். அவரது பீடத்திற்கு பின்னால் முழங்காலால் நின்று கொண்டு இரண்டு சேவகர்கள் மயிற்பீலி விசிறியால் அவருக்கு வீசினார்கள். எதிரில் இருந்த சற்றுத் தாழ்வான பீடத்தில் முதலியும் உட்கார்ந்து கொண்டிருந்தார். பின்னாலிருந்த சேவகர்கள், வீசின காற்று துரைக்குப் போக முதலி மேலும் சுகமாய்ப் படிந்தது. நின்று நின்று களைத்துப் போன கால்களுக்கு இதமாக உட்கார்ந்ததும், காற்றும் படவே முதலிக்கு கண்ணைக் கட்டிற்று.

அதனை உணர்ந்தவறாக மக்லோட் பேச்சுக் கொடுக்கத் துவங்கினார்.

"முதலி, எங்கேயோ அரபிக் கடலோரம் இருக்கக் கூடிய மராட்டியர்கள் இந்த தென்னகத்தில் வந்து எப்படி ஆட்சியைப் பிடித்தனர்? அந்தக் கதையைக் கொஞ்சம் சொல்லுங்களேன், தெரிந்துகொள்கிறேன்..."

சுடுகாட்டுக்கரையில் காவலிருப்பவன் துணைக்கு நம்மை விழித்திருக்க வைக்கச் செய்யும் உத்தி இது என்று புரிந்தாலும் வாங்கும் கூலிக்கு பேசித்தானே ஆக வேண்டும் என்று முதலி கதை சொல்ல ஆரம்பித்தார்.

"தஞ்சையை ஆண்டுகொண்டிருந்த விஜயராகவ நாயக்கரின் மகளை, மதுரையை ஆண்டு வந்த சொக்கநாத நாயக்கர் பெண் கேட்டார். ஏற்கெனவே முந்தைய தலைமுறையில் தஞ்சை அரச குடும்பத்திலிருந்து மதுரை அரசருக்கு வாழ்க்கைப்பட்ட பெண்ணொருத்தி அகால மரணமடைந்திருந்ததாகச் சொல்லுகிறார்கள். அதன் காரணமாகவோ அல்லது அகங்கார மமகாரத்தினாலோ விஜயராகவர் பெண் தர மறுத்துவிட்டார். சொக்கநாதர் இதனை கௌரவப் பிரச்சினையாகக் கருதி, தஞ்சை மேல் படையெடுத்தார். படைபலமென்று பார்த்தால் தஞ்சை அரசின் நிலை பலவீனமானதுதான். அதனாலோ என்னவோ விஜயராகவர் தான் வெற்றியோடு திரும்பவில்லையென்றால், அரசியர் அனைவரும் ஆத்மஹத்தி பண்ணிக்கொள்ள வேண்டுமென்று ஏற்பாடு செய்துவிட்டுப் போனார்.

எதிர்பார்த்தாற் போலவே விஜயராகவர் போர்க்களத்தில் வீரமரணமடைந்தார். அவரது அரசியர் அனைவரும் இறந்தனர். ஆனால் அவர்களில் ஒரு அரசி மட்டும் மரணிக்கும் முன்னர் தனது நான்கு வயது மகனை, சேடியொருத்தியிடம் கொடுத்து எப்படியாவது காப்பாற்றுமாறு கேட்டுக் கொண்டார்.

போரில் வெற்றி பெற்ற சொக்கநாத நாயக்கர் தனது தம்பி அளகிரி என்பவரைத் தஞ்சையில் ஆட்சிப் பொறுப்பில் அமர்த்தினார். அளகிரி மெல்ல மெல்ல சுயேச்சையான அரசாக மாற விரும்பினார். அதற்கு நடுவில் அளகிரியின் அமைச்சராக இருந்த ராயசம் வெங்கண்ணா என்பவர் விஜயராகவரின் மகன் செங்கமலதாஸ் என்ற பெயரில் நாகப்பட்டினத்தில் வளர்ந்து வருவதை அறிந்தார். அந்தச் சிறுவனை தஞ்சை அரசனாக்கி, தான் பின்னிருந்து ஆளலாம் என்ற ஆசையினால் செங்கமலதாசை அழைத்துக் கொண்டு பீஜப்பூருக்குச் சென்று சுல்தானிடம் உதவி கேட்டார்.

அப்போது சதாரா ஜாகிர்தாரரான ஷாஜி ராஜாவின் மகனான ஏகோஜி என்பவர் பெங்களூரில் வசித்து வந்தார். இந்த ஷாஜி ராஜாவின் இன்னொரு மனைவிக்குப் பிறந்த பிள்ளைதான் சிவாஜி ராஜா என்பது உங்களுக்குத் தெரிந்திருக்கும். பீஜப்பூர் சுல்தான் ஏகோஜியைப் படையுடன் சென்று செங்கமலதாசின் ராஜ்ஜியத்தை மீட்டுத்தருமாறு ஆணையிட்டார்.

முதலில் ஆரணியை வென்ற ஏகோஜி, அப்புறமா தஞ்சைக்கு பக்கத்திலிருக்கும் அய்யம்பேட்டையில் அளகிரியின் படையை சந்தித்தார். அந்தப் போர்க்களத்தில் அளகிரி தோற்றோடினார். தஞ்சையில் செங்கமலதாசுக்கு பட்டாபிஷேகம் பண்ணி வைத்துவிட்டுப் புறப்பட்ட ஏகோஜி, திருமழப்பாடியில் தங்கியிருந்தார். பேஷ்கஷ் அதாவது படையெடுத்து வந்ததற்கான செலவுத் தொகையைக் கேட்டுத் தங்கியிருந்ததாகச் சிலரும், அவரது மனைவிக்கு பிரசவ நேரம் என்பதால் தங்கியிருந்ததாகச் சிலரும் சொல்கின்றனர். எப்படியோ ஏகோஜி சோழதேசத்து எல்லையில் முகாமிட்டிருந்தார்.”

“இந்த வம்சத்து முதல் அரசர் பெயர் வெங்கோஜி என்று சிலர் சொல்கிறார்களே?”

துரை ஒன்றும் சாமான்யமானவன் இல்லை என்பதும், ஏற்கெனவே தெரிந்த வரலாற்றை உறுதிப்படுத்திக் கொள்ளவே தன் வாயைக் கிளறிக் கொண்டிருக்கிறான் என்பதையும் உணர்ந்த முதலி சற்று மரியாதையுடன் துரையை நிமிர்ந்து பார்த்தார்.

25

பெரிய நாயக் கொத்தன் வீட்டில் இல்லை. வழக்கம் போல ஏதோ அகிடுதகடு செய்து கொஞ்சம் பணம் சேர்த்துக் கொண்டு, அதை சூறை விடக் கிளம்பிவிட்டிருந்தான். அந்தக் காசெல்லாம் தீர்ந்த பிறகுதான் வீட்டிற்குத் திரும்புவான். பரிமளம் அவன்மீதான கொஞ்சநஞ்ச மரியாதையையும் இழந்து பல்லாண்டுகள் ஆகிவிட்டிருந்தன. முகம் கொடுத்து பேசுவது கூட இல்லை. இத்தனைக்குப் பிறகும் அவள் அதே வீட்டில் வாழ்ந்து கொண்டிருந்ததற்கு ஒரே காரணம்தான் இருந்தது. ஏற்கெனவே அம்மா இல்லாத நிலையில் இழுத்துக்கொண்டு கிடந்த அவள் அப்பாவும் போய்ச் சேர்ந்துவிட்டார். இப்போது கண்டியூரில் பிறந்த வீட்டில் அவளுக்கு மீதமிருக்கும் ஒரே உறவு தம்பி உத்தராவதி மட்டும்தான். அங்கே போய் தம்பி மனைவிக்கு

தொண்டச்சியாக வாழ்வதற்கு இங்கே மாடு கன்றுகளைப் பார்த்துக் கொண்டு இருந்துவிடுவதே மேல் என்று தோன்றியதால் மட்டுமே அந்த வீட்டில் பொங்கித் தின்று கொண்டு வளைய வந்தாள்.

பரிமளத்தின் செவலைப் பசு கன்று ஈன்றிருந்தது. கன்று போட்ட மாட்டிற்கும்கூட சில நாட்களுக்கு பத்தியமாய்த்தான் தீனி வைக்க வேண்டும். பருத்திக் கொட்டையை ஊற வைத்து, அரைத்து அதில் பச்சரிசி தவிடு கலந்து வைப்பது பசுவைத் தேற்றுவதோடு, பாலும் நன்றாக ஊறும். அதற்காக தாழ்வாரத்தில் பதித்திருந்த கல்லுரலில் பருத்திக்கொட்டையை அரைத்துக் கொண்டிருந்தாள் பரிமளம். அப்போது தன் வீட்டிற்குள் திடீரென ஆணும் பெண்ணுமாய் பத்திருபது பேர் நுழையவும் பதறிப் போனாள். அருகிலிருந்த பாத்திரத்திலிருந்த நீரில் கையை விட்டுக் கழுவிக் கொண்டு, அவசரமாய் எழுந்து புடவையை சரி செய்து கொண்டு நின்றாள். கும்பகோணத்து ரத்தினம் பிள்ளையும், அவர் சம்சாரம் தங்கம்மாளும், இன்னும் சில உறவினர்களும் புடைசூழ, தன் வீட்டு மாப்பிள்ளை சபாபதிப் பிள்ளைதான் வந்திருப்பது என்பதை அவள் உணரவே சிறிது நேரம் பிடித்தது.

சபாபதியின் பெண்டாட்டி எப்படியும் இதற்குள் திரண்டிருப்பாள், எனவே பெயருக்கு சடங்குகளைச் செய்து, சோபன முகூர்த்தத்தையும் பெண் வீட்டிலேயே முடித்து, தம்பதியினரை தஞ்சையில் கொண்டுபோய் விட்டுவிடவேண்டும் என்பது ரத்தினம் பிள்ளையின் திட்டம். திருமணத்திற்கே வீட்டிலிருந்து பெண் பிள்ளைகளை அழைத்து வராமல் போனதன் பலனை உணர்ந்திருந்தவர், இந்த முறை மனைவியையும், அவள் சகோதரியர் இருவரையும் கூட அழைத்து வந்திருந்தார்.

பரிமளம் முதலில் திகைத்தாலும் சுதாரித்துக்கொண்டு வந்தவர்களை வரவேற்று உபசரித்து உட்கார வைத்தாள். காலைப் பொழுதின் ஏறு வெயிலில் நடந்து வந்தவர்களுக்கு பித்தளைச் சொம்புகளில் மண்பானைத் தண்ணீரை மொண்டு விநியோகித்தாள். அவர்கள் தாகம் தணித்து, சற்று இளைப்பாறிய இடைவெளியில் நழுவிப் பின்கட்டு வழியாகப் போய், வேலி ஓரம் நின்று பக்கத்து வீட்டுப் பையனை கூப்பிட்டாள். அவனிடம் சுருக்கமாக விவரம் சொல்லி, தன் மைத்துனர் நற்குணத்தை அழைத்து வரும்படி அனுப்பிவைத்தாள்.

அதன் பின் சமையலறைக்குள் நுழைந்து உலையில் சோறும், கலத்தில் பருப்பும் வைத்தாள். தோட்டத்திலிருந்த

அவரைக்காய்களைப் பறித்துப் போட்டு கூட்டும், உறிப்பானையில் பத்திரப்படுத்தியிருந்த வடகங்களையும் பொரித்து அடுக்கிவிட்டு அவள் நிமிர்வதற்கும் நற்குணம் வாசல் வழியே வீட்டுக்குள் நுழையவும் சரியாக இருந்தது.

சபாபதியையும், ரத்தினம் பிள்ளையையும் அடையாளம் கண்டுகொண்டவராய் நற்குணம் அவர்களை வரவேற்றவாறே சுற்றுமுற்றும் பார்த்தார். புழக்கடைக்குப் போகும் தாழ்வாரத்தில் பரிமளம் தவிப்புடன் நின்றிருந்தாள். மெதுவாய் பேச்சை முடித்துக் கொண்டு அவளருகில் சென்றார்.

"என்னம்மா இது.. இப்ப என்ன செய்யறது? இவங்களுக்கு என்ன பதில சொல்றது?"

"என்ன சொல்றதுன்னு தெரியாமத்தானே.. உங்கள வரச்சொன்னேன். பெரியவங்க நீங்களே இப்படி என்னய கேட்டா, நான் என்ன பதில் சொல்வேன். சரியான நேரம் பாத்து ஒங்க தம்பி தப்பிச்சு ஓடிட்டாரு..! நான் புள்ளயவும் பறிகொடுத்துட்டு, இப்ப எல்லார் கேள்விக்கும் பதில் சொல்லிட்டும் நிக்கறேன். இப்போதைக்கு மீனாள கண்டியூர்ல எங்கம்மா வூட்டுக்கு அனுப்பிருக்கறதா சொல்லிருக்கறேன். மொதல்ல வந்தவங்கள சாப்பிடச் சொல்லுங்க. ஆக்கி வச்சிருக்கேன். எல்லாரும் கொஞ்சம் சிரமப்பரியாரம் செஞ்சுகிட்ட பொறகு விஷயத்த சொல்லிருவோம்!"

"அதுஞ் சரிதான்" என்று நற்குணம் ஆமோதிப்பதற்குள் பூனை போல அருகில் வந்து, தூணுக்குப்பின் நின்றிருந்த தங்கம்மாள் சரேலென வெளிப்பட்டாள்.

"என்னாத்த மூடி மறைக்கறீங்க ரெண்டு பேருமா? ஏற்கெனவே இந்த சம்பந்தத்துல கால வுட்டதுலேந்து பொய்யும் புனசுருட்டுமாத்தான் அடுக்கிருக்கீங்க.. இப்ப சோத்த போட்டுபுட்டு அதுக்கு மேல எங்ககிட்ட என்ன சொல்லப்போறீங்க? பொண்ணு எங்கன்னு கேட்டதுக்கு நீ முழிச்ச முழியே சரியில்ல. அவள கண்டியூருக்கு அனுப்பிருக்கறதா நீ மென்னு முழுங்கிகிட்டு சொன்னப்பவே தெரியுண்டி, இதுல எதோ சூதிருக்குன்னு" தங்கம்மாளின் குரலுயர்ந்ததில் கூடத்தில் தங்களுக்குள் பேசிக் கொண்டிருந்த ஆண்கள் அனைவரும் இந்தப் பக்கம் பார்த்தனர்.

பதற்றத்தில் நடுங்கியபடி பரிமளம் "இல்ல ஒண்ணுமில்ல" என்று பதற, அதற்குள் சபாபதி எழுந்து நிதானமாக நடந்து நற்குணத்தினருகில் நின்றான். இதற்கு மேல் எதையும் மறைத்துப்

பயனில்லை என்று கண்டவராய் அவர் தாழ்ந்த குரலில் அவனிடம் நடந்ததை சொல்ல ஆரம்பித்தார். காதைத் தீட்டிக் கொண்டு தங்கம்மாளும் அதை கவனித்ததில், சில வினாடிகளிலேயே விஷயத்தை கிரகித்துக் கொண்டாள். அமைதியாகக் கேட்டுக் கொண்டிருந்த சபாபதியின் உள்ளத்திற்குள் ஒரு பெரும் பிரளயமே நடந்து கொண்டிருந்தது. ஆனால் அவன் மௌனமாய் இருப்பதை தங்கம்மாளால் தாங்க முடியவில்லை.

“இதென்னாடி இது அக்கிரமமா இருக்கு.. சாதிய மாத்தி, வயசக் கூட்டின்னு ஆன திரிசமன் அத்தினியும் பண்ணி, ஒரு பொண்ணக் கொண்டாந்து பொம்மக் கல்யாணமாட்டமா கட்டி வச்சுபுட்டு, அப்புறம் அப்படியே கொண்டு போய், அரண்மனைல வித்தும் காசாக்கிப்புட்டாங்களாம்.. இதெல்லாம் ஒரு குடும்பமா? மானமுள்ளவங்க வாழற ஊர்தானா இது? கேக்க பெரிய மனுசங்க யாருமில்லயா இங்க?” என்று அடிவயிற்றிலிருந்து குரலெடுத்து அரற்றியபடி தன் சகோதரிகளிடம் விரைந்தாள் தங்கம்மாள்.

பொதுவாகவே அடுத்தவரைத் தூற்றுவதில் பேரார்வம் கொண்டவர்கள் தங்கம்மாளும், அவளது சகோதரிகளும். அந்த வாக்கு வன்மை கொண்ட குடும்பத்தின் கையில் இன்று பரிமளம் சிக்கியது விதியின் குரூரம் என்றுதான் சொல்ல வேண்டும்.

அப்பெண்கள் கொடுத்த சாபங்கள் உடனே பலிக்குமென்று மட்டும் இருந்தால் கொத்தனின் ஏழேழு தலைமுறையும் நரகத்தில் தலைகீழாகத் தொங்கியபடியே ஊழிக்காலம் வரை கிடக்க வேண்டியிருக்கும். அந்தம்மையார்கள் போட்ட கூச்சலில் மொத்த புதுத்தெருவும் கொத்தனின் வீட்டு வாசலில் வந்து கூடி விட்டது. எல்லோரும் தலைக்குத் தலை சமாதானம் செய்வதும், கிளறி விடுவதுமாகப் பேசிக் கொண்டிருந்தனர்.

“மொதல்ல சாப்பிடுங்கய்யா, அப்புறம் பேசலாம்” என்று நற்குணம் சம்பந்தி வீட்டு ஆண் பிள்ளைகள் ஒவ்வொருவரையும் தனித்தனியாகக் கெஞ்சிக் கொண்டிருந்தார். ஆளாளுக்கு ஏதேதோ பேசி எகிறிக் கொண்டிருந்தவர்களை வேறு என்ன சொல்லி சமாதானம் செய்வது என்று அவருக்குத் தெரியவில்லை.

நினைவு தெரிந்த நாள் முதல் பெயருக்கேற்ற நடத்தை உள்ளவர் நற்குணம். அவருக்கு கொடுக்கல் வாங்கலில் திருவாதி வட்டாரத்தில் மிகவும் நல்ல பெயருண்டு. இப்படி நாலு பேர் நடுவில் தான் குற்றவாளி போல கூனிக் குறுகி நிற்க

வேண்டியிருக்கும் என்று அவர் கனவிலும் நினைத்ததில்லை. அந்த நொடி, கொத்தன் மட்டும் அவர் முன் வந்து நின்றிருந்தால் வெட்டிக் கூறு போட்டிருப்பார். அவ்வளவு ஆத்திரம் பொங்கியது அவருக்கு. ஆனாலும் அடக்கிக் கொண்டு சம்பந்தி மனிதர்களை சமாதானப்படுத்த முயன்று கொண்டிருந்தார்.

சட்டென சபாபதி குரல் உயர்த்திச் சொன்னான், “மாமா, எல்லாரும் முதல்ல உக்காந்து சாப்பிடுவோம். அவங்களும் ஆக்கி வச்சுருக்காங்க, நாமளும் பசில இருக்கோம். என்னவானாலும் அப்புறம் பேசிக்குவோம்.”

ஐந்து வருடங்களுக்கு முன்னால் தன் வீட்டுத் திண்ணையில் சாதுவாக உட்கார்ந்திருந்த சபாபதிதானா இது என்று பரிமளத்தால் நம்பவே முடியவில்லை. சொந்த சம்பாத்தியம் தந்த பௌருஷம் அவன் முகத்திலும், பேச்சிலும் சுடர்விட்டது. மருமகனை நன்றியோடு ஒரு கணம் நிமிர்ந்து பார்த்தாள். அதைத் தங்கம்மாளின் கூரிய கண்கள் கண்டுணர்ந்தன.

“அடேயப்பா.. என் நாத்தனா புள்ளைக்குத்தான், மாமியா மேல என்ன கரிசனமடா சாமி. அதுசரி, என்ன இருந்தாலும் ரெண்டு வருஷம் புள்ள பெரிய மனுஷி ஆகலன்ற குற தெரியாம அவனப் பாத்துகிட்டவங்களாச்சே, இருக்காதா பின்ன” என்று மேடை ரகசியமாகத் தன் தங்கைகளிடம் சொன்னாள் தங்கம்மாள்.

அந்த விஷஅம்பு மிகச் சரியாக குறியில் தைத்தது. பரிமளம் எதுவும் பேசாமல் தலையைக் குனிந்து கொண்டு, கண்ணீரை உள்ளிழுத்துக் கொண்டு, பந்திப்பாயை விரித்தாள். அதற்குள் செய்தி கேள்விப்பட்டு பின்கட்டு வழியாக உள்ளே நுழைந்த சிலம்பாயியும் பரிமாற உதவ வந்தாள். அவளிடமே ஒவ்வொன்றாய் எடுத்துக் கொடுத்து சமையற்கட்டிற்கு உள்ளேயே நின்று கொண்டாள் பரிமளம். அந்த ஜனங்களின் முன்னால் போய் நிற்க வேண்டுமென்று நினைத்தாலே கொடுங்கோடையில், உச்சி வெயிலில், ஆற்று மணலில் இறங்கி நடப்பதுபோல அவளுக்கு மருட்டியது. ஏற்கெனவே தங்கள் பக்கமிருக்கும் தவறு ஒரு பக்கமென்றால் தங்கம்மாளின் சாட்டை நாக்கு இன்னமும் பயமுறுத்தியது.

ஒருவழியாய் சாப்பாட்டுக்கடை முடிந்ததும் ரத்தினம் பிள்ளையையும், சபாபதியையும் திண்ணையில் பாய் விரித்து உட்கார வைத்து, வெற்றிலைத் தட்டை கொண்டு வைத்தார்

நற்குணம். ஆனால் அவர் பாயில் உட்கார்ந்து விடவில்லை. திண்ணைக்குக் கீழேயே நின்று கொண்டார். அதைப் பார்த்த ரத்தினம் பிள்ளையே உட்காரச் சொல்லி உபசாரம் செய்தார்.

சபாபதி: "என்னதான் நடந்ததுன்னு விவரமாச் சொல்லுங்க ஒரு விஷயம் விடாம விவரமாச் சொல்லுங்க. அடுத்து என்ன செய்யலாம்னு அப்பத்தான் நாங்க முடிவு பண்ண முடியும்."

"முடிவு பண்ண என்னடா இருக்கு இதுல? புள்ளைய வித்துபுட்டாங்க. கல்யாணம், பரிசம்னு நூத்தம்பது ரூபா வரைக்கும் செலவழிச்சிருக்கோம். அதுக்கு என்ன வழி சொல்றாங்கன்னு கேட்டுக்க வேண்டியதுதான். மத்தபடி வேறென்ன செய்ய இருக்கு?" என்று குறுக்கிட்டார் ரத்தினம் பிள்ளை.

"முதல்ல அவங்க சொல்லட்டும் மாமா..." என்று அவரை அமர்த்தினான் சபாபதி.

நற்குணம் தனக்குத் தெரிந்தவரை கோர்வையாகச் சொன்னார். இந்த மாப்பிள்ளை எந்தவிதத்தில் வம்பு வழக்கு வளர்க்கப் போகிறானோ தெரியவில்லையே என்ற கலக்கத்தில் தயங்கினாலும், எப்படியோ எல்லாவற்றையும் சொல்லி முடித்தார். மீண்டும் தங்கம்மாள் தன் அர்ச்சனைகளை ஆரம்பிக்க, குறுக்கிட்ட ரத்தினம்பிள்ளை,

"சரிசரி, குழிப்புள்ளய எடுத்து வச்சு எழவு கொண்டாடுறாப்பல எப்பவோ முடிஞ்சு போன விஷயத்துக்கு இன்னிக்கு உந்தொண்டத் தண்ணி வத்த கத்தி என்ன புண்ணியம்? விறுவிறுன்னு கௌம்புற வழியப் பாப்போம்!" என்றுவிட்டு நற்குணத்தை நோக்கி, "பொதகுழில கால விட்டாப்புல ஆகிப் போச்சு இந்த சம்பந்தம். கல்யாணச் செலவுக்கே பூத்த மாதிரி 100 வெள்ளிப் பணம் முழுசாக் கொடுத்தோம். பரிசத்துக்கு இருபத்தி ஒன்னேகால் ரூபா தனி. அந்தப் பணத்தயெல்லாம் காசுக்கடைல கொடுத்திருந்தா இந்த ஏழு வருஷத்துல எவ்ளோ பெருகியிருக்கும். ஏயப்பா... பணத்த விடுங்க, எங்க அலைச்சல், எங்க பையன் வாழ்க்கைனு எவ்ளோ நஷ்டம். இனிமேட்டு நாங்க எங்க பையனுக்கு ஒரு நல்ல பொண்ணாத் தேடி கல்யாணம் பண்ணனும். விலவாசியெல்லாம் ஏறிக்கிடக்கு. இப்ப இன்னொரு கல்யாணத்துக்கு எவ்ளோ செலவழிக்கணுமோ தெரியலயே.. உங்க வீட்டுல வந்து பொண்ணெடுத்ததுக்கு எங்களுக்கு இதுவும் வேணும், இன்னமும்

வேணும்" ரத்தினம் பிள்ளை ஆற்றாமையும், ஆத்திரமுமாகப் பேசிக்கொண்டே போனார்.

"மாமா, கொஞ்சம் இருங்க. எனக்கு நீங்க ஒரு கல்யாணம் பண்ணி வச்ச சீரே போதும் போதும்னு இருக்கு. இதுல அடுத்த கல்யாணத்துக்கு ஆரம்பிச்சுடாதீங்க. என்னா ஆனாலும் சரி, அவ எம் பொஞ்சாதின்றது இல்லாம போயிறாது. யாரோ ஒரு முட்டா வியாபாரியோ, முரட்டு மிராசோ விவரந்தெரியாம விலைக்கு வாங்கிருந்தாலாவது ஒழியட்டும்னு விட்றலாம். அரண்மனைலயே விசாரிக்காம கொள்ளாம, கல்யாணம் ஆன புள்ளைய அப்பன்கிட்ட விலைக்கு வாங்கறதாவது, அத நாம சும்மா விடறதாவது...?"

"டேய், அரண்மனை கோழி முட்டை, குடியானவன் வீட்டு அம்மிக்கல்லையே உடைக்கும்டா.. ராஜாங்கத்தோட மல்லுக்கட்ட முடியுமா நம்மால? அதோட இப்ப அந்தப் பொண்ணுதான் வேணும்னு என்ன முடை? நாய் வாய் வச்ச சட்டியில சோறு திங்க முடியுமா?"

"ஐயா... என்னென்னமோல்லாம் சொல்றீங்களே?" என்று பதறினார் நற்குணம். கூட்டுக் குடும்பமாக இருந்தபோது அந்தக் குழந்தை அவர் மடியிலும் வளர்ந்தவள்தான். அவர்களது அம்மா மீனாட்சியின் பெயரையேதான் மகளுக்கு வைத்திருந்தான் கொத்தன். அந்தக் குழந்தையைப் பற்றி இப்படியெல்லாம் பேசிக் கேட்க வேண்டியிருக்கிறதே என்று கூசினார்.

"மாமா, என்னவா இருந்தாலும் சரி, அவ என் சொத்து. அவள மீட்டுக்க எனக்கு வழி தெரியும். ராஜான்னா வானத்துலேர்ந்து சாமியே எறங்கி வந்தா மாதிரின்னு நினைச்சுகிட்டிருந்த காலமெல்லாம் மாறிப் போச்சு. இன்னிக்கு இந்த சோழ ராஜ்யம் முழுக்க கும்பினி சர்க்காருக்குக் கீளதான் தெரியும்ல? தஞ்சாவூர் கோட்டைக்குள்ள மட்டும்தான், அந்த தலையாட்டி பொம்மை ராஜாவோட ராஜாங்கமெல்லாம். அதுலயும் கூட அவர கண்காணிக்கறதுக்கு கோட்டைக்குள்ளயே கும்பினி ஆபீசர் ஒருத்தர் இருப்பார். அவர்கிட்ட போய் முறையிடறேன், அவர் ஒரு வார்த்த சொன்னா.. கல்யாண மஹால் கதவையே தொறந்து உட்டு, உள்ள போய் உம்பொஞ்சாதிய கூப்பிட்டுக்கப்பான்னு ராஜா சொல்லப்போறாரு..."

"குட்டி கொலச்சு தாய் தலைல வச்சுதாம்ன்றா மாதிரி, ராஜாவ எதுத்துகிட்டு கொலத்துக்கே எதுனா தீம்பக் கொண்டாந்துடாதடா..

அப்படியென்ன ரதி இந்தப் பொண்ணு? ஊருல உலகத்துல இல்லாத அதிசயமா இல்ல இருக்கு?" என்று ரத்தினம் பதற்றமாகப் பேசினார்.

வாசல் நிலைக்கு உட்புறம், ரேழியில் நின்றிருந்த தங்கம்மாளுக்கு சபாபதியின் பேச்சு வியப்பையும், ஆங்காரத்தையும் ஒரு சேர அளித்தது. வாசலுக்கு வந்து ஆண்களுக்கு நடுவில் நின்று பேசக்கூடாதென்றாலும் ரேழிக்குள்ளிருந்தே அடங்கின குரலில் கொரகொரத்தாள்.

"சீமைல இல்லாத சீதையாமில்ல அவ? அவள தொரத்திகிட்டு, இந்த ராமரு வில்லும் கையுமா போயி, ராசா அரண்மனைக்குள்ளேர்ந்து மீட்டுகிட்டு வந்துருவாராமே? கூட குரங்கு கூட்டமாட்டமா நீங்களும் போங்களேன், உங்க அக்கா மவன்கூட. ஆனா என்னய இளுத்தடிக்க வேணாம் சொல்லிட்டேன். போறதுக்கு முந்தி எங்கள கும்மோணத்துல கொண்டு போய் விட்டிடுங்க. இல்லாட்டி வழில திருவலஞ்சுழில எங்கண்ணன் வூட்டுல விட்டாக்கூட போதும். ராசதுரோகிங்க சவாசம் எங்களுக்கெல்லாம் ஆவாது."

மாமியின் செய்திக்கு மாமாவிடமே சபாபதி பதில் சொன்னான்: "நீங்க இதுல அல்லாட வேணாம் மாமா. நீங்க கிளம்பி கும்மோணத்துக்கே போங்க. நான் மட்டும் தஞ்சாவூருக்குப் போய் ரெசிடெண்ட் துரைய பாத்து பிராது கொடுத்துக்கறேன்..."

நற்குணத்திடம் திரும்பி, "மாமா, திருவாதில வக்கணை எழுதக் கூடியவங்க, படிச்சவங்க யாராயானும் தெரியுமா உங்களுக்கு?"

"ஓடக்காரத் தெருவுல வாத்தியார் அருணாச்சலம்னு ஒருத்தர் இருக்காரு. அவரு நல்லா படிச்சவர்தான். அர்ஜி ரோக்காவெல்லாம் எளுதுவாரு. நானே அவருகிட்ட கூட்டிகிட்டுப் போறேன். அத்தோட தஞ்சாவூருக்கும் நா உங்க கூட வரேன் தம்பி. புள்ளைய விடுதல பண்ணிட்டு வரதுக்கு உங்களுக்கு என்ன ஒத்தாச வேணுமோ செய்யறேன். உங்க மாமியவுங்க சொன்னாப்பல குரங்கு போலக்கூட வந்து என்னாலானத செய்யறேன் தம்பி!" என்று நற்குணம் சொன்ன கடைசி வார்த்தைகள் தழதழப்பில் கரைந்து வெளிவந்தன.

"அப்புறமென்னடாப்பா மருமவனே உனக்கு குற? அனுமாரு போல ஒம் பெரிய மாமனாரு வரேன்னிட்டாரு. ஆமா, அந்த கலியாண மவாலுக்குள்ள இருக்கற ஊருபட்ட தேவிடியாளுகளுக்கு நடுவுல நம்ம வீட்டு சீதையம்மாவ எப்படி அடையாளம்

கண்டுபிடிப்ப? அதுக்கு ஒத்தாசயா வேணும்னா ஒம்மாமியாளையும் கூட்டிகிட்டுப் போயேன்...” தங்கம்மாளின் குரலில் இருந்த ஏளனத்தையும், ஆங்காரத்தையும் துளியும் பொருட்படுத்தாதவனாய் சபாபதி எழுந்து திண்ணையிலிருந்து இறங்கி நின்றான்.

அடுத்தடுத்து செய்ய வேண்டியவற்றை திட்டமிட்டுக் கொள்ள கொஞ்சம் தனிமை தேவையாக இருந்தது. “நான் சும்மா காலாரக் கொஞ்ச தூரம் நடந்துட்டு வரேன்” என்று எல்லோரிடமும் பொதுப்படையாகச் சொல்லிவிட்டு, படியிறங்கினான். வேட்டியை அவிழ்த்து உதறிக் கட்டிக்கொண்டு, தொலைவில் ஆற்றங்கரைச் சரிவில் அவனது பழைய நண்பரான பிள்ளையார் அமர்ந்து அருள்பாலித்துக் கொண்டிருந்த மேடையை நோக்கி நடந்தான்.

26

துரையின் சாமர்த்தியத்தை வியந்தபடியே முதலி போன்ஸ்லே வம்ச வரலாற்றைத் தொடர்ந்து சொல்ல ஆரம்பித்தார்.

“ஆமாம் துரை. வெங்கோஜி என்பது ஏகோஜியோட இன்னொரு பெயர்தான். அப்படி ஏகோஜி எல்லைல தங்கியிருக்கறப்ப, செங்கமலதாஸ் ராயசம் வெங்கண்ணாவை விடத் தன்னை வளர்த்த நாகப்பட்டினத்து செட்டியாருக்கு அதிக முக்கியத்துவம் தர ஆரம்பித்தார். அதில் மனம் கசந்த வெங்கண்ணா, மீண்டும் ஏகோஜியை தஞ்சையைக் கைப்பற்ற வருமாறு சொல்லியனுப்பினார்.

முதலில் தயங்கினாலும், பின்னர் நிலையான புத்தியில்லாத கூட்டத்தாரிடமிருந்து ராஜ்யத்தைக் காக்க வேண்டியது தன் கடமை என்று நினைத்து

ஏகோஜி தஞ்சை திரும்பி, ஆட்சியைப் பிடிச்சார். அப்புறமா தன்னை அனுப்பி வச்ச பீஜப்பூர் சுல்தானுக்கும் விவரங்கள சொல்லியனுப்பி, கப்பமும் கட்டி தன் ஆட்சிய ஸ்திரப்படுத்திகிட்டார்."

நீண்ட சரித்திரத்தை முடிந்தவரை சுருக்கமாகச் சொல்லி முடித்தார் முதலி.

கதை சொல்லும் உற்சாகத்தில் முதலியும், கதை கேட்கும் சுவாரசியத்தில் மக்லோடும் வெளியில் நடக்கும் சடங்குகள் மந்தகதியானதை கவனிக்கவே இல்லை. மயானத்தில் நிலவிய அமைதியை கவனிக்காதது போலவே சற்றுத் தொலைவில், சக்ரவாம்பாள்புர சத்திரத்திற்கு சொந்தமான தென்னந்தோப்பின் உட்புறமிருந்து வந்த சத்தங்களையும் அவர்கள் கவனிக்கவில்லை. அங்கு வேலை செய்த ஆட்களும் மிகுந்த கவனத்துடன், மிகக் குறைந்த வெளிச்சத்திலும், மிக மிக அமைதியாகவும் வேலை செய்தனர்.

மயானத்தில் கூட்டப்பட்டிருந்த அரசரின் சிதைமேடைக்கு நிகரானதாக தோப்பிற்குள்ளும் ஒரு சிதை மேடை தயாராகியிருந்தது. அந்தத் தோப்பிலேயே வெட்டிய தென்னை மரங்களையே அடியில் அடுக்கி, மேலே ஈரடுக்கு மட்டும் சந்தன மரங்களை அடுக்கி, அரச சிதை போலவே இதையும் உருவாக்கியிருந்தனர். ஜனாச்சாரியாரின் சிஷ்யரான அப்பாச்சாரி என்பவர் இங்கும் அமர்ந்து சடங்குகளைச் செய்யத் துவங்கினார்.

இந்த ஏற்பாடுகளையெல்லாம் செய்து முடித்துவிட்டு, அரசி பவானி பாயியிடம் சென்ற ருக்மணி தனது திட்டத்தைக் கூறினாள். ஒப்புதலாய் தலையசைத்தார் பவானி பாயி.

"தாங்கள் வீரசோழனாற்றிலேயே நீராடி விடலாம் தேவி" என்ற ருக்மணியை மௌனமாய் பின்தொடர்ந்தார் அரசி. அரசியின் கைபற்றி ஆற்றில் இறங்க உதவிய ருக்மணி, இடுப்பளவு நீரில் அவர் மூன்று முறை முங்கி எழக் காத்திருந்தாள். அவர் மூன்றாவது முறை முழுகி எழுந்ததும் கரையேறத் திரும்பியவளை "நீயும் முழுக்குப் போடடி" என்றார் பவானி பாயி. அவர் சொல்வதைப் புரிந்து கொண்டவளாய் வியப்புடன் அவரைத் திரும்பிப் பார்த்தாள். அரசியின் மனமாற்றத்தை எண்ணி மனம் நெகிழ்ந்த ருக்மணியின் கண்ணில் இருந்து நீர் வழிந்தது. அதைத் துடைக்காமலேயே நீருக்குள் மூக்கைப் பிடித்துக் கொண்டு முழுகி

எழுந்தாள். அத்தனை வருட குரோதபாவமும் அந்தக் குளியலில் அகன்றுவிட இருவரும் மரணத்தின் சன்னிதியில் அன்பில் நனைந்தவர்களாய் எழுந்தனர்.

கரையேறிய அரசியர் இருவரும் ஒருவர் கையை ஒருவர் பற்றிக் கொண்டு மெல்ல நடந்து தோப்பின் முனைக்கு வந்தனர். அங்கே அப்பாச்சாரி தணிவான குரலில் மந்திரங்களைச் சொல்லிக் கொண்டிருந்தார். இரு பெண்மணியரும் குளித்து விட்டு வந்திருப்பதை பார்த்ததும் அவர்களுக்குரிய எலுமிச்சம் பழங்களினாலான மாலைகளையும், செவ்வரளி மாலைகளையும் எடுத்து நீட்டினார். அவற்றை அணிந்தவராய் பாயிமார் இருவரும் சக கமனத்துக்கு தயாராயினர். அவரது கைகளும், வாயும் அடுத்தடுத்த சடங்குகளில் ஈடுபட்டாலும் மனதின் ஒரு மூலை இருவரின் உடலிலும் இருக்கும் நகைகளைக் கணக்கெடுப்பதைத் தவிர்க்க முடியவில்லை. மற்ற நாட்களிலெல்லாம் இந்த அரச குடும்பத்துப் பெண்கள் வெளிக்கிளம்புகையில் உடலில் அவர்களின் எடைக்கு சமமாகவே நகைகளும் இருக்கும். சதிக்கென்று கிளம்பி வருகையில் மட்டும் அங்கத்திற்கொன்று என்று கணக்காகத்தான் பொறுக்கியெடுத்து அணிந்து கொள்கிறார்கள் என்ற உள்மனதின் பொருமலை மந்திரங்களை ஓங்கி உச்சரிப்பதன் மூலம் அடக்கிக் கொண்டார்.

வேள்வி முடிந்ததும் அப்பாச்சாரி எல்லாம் தயார் என்பதாக சைகை காட்டினார். அவரைத் தவிர மயானத்தில் இருந்த ஏவலர்கள் அனைவரும் மாசத்திகள் இருவரையும் வலம் வந்து கால் தொட்டு வணங்கினர். பின்னர் முழவு, தித்தி, காகளம், நகரா, துந்துபி ஆகிய வாத்தியங்களை உரக்க, துரித கதியில் இசைக்க ஆரம்பித்தனர்.

சரியாக அதே நேரத்தில் இங்கே மயானத்தில் அமரசிம்மரின் சிதை மேடையருகே இருந்த வாத்தியக்காரர்களும் தங்கள் வாத்தியங்களை உச்ச வேகத்துடன் முழக்கினர்.

திடீரென உரத்து ஒலித்த வாத்தியங்களினால் சாரட்டிற்குள் அமர்ந்திருந்த மக்லோடும் முதலியும் சற்று படபடப்படைந்தவர்களாய் இறங்கி அரச மயானத்திற்குள் வந்தனர். சூழலில் பெரிதாக எந்த மாற்றமும் இல்லை என்பதை மக்லோடின் கண்கள் உறுதி செய்து கொண்டன. ஆனால் கண்ணெதிரே இருக்கும் வாத்தியங்களின் எண்ணிக்கைக்கும் தன் காதில் விழும் ஓசையின் அடர்த்திக்குமான

வேறுபாட்டை அவரது உள்மனம் கண்டு சொன்னது. ஒருவேளை இந்த இந்தியர்களின் வாத்தியங்களின் தன்மையினால் அப்படித் தோன்றுகிறது போலும் என்று அவரே அவரை சமாதானம் செய்து கொண்டார். இவர்களின் இறை ஊர்வலங்களின் போது வாசிக்கப்படும் நாதஸ்வரம் எனும் வாத்தியத்தை நினைத்துப் பார்த்தார். அந்தக் கருவி என்னவோ ஒரு வகை பைப் வாத்தியம்போல்தான் இருக்கிறது என்றாலும் அதிலிருந்து எழும் இசை சென்று பரவும் தூரமும், அவ்விசையின் கனமும், இனிமையும்.. அப்பப்பா. நெஞ்சடைக்க வைக்குமே, அதுபோல ஏதோ இறுதி மரியாதைக்கான தனி வாத்தியம் போலிருக்கிறது என்றுதான் நினைத்தார்.

காவிரிக்கரை முழுக்கவே மக்கள் கூட்டம் நெரிந்து கொண்டிருந்ததால் சற்று தூரத்திலிருக்கும் தோப்புக்குள்ளிருந்தும் வாத்திய ஒலி வருகிறதென்பதையோ, அங்கும் தீவர்த்திகளின் நடமாட்டம் தென்படுவதையோ இவர்கள் யாருமே கவனிக்கவில்லை. வாத்திய முழக்கத்திற்கிடையே வேள்விக் குளத்திலிருந்து நெருப்புக் கங்குகளை நவபாண்டத்தில் அள்ளியெடுத்து பிரதாபனின் கையில் தந்த ஜனாச்சாரியார் செய்ய வேண்டியவற்றை விவரித்தார்.

மந்திரங்களைச் சொல்லியபடியே அரசரின் சிதையில் நெஞ்சில், வயிற்றில், காலடியில் என மூன்று இடங்களிலும் அந்த கங்குகளை கொட்டினான் பிரதாபன். ஏற்கெனவே நெய்யினால் முழுக்காட்டப்பட்டிருந்த சந்தன மரக்கட்டைகள் சரசரவென பற்றிக் கொண்டு கொழுந்துகள் எழுந்தாடின. காலடியில் கங்குகளை சட்டியிலிருந்து கவிழ்த்தபோது மட்டும் பிரதாபனின் கண்களில் இருந்து நீர்த்துளிகள் சொட்டின. அதற்குள் பின்னிருந்து தானோஜியின் கரங்கள் அவன் தோளின் மேல் படிந்து, அடுத்துக் காத்திருக்கும் கடமையை உணர்த்தின. சிதை மேடையிலிருந்து சில அடிகள் பின்னோக்கி எடுத்து வைத்து வாகான இடத்தில் பிரதாபன் நின்று கொண்டான்.

தோப்புக்குள் அரசியர் காத்திருந்த இடத்தில் ஒரு தென்னை மரம் ஏற்கெனவே மட்டைகள் எல்லாம் வெட்டப்பட்டு மொட்டையாக நின்றிருந்தது. அருகிலிருந்த மரங்களில் ஏறி அதன் மீது நெய்யைக் குடம் குடமாகக் கவிழ்த்து நனைத்து வைத்திருந்ததோடு, மரத்தின் உச்சியில் காய்ந்த வைக்கோல்

பிரிகளைச் சுற்றி, அதன் மீது கற்பூரக்கட்டிகளைத் திணித்து வைத்திருந்தனர்.

அரச சிதையில் நெருப்பு எழுந்ததைக் கண்டதும் அதன் எதிரொலியைப் போல தோப்பில் நின்றிருந்த அந்தத் தென்னையின் தலைப் பகுதியை பற்ற வைத்தனர். ஒரு நொடியில் அந்தத் தென்னை ஒரு ராட்சச தீவட்டியைப் போல பற்றியெரியத் துவங்கியது. அந்த வெளிச்சத்தில் அரசியருக்கான சிதை மேடை துல்லியமாகத் தெரிந்தது.

அரச மயானத்திலிருந்த அனைவரும் அந்தத் திக்கில் பார்ப்பதைக் கண்ட பின்னரே மக்லோடும் அவரது பரிவாரமும் அதைக் கவனித்தனர். என்ன செய்யவிருக்கிறார்கள் என்பதை மக்லோடு உணரும் முன்னரே பிரதாபன் அரசரின் சிதையிலிருந்து ஒரு எரியம்பைப் பற்ற வைத்து அதனை தோப்பிற்குள்ளிருந்த சிதை மேடையை நோக்கி குறி வைத்து எய்தான். ஒற்றை அம்பு போதுமோ போதாதோ என்ற சந்தேகத்தில் மாடிக் நான்கு அம்புகளின் தலையில் எரிஅரக்கு பூசி தயார் செய்து வைத்திருந்தான். அவன் ஒவ்வொன்றாய் எடுத்துத் தர பிரதாபன் அவற்றையும் பற்ற வைத்து தோப்பை நோக்கி எய்து கொண்டே இருந்தான். காற்றில் சீறிப் பாய்ந்த அம்புகள் நான்குமே குறிதவறாமல் அங்கிருந்த சிதையைப் பற்ற வைத்தன.

தோப்புக்குள்ளிருந்து "ஹர ஹர மகாதேவா..." என்ற கோஷமும், "சதி மாதாவுக்கு ஜே!" என்ற கோஷமும் ஒலிக்க ஆரம்பித்தபோதுதான் நடப்பதன் தீவிரத்தை மக்லோடால் உணர முடிந்தது. முதல் அம்பு பிரதாபன் கையிலிருந்து வந்து சிதை மேடையில் தைத்து, நெருப்புப் பொறி கிளம்பியதுமே பவானிபாயியும், ருக்மணியும் சிதை மேடையை வலம் வர ஆரம்பித்திருந்தனர். மும்முறை வலம் வந்து தெற்குப் புறத்திலிருந்து சிதைக்குள் முதலில் பவானிபாயி பாய, பின்னாலேயே ருக்மணியும் சிதைக்குள் பாய்ந்தாள்.

காவிரிக்கரை முழுக்க நிறைந்திருந்த சோழ நாட்டின் மக்கள் திரள் ஒற்றை உடல் போல "ஹர ஹர மகாதேவா...". "சதி மாதாவுக்கு ஜே!", "அமரலிங்கத்திற்கு ஜே!" என்றெல்லாம் முழக்கமிட ஆரம்பித்தது.

27

தஞ்சபுரீஸ்வரர் கோவில் தாண்டி வெண்ணாற்றங்கரைக்குப் போகும் வழியில் இருந்தது அந்த பங்களா. அதைச் சுற்றியிருந்த இரண்டு ஏக்கருக்கு தோட்டம் பசுமையாக விரிந்திருந்தது. மூங்கில் பிளாச்சுகளால் ஆன தட்டிகளைக் கொண்டு தோட்டத்தின் முன்புற வேலி கட்டப்பட்டிருந்தது. வேலி முழுவதும் வெவ்வேறு வண்ணத்தில் காகிதப் பூக்கள் பூத்துச் சொரிந்த கொடிகள் அடர்ந்திருந்தன. நட்ட நடுவில் அதிக வேலைப்பாடில்லாத பெரிய இரும்புக் கிராதி கதவுகள் நின்று கொண்டிருந்தன. அங்கிருந்து வண்டிப்பாதை நேர்கோடாக தோட்டத்தின் உள்ளே சென்றது. கதவை ஒட்டியிருந்த சின்னக் கொட்டகையில் கையில் துப்பாக்கியுடன் காவலர்கள் இருவர் இருந்தனர்..

ரெசிடெண்ட் மக்லோட் துரை, பெரும்பாலான நேரங்களில் இந்த பங்களாவில்தான் வாசம் செய்வார். கோட்டைக்குள் வடக்கு வீதியில் இருக்கும் அவரது பங்களாவுக்கு தேவைப்படும்போது போவார். அரசரோடு ஏதேனும் சந்திப்பு, திருவிழாக் காலங்கள் என ஏதேனும் காரணமிருந்தால் மட்டுமே கோட்டைக்குள் தங்குவது. மற்றபடி தனது அலுவல்கள் முழுமையும் இந்த தோட்ட பங்களாவிலிருந்தே பார்த்துக் கொள்வது அவரது வழக்கம்.

சபாபதியும், நற்குணமும் திருவாதியிலிருந்து கிளம்பி தஞ்சைக் கோட்டைக்குள் நுழைந்தனர். கோட்டைக்குள் ரெசிடெண்ட் துரையின் விலாசத்தை விசாரித்துக் கொண்டு வடக்குவீதி பங்களாவின் வாசலில் இரண்டு நாட்கள் காலை முதல் இரவு வரை காத்திருந்தனர். அவர்களின்மேல் இரக்கம் கொண்ட வாசல் காவலன் துரை, இந்த பள்ளியக்கிரஹாரத்து தோட்டத்தில் இருப்பதை இன்று காலையில்தான் சொன்னான். உடனே கிளம்பி இருவருமாக இங்கே வந்து சேர்ந்தனர்.

பிரதான வாயில் கதவினருகில் இருந்த காவலர்கள் இந்தப்பாதை பெரிய மனிதர்களின் சாரட் வண்டிகள் மட்டுமே உள் நுழைவதற்கானது என்றும், வெண்ணாற்றங்கரைப் படுகையிலிருந்து வேலிப் படல் வாசல் வழியாகத்தான் வேலைக்காரர்களும், சாமானியர்களும் நுழையலாம் என்றார்கள். தோட்டத்தைச் சுற்றிக்கொண்டு கிழக்காக நடந்து பக்கவாட்டு வாயிலைக் கண்டுபிடித்து அதன் வழியே இருவரும் உள் நுழைந்தார்கள். அங்கும் காவலர்கள் இருந்தார்கள் என்றாலும் நல்லவேளையாக அவர்கள் அவ்வளவு கெடுபிடி காட்டவில்லை. அதுவே மாமனுக்கும் மருமகனுக்கும் பெரிய ஆறுதலைத் தந்தது. மேல் துண்டால் வியர்வையைத் துடைத்துக் கொண்ட நற்குணம் மூச்சுவாங்க நடந்து வருவதைப் பார்த்த சபாபதிக்கு பரிதாபமாக இருந்தது. கொத்தன் ஒற்றை ஆளைத்தவிர அக்குடும்பத்தில் எல்லோருமே நல்ல மனிதர்கள்தான். ஆனாலும் என்ன, இத்தனை பேர் வாழ்வையும் சிக்கலாக்க அந்த ஒற்றை ஆளின் கோணல் புத்தியே போதுமானதாக இருக்கிறது. இதையெல்லாம் எண்ணியதில் சபாபதியும் பெருமூச்சோடு தோட்டத்தின் உள்ளே நுழைந்தான்.

முதலில் கண்ணில் பட்ட காவலனிடம் சபாபதி, “ரெசிடெண்ட், தொரயப் பாத்து ஒரு பிராது கொடுக்கணும்ங்க...” என்றான்.

அக்காவலனோ புரியாத பார்வையுடன் "பிராதெல்லாம் கொடுக்கணும்னா... அரண்மனைக்குத்தான் போகணும். அரண்மனை கோட்டைக்குள்ள இருக்கு, இங்கேர்ந்து ரெண்டு மைல் தொலவு மேக்கால போவணும்..." என்று அரண்மனைக்கு வழி சொல்லத்தொடங்கினான்.

தஞ்சை மக்களுக்கு இன்னமும் அரண்மனையைச் சேர்ந்த நியாயாதிபதிகளிடம் பிராது கொடுப்பதே வழக்கமாக இருக்கிறது. ரெசிடெண்ட் தங்கள் அரசரையே கட்டுப்படுத்தும் அளவுக்கு சக்தி கொண்டவர் என்பது தெரிந்திருந்தாலும்கூட அவரிடம் முறையிடலாம் என்கிற எண்ணம் தஞ்சை மக்களுக்கு வந்ததே இல்லை. அதனால்தான் இந்தக் காவலனுக்கும் தான் சொல்லவருவது புரியவில்லை என்று தோன்றியது சபாபதிக்கு. உடனே பேச்சை மாற்றி "துபாஷி யாராச்சும் துரை கூட இருக்காங்களா?" என்றான்.

"இருக்காங்களே, துபாஷி பச்சயப்ப முதலி தினமும் காலைலே புடிச்சு இங்கதான் இருப்பாரு. ராத்திரி போஜனத்துக்குத்தான் அவரூட்டுக்குப் போவாரு" என்று பதில் சொன்னான் அங்கிருந்த அக்காவலன்.

"சரி, அப்ப அவரை பாக்க ஏற்பாடு பண்ணுங்களேன்!"

"செத்த நேரம் இங்க மரத்தடில குந்தியிருங்க, நான் போய் முதலி ஐயாகிட்ட உத்தரவு வாங்கிட்டு வரேன்..."

"சரிங்க" என்றபடி இருவரும் மரத்தடியில் சென்று அமர்ந்தனர்.

உள்ளே சென்று திரும்பிய காவலன், இவர்களை அழைத்துக் கொண்டு உள்ளே போனான். முதலியின் அலுவலக அறை பங்களாவுக்கு வெளியில் தோட்டத்தின் நடுவில் அமைந்திருந்தது. துபாஷிக்கு மட்டுமில்லாமல், எழுத்தர்கள், காவல் படையின் தலைவர், கருவூலப் பொறுப்பாளர் என ரெசிடெண்ட்டிற்கு கீழ் பணிபுரியும் எல்லா முக்கிய அலுவலர்களுக்கும் ஒரே வரிசையில் அலுவல் அறைகள் ஒதுக்கப்பட்டிருந்தன.

காரையால் கட்டப்பட்ட, நீளமான ஓட்டுக்கட்டடம் அது. சிறு சிறு வீடுகளாகத் தடுக்கப்பட்டிருந்தது. அந்தக் கட்டட வரிசையின் முகப்பு ஓட்டு ஷார்ப்பாக இருந்தது. ஒவ்வொரு வீட்டு வாசலிலும் அழகிய திண்ணைகள் அமைந்திருந்தன. அவர்களை அழைத்துச் சென்ற காவலன் சபாபதியையும், நற்குணத்தையும் துபாஷி வேலப்ப முதலியின் அலுவல் வீட்டுத் திண்ணையில் அமரச்

சொல்லிவிட்டு உள்ளே போனான். சில நிமிடங்களுக்குப் பின் பானைத் தண்ணீரை ஒரு சொம்பில் கொண்டு வந்து அவர்களுக்கு கொடுத்துவிட்டு, காத்திருக்கச் சொல்லிவிட்டு தன் பணியிடத்திற்குத் திரும்பினான்.

ஒரு நாழிகை நேரத்திற்குப் பின் உள்ளிருந்து ஒரு சேவகன் வெளியே வந்து சபாபதியையும் நற்குணத்தையும் துபாஷ் உள்ளே அழைப்பதாகச் சொன்னான். இருவரும் உள்ளே சென்று பணிவாக வணங்கினர். சபாபதி தன் வேட்டித் தலைப்பில் பத்திரமாக மடித்து வைத்திருந்த பிராதை வேலப்ப முதலியிடம் நீட்ட, அவர் அதை அலட்சியமாக வாங்கிப் பிரித்துப் படித்தார்.

கும்பகோணம் சோலையா பிள்ளை மகன் சபாபதிப் பிள்ளை, வயது 22 எழுதிக் கொண்டது.

பத்து வருடங்களுக்கு முன்பு திருவாதி சுபா, வெட்டாற்றங்கரைப் புதுத்தெருவில் வசிக்கும் பெரிய நாயக் கொத்தன் என்பவன் கள்ளச் சாதியைச் சேர்ந்தவன் - தன்னை வேளாளன் என்று கூறிக் கொண்டு தன் மகள் மீனாட்சியை எனக்கு மணம் செய்து கொடுப்பதாகச் சொன்னான்.

இருபத்தியொன்னேகால் வெள்ளிப்பணம் பரிசம் வைத்து, கலியாணச் செலவுக்கு நூறு வெள்ளிப் பணம் தந்து, அந்தப் பெண் பிள்ளையை நான் மணம் செய்து கொண்டேன். திருமணத்தின் போது மீனாட்சிக்கு வயது ஐந்து. இரண்டு வருடம் சென்றபின் நான் சித்தூர் மாவட்டம் வேலூர் கோட்டைக்கு வேலை தேடிச் சென்றேன்.

வேலைக்குச் செல்லுங்கால் என் மனைவியையும் கூட அனுப்பும்படிக் கேட்டேன். அவள் பெரியவள் ஆன பின்பு அனுப்பி வைப்பதாக பெரிய நாயக் கொத்தன் சொன்னபடியால், அவளின் தகப்பன் வீட்டிலேயே அவளை விட்டுவிட்டு நான் மட்டும் கிளம்பிச் சென்றேன்.

எனக்கு வேலூர்க் கோட்டையின் காவல் படையில் வேலை கிடைத்தது. ஐந்து வருடங்களாகியும் திருவாதியிலிருந்து எந்தத் தகவலும் இல்லை.

கண்டிய ராஜாவின் தாய், தஞ்சைக்கு வந்த ராஜ சவாரியில் நானும் ஒரு பணியாளாக வந்து சேர்ந்தேன். சூப்பிரிண்டிடம் ரஜா வாங்கிக் கொண்டு திருவாதி சென்று விசாரித்தேன்.

மேற்படி நபர் தன் பெண்ணை மைனர் பெண் என்ற காரணத்தால் தஞ்சை அரண்மனையின் கலியாண மஹாலில் விலைக்கு விற்றுவிட்டதாக அறிந்தேன். அந்தப் பெண் பிள்ளைக்குத் திருமணம் ஆனதை மறைத்து அரண்மனையாரிடம் விற்றிருக்கிறார்.

இது குறித்து அரண்மனை நியாயாதிபதி, மஹால் மத்தியஸ்தர் போன்றவர்களிடம் பெண்ணின் தாயார் முறையிட்டும் அவர்கள் பெண்ணை விடுதலை செய்யவில்லை.

மாட்சிமை தாங்கிய ராணியின் வழிகாட்டுதலில் இயங்கும் கும்பினி சர்க்காரின் பிரதிநிதியாகிய ரெசிடெண்ட் துரையவர்கள் இவ்விஷயத்தில் தலையிட்டு, என் மனைவியை விடுதலை செய்தருள வேண்டும் என்று கேட்டுக் கொள்கிறேன்.

இப்படிக்கு,

தங்கள் கீழ்ப்படிந்த உண்மையான

சபாபதியாப் பிள்ளை

பிராதை படித்து முடித்துவிட்டு நிமிர்ந்து சபாபதியைப் பார்த்தார் முதலி. அந்த அப்பாவித்தனமான முகத்தில் அசாத்தியமான உறுதியும் தெரிந்தது. ரெசிடெண்ட் துரைக்கு மகாராஜாவையே நிறுத்தி வைத்துக் கேள்வி கேட்கும் அதிகாரம் உண்டு என்பதைத் தெரிந்து வைத்துக் கொண்டிருக்கிறான், சரிதான். ஆனால், கும்பினிக்கும் அடிமை வணிகத்தில் ஒரு கை உண்டு என்பது தெரியாத ஏமாளியாக அல்லவா இருக்கிறான் என்று இரக்கப்பட்டார்.

"சரி, துரையண்டை இந்தத் தகவல தர்ஜமா பண்ணிச் சொல்லிடறேன். அதுக்கு எனக்கு ரெண்டு பணம் கொடுத்துடுங்க சபாபதியா பிள்ளைவாள்."

"சரிங்க" என்றபடியே தன் வேட்டித் தலைப்பிலிருந்து பணத்தை எண்ணி எடுத்து முதலியின் மேசை மேல் வைத்தான் சபாபதி.

"சரி, நீங்க போயிட்டு நாளைக்கு வாங்க. துரையோட உத்தரவு என்னான்னு கேட்டு வைக்கறேன்."

மிகுந்த நம்பிக்கையோடு கும்பிட்டு வெளியேறினர் இருவரும்.

28

ராமசாமி அமரசிம்ம போன்ஸ்லே என்ற பெயரோடு தஞ்சை மராத்திய அரச வம்சத்தில் உதித்து, தஞ்சையரசை பதினோரு ஆண்டுகள் ஆண்ட அரசர் விண்புகுந்து இன்றுடன் நான்கு நாட்கள் முடிந்துவிட்டன. திருவிடை மருதூரின் காவிரிக்கரையில் நான்கு நாட்களாகவே எள் விழ இடமில்லாத கூட்டம். அங்கே அவருக்கான ராஜ கோரி கட்டுமானங்கள் நடந்து கொண்டிருக்கின்றன.

அருகிலிருந்த சக்கிரவாம்பாள்புர சத்திரத்துக்கு சொந்தமான தென்னந்தோப்பு இப்போது கேந்திர ஸ்தானமாகி விட்டது. அங்கே அரசியர் இருவரும் சிதையேறிய பகுதியைச் சுற்றிலும் மூங்கில் கால்கள் ஊன்றி, அதில் கயிற்றை இழுத்துக் கட்டி உள்ளே நுழையாமல் இருக்க ஏற்பாடு பண்ணி வைத்திருந்தார்கள். சுற்றுவட்டாரத்து கிராமங்களில் இருந்தெல்லாம் மக்கள்

கூட்டம் கூட்டமாக வந்து அரசரையும், மாசத்திகளையும் வணங்கிவிட்டுச் சென்றார்கள். ஒருவருக்கு இருவராக இரண்டு அரசியர் சக கமனம் செய்தது சோழ மண்டலத்து மக்களனைவரையும் நெகிழ்த்தியிருந்தது. கத்திக் கல்யாணம் மட்டுமே செய்து கொண்ட போகஸ்திரீ ஒருவரும் அதில் இருந்தார் என்ற செய்தியறிந்து அவரது பதி பக்தியை எண்ணி மருகிக் கொண்டிருந்தனர் மக்கள்.

அமரசிம்மருக்கு ஏற்கெனவே மக்கள் மத்தியில் மிகவும் நல்ல பெயருண்டு. அவர் பட்டத்தில் இருந்த காலத்தில் மழை பொய்த்ததாக வரலாறே இல்லை. அப்படியும் காலாகாலத்தில் மழை வரவில்லை என்றால் ராஜாவிடம் முறையிட்டால் போதும். அவர் ஒவ்வொரு சுபாவுக்கும் வந்து முகாமிட்டால் உடனே வானம் மனமிரங்கி கொட்டத் துவங்கும். அமரசிம்மர் சேது யாத்திரை போன பாதையெங்கும் மழை பொழிந்ததை இன்றும் கிராமங்களில் மக்கள் பேசிப் பேசி வியப்பதுண்டு. அதனாலேயே மக்கள் அவரைச் சுவாதீனமாய் மழை ராஜா என்றுதான் அழைப்பது வழக்கம்.

நூற்றுக்கு குடிவாரம் முப்பது மேல்வாரம் எழுபது என்றிருந்ததை அமரசிம்மர்தான் குடிவாரம் நாற்பது, மேல்வாரம் அறுபது என்று மாற்றியருளினார். அந்த ஆணையைக்கூட அவர் சேதுக்கரையில் இருந்தபோதுதான் அளித்தார். சும்மாவா... அவர் இறந்த அன்று சந்தன மழை பெய்தது? அதுவும் தூறலுக்குக்கூட வழியில்லாத வறட்டு வைகாசி மாதத்தில் நாள் முழுக்க வானம் கொட்டியதென்றால் அதிசயமல்லவா? அவரது மகனும், மாசத்தியான பவானி பாயி சாஹேபின் வயிற்றிலுதித்தவருமான பிரதாப சிம்மரை விடவும் இந்த தஞ்சைத் தரணியை ஆள தகுதியுள்ளவர் வேறு யார்? எங்கிருந்தோ புனா பக்கத்திலிருந்து கொண்டு வந்ததாகச் சொல்லப்பட்டு, அப்புறமும் வெகு காலத்துக்கு ஒரு பரங்கிப் பாதிரியின் நிழலில் ஒளிந்து கிடந்த அந்த சரபோஜியா இன்னமும் சிம்மாசனத்தில் இருப்பது? உண்மையில் அவருக்கும் இந்த தஞ்சை மராத்திய வம்சத்துக்கும் என்ன தொடர்பு?

இப்படியெல்லாம் அங்கு வரும் மக்கள் தங்களுக்குள் பேசிக் கொள்வதாக ஒற்றர்கள் வந்து சொல்லச் சொல்ல தஞ்சை அரண்மனையின் சூழல் சூடேறிக் கிடந்தது. இந்தத் தகவல்கள் எல்லாம் தனக்கு வந்து சேரும் முன்னரே வெண்ணாற்றங்கரைப் பங்களாவிலிருக்கும் ரெசிடெண்ட் மக்லோட் துரைக்கும் போய்ச்

சேர்ந்திருக்கும் என்று சரபோஜி அரசருக்குத் தெரியும். இதன் விளைவுகள் என்னவாக இருக்கும் என்று யோசித்து யோசித்துக் குழம்பியவராக நிலா முற்றத்தில் நிலை கொள்ளாமல் முன்னும் பின்னும் நடை பயின்று கொண்டிருந்தார்.

அரசமாதேவியரில் ஒருவரும், பட்டத்திற்குரிய இளவரசரான சிவாஜியின் தாயாருமான அகல்யா பாயி சாஹேப் அரண்மனைக்குள்ளிருந்து வெளிப்பட்டு மெல்ல நடந்து வந்து அவரருகில் நின்றார்.

"பிரபு, என்ன ஆழ்ந்த யோசனையில் இருக்கிறீர்கள்?"

"வேறென்னவாக இருக்க முடியும் தேவி? நம் சிம்மாசனத்தின் நான்கு கால்களும் நிலையாகத்தான் நின்றிருக்கிறதா என்ற கவலைதான்."

"ஏனிப்படி அச்சானியமான வார்த்தைகளைப் பேசுகிறீர்கள் பிரபு?"

"அகல்யா, மேலுக்கு என்னதான் ஹிஸ் ஹைனஸ் பட்டமெல்லாம் கொடுத்தாலும் இந்த அரச பதவி என்பது பரங்கியர் பார்த்து விட்டு வைத்திருக்கும் வரைதானே? என் சிறிய தந்தையும் முன்னாள் அரசருமான அமரசிம்மருக்கும் நமக்குமான சிக்கல்களை எல்லாம் நீயும் அறிவாய்தானே?"

"ஆம் அரசே. அறிந்திருக்கிறேன். தங்கள் தந்தையார் ராஜஸ்ரீ துளஜா மகாராஜாவின் மறைவின் போது அவருக்கான உத்திரக் கிரியைகளைக் கூட புதல்வரான உங்களைச் செய்யவிடாமல் தடுத்தவர்தானே அவர்? அதற்குப் பிறகும் உங்களைச் சூழ்ந்திருந்த பிராணாபத்துகளின் காரணகர்த்தாவும் அவர்தானே? அந்தப் பரங்கிப் பாதிரியார் மட்டும் தனது சிறகுகளுக்குள் வைத்து உங்களை அடைகாத்திருக்காவிட்டால் இன்று இந்தத் தஞ்சையின் ராஜ்யலக்ஷ்மி களையிழந்திருப்பாளே..."

"ம்ம்... எங்களுக்குள்ளான உறவுச் சிடுக்குகளை எப்போதுமே பரங்கியர் மிகச் சிறப்பாகப் பயன்படுத்திக் கொண்டே வந்திருக்கிறார்கள். அதை நீ கவனித்திருக்கிறாயா? முதலில் என் ஸ்வீகாரத் தந்தையான துளஜா மகராஜா என்னை ஸ்வீகாரம் எடுத்திருப்பதாகச் சொன்னபோது அதையும் கேட்டுக் கொண்டார்கள். பிறகு தனது மாற்றாந்தாய் மகனான அமரசிம்மரை அரசராக்குவதாக அவர் சொன்னதாக சிலர் சொன்னபோது

அதையும் கேட்டு வைத்துக் கொண்டார்கள். அப்போதைய நிலையில் அமரசிம்மரை அரசராக்குவது அவர்களுக்கு நல்லது என்று பட்டதால் பன்னிரெண்டு சாஸ்திர ஞானிகள் கொண்ட சபை ஒன்றைக் கூட்டி, அதில் எனது ஸ்வீகாரம் செல்லாது என்று முடிவை வரவழைத்தார்கள். அதைக் காட்டி அமரசிம்மரை பட்டத்தில் அமர்த்தினார்கள். அதே நேரம் என்னையும் கைவிட்டுவிடவில்லை. அபயமளித்து, கல்வியும் கொடுத்து நல்ல முறையில் வளர்த்தார்கள்.

கோபுரத்து பொம்மைபோல அமரசிம்மர் அரசராக பெயரளவில் இருப்பார் என்று நினைத்தார்கள். அவரது நல்ல நேரமோ பூர்வ ஜென்மப் புண்ணியமோ தெரியவில்லை, அவர் சென்றவிடத்திலெல்லாம் ஏதேச்சையாக மழை பெய்ய ஆரம்பித்தது. இது போதாதா? அவரே இந்திரனின் அவதாரம் என்று மக்கள் கொண்டாட ஆரம்பித்தார்கள். அரசுக்கு வரும் மேல் வாரத்தைக் குறைத்துக் கொண்டு, பயிரிட்ட விவசாயிக்கான குடிவாரத்தை அதிகரித்து அவர் அறிவித்தபோது விவசாய பூமியான தஞ்சைத் தரணியின் மக்கள் மனதில் அவர் தெய்வமாகிப் போனார்.

ஒரு கட்டத்தில் அவர் அதிகப்படி வரியை கட்டவும் மறுத்தபோது வெள்ளையர் விழித்துக் கொண்டார்கள். அதற்குள் நானும் வயதடைந்து வாலிபனாகியிருந்தேன். அதே பன்னிரெண்டு சாஸ்திர அறிஞர்கள் சபையை மீண்டும் கூட்டினார்கள். அதிலொருவர் இறந்து விட்டிருந்தார். இன்னொருவர் துறவறம் மேற்கொண்டிருந்தார். மீதமிருந்த பத்து பேரின் வாயால் தாங்கள் முன்னால் சொன்னதெல்லாம் பொய் என்று சொல்ல வைத்தார்கள். நான் அரசனானேன். என் சிறிய தந்தையார் பதவியை இழந்து திருவிடைமருதூர் அரண்மனைக்குப் போய்ச் சேர்ந்தார்."

"இதெல்லாம் எல்லோருக்கும் தெரிந்த கதைதானே ஸ்வாமி? இதையெல்லாம் இப்போது ஏன் யோசித்துக் கொண்டிருக்கிறீர்கள்?"

"அமரசிம்ம ராஜா இப்போது அமரலிங்கமாகி விட்டார் தெரியுமா?"

"என்ன சொல்கிறீர்கள் பிரபு?"

"ஆம், அவரது கோரியில் பிரார்த்தித்துக் கொள்வதெல்லாம் நடக்கிறதாம். பிணி தீர்க்கும் அமரலிங்கம் என்று காவேரிக்கரையை மக்கள் மொய்க்கிறார்களாம். மகாலிங்க ஸ்வாமி கோவிலில்கூட

கூட்டம் குறைந்து விட்டதாம். போகப் போக வைத்தீஸ்வரன் கோவிலைவிடவும் இடைமருதூர் ராஜகோரி பிராபல்யம் ஆகிவிடும் போலிருக்கிறது...!"

மன்னர் வெறுப்பும், எள்ளலுமாகப் பேசுவதைக் கேட்டு குழம்பினாள் அகல்யா பாய்.

"அதெல்லாம் எத்தனை நாட்களுக்கு நடக்கும் பிரபு? அகிலாண்ட கோடி பிரமாண்ட நாயகனான ஈசனைவிடவுமா ஒரு மனிதப் பிறவிக்கு சக்தி அதிகமிருந்துவிட முடியும்? இந்த வதந்திகளெல்லாம் அந்தக் காடேராவ் குடும்பத்து சூழ்ச்சியாகத்தான் இருக்கும். எத்தனை நாட்களுக்கு இந்த வெற்றுப் பசப்பல் நீடித்துவிடும் என்று பார்க்கத்தானே போகிறோம்? நீங்கள் இதையெல்லாம் பெரிதாக நினைத்துக் கொண்டு, மனதை வாட்டிக் கொள்ளாதீர்கள்!"

"மக்கள் கொண்டாடுவது மட்டுமே நம்முன்னிருக்கும் சிக்கலில்லை அகல்யா. இன்று தஞ்சைக் கோட்டையும், முகசா நிலங்களும், சத்திரங்களும் மட்டும்தான் நம் கைவசம் இருக்கின்றன. நாமும் சரி, திருவிடைமருதூர்க்காரர்களும் சரி, இரு தரப்புமே பிரிட்டிஷ்காரர்களிடம் கை நீட்டி மானியம் பெறுபவர்கள்தான். பெறும் தொகையின் அளவுதான் நம்மைவிட அவர்களுக்கு சற்றுக் குறைவு. ஆனால் தஞ்சையின் அரசன் எனும் பதவி பெயரளவுக்கேனும் நம்மிடம் இருந்து கொண்டிருக்கிறது. இப்போது கிளம்பும் இந்த புராணப் புரளிகளைக் கேட்டு பரங்கியர் வேறு விதமாய் யோசித்து நம்மை இடமாற்றிவிட நினைத்துவிடக் கூடாதில்லயா? அதுதான் என் இப்போதைய கவலை."

"என்ன ஸ்வாமி, சதுரங்கத்தில் காய்களை நகர்த்துவது போலவா அரச பதவியை இடம் மாற்றிவிட முடியும்? சாஸ்திரமில்லையா, சட்டமில்லையா? அப்படியெல்லாம் யாரும் எந்த அநியாயமும் செய்துவிட மாட்டார்கள். அப்படியே போனாலும் நம்மிடம் படை பலமும் கொஞ்சம் உண்டுதானே?"

"கோஷாவுக்கு உள்ளிருக்கும் உனக்கே நம் படை பலம் கொஞ்சம்தான் என்பது தெரிந்துதானே இருக்கிறது அகல்யா? வெற்றி வாசல் என்றும் பத்தே தர்வாஜா என்றும் அழைக்கப்படும் கீழ வாசலில் இருக்கும் பீரங்கி மேடை நல்லது கெட்டது நடக்கும்போது அறிவிப்பிற்கு மட்டுமே முழங்கிக் கொண்டிருக்கிறது. மற்றபடி அது ஒரு அழகுப் பொருள்தான்.

கோட்டைக்குள் இருக்கும் பாதசார துருப்பும் வெகு சொற்பம். இன்னமும் அரண்மனை என்ற அந்தஸ்து வேண்டும் என்பதற்கான பாராக்காரர்களை வைத்துக் கொண்டிருக்கிறோமே தவிர ஆயுதம் பயின்றவர்களோ, களம் காணக் கூடியவர்களோ நம்மிடம் யாரும் இல்லை."

"அரசே, மனம் தளராதீர்கள்!"

"இல்லை அகல்யா. என்னிடம் இனி இழப்பதற்கு பெரிதாக ஒன்றுமில்லை. எங்கோ மராட்டிய மண்ணில் பிறந்த நான் இத்தனை நாள் இந்த தஞ்சை துர்க்கத்தின் அதிபதியாக அமர்ந்திருப்பதே இறைவனின் கொடைதான். ஸ்வார்ஷ் பாதிரியின் தயவில் நான் பெற்ற ஐரோப்பிய கல்விதான் என் உண்மையான சொத்து. அதனால்தான் சரஸ்வதி பண்டாரத்தை விரிவாக்கி அங்கே அற்புதமான கலைக்களஞ்சியத்தை ஏற்படுத்தி வருகிறேன். அந்தப் பணியையேனும் நான் முழுமையாக முடித்தால்தான் போன்ஸ்லே வம்ச வரலாற்றில் எனக்கும் ஒரு அத்தியாயம் அளிக்கப்பட்டதற்கு அர்த்தமிருக்கும்."

"மக்லோட் துரைக்கு நீங்கள் எவ்வளவோ சகாயம் செய்திருக்கிறீர்கள். உங்கள் சிற்றப்பாவிடமிருந்து ஆட்சி உங்களுக்கு மாறிய சமயத்தில் நமக்கு வரவேண்டிய பெருந்தொகையை இந்த மக்லோட் சுவாதீனப்படுத்திக் கொண்டதை எத்தனை பெருந்தன்மையாக மன்னித்தீர்கள்? அந்தச் சமயத்தில் மக்லோடும் அவரது மனைவியுமாக வந்து உங்களை இறைஞ்சிக் கேட்டுக் கொண்டதன் பேரில், அவருக்கு மேற்கொண்டும் பதினாயிரம் வராகன் இனாம் அளித்தீர்களே? அந்த நன்றியையெல்லாம் மறந்துவிட மாட்டார், நம்பிக்கையோடு இருங்கள் பிரபு!"

"மக்லோட் என்றல்ல அகல்யா, எந்த வெள்ளையருமே அவ்வளவுக்கு நம்பகமானவர்களல்ல. முதலில் தனது தனிப்பட்ட நலன்களுக்கும், அடுத்ததாக கும்பினி சர்க்காருக்கும் உகந்த முடிவுகளைத்தான் அவர்கள் எடுப்பார்களே தவிர பழைய நன்றி விசுவாசமெல்லாம் இதில் வராது. சரி, என் கவலை எனக்கு. நீயேனும் சென்று உறங்கு."

"நீங்கள் இப்படி கவலையில் உறக்கம் வராமல் தவிக்கையில் நான் மட்டும் சென்று சுகமாய் தூங்கவா? நம் குலதெய்வமான சந்திரமௌலீஸ்வரரையும், இந்த தஞ்சையம்பதியின் இறைவனான

பிரகதீஸ்வரரையும் வேண்டிக் கொள்வோம். இந்த இக்கட்டிலிருந்து சுவாமிதான் நம்மைக் காக்க வேண்டும்."

"நீ சொல்வதும் சரிதான் அகல்யா. இனி கடவுள் மட்டும்தான் நம்மை காக்க முடியும். நான் பிரகதீஸ்வரர் ஆலயத்தின் திருச்சுற்றில் அஷ்டோத்திர சத லிங்கம் பிரதிஷ்டை செய்து, கும்பாபிஷேகம் செய்விப்பதாக வேண்டிக் கொள்கிறேன்."

"நானும் பிரகதீஸ்வரருக்கு லட்சம் பத்ம தளம் சமர்ப்பித்து, லட்ச தீபம் ஏற்றுவதாக வேண்டிக் கொள்கிறேன். இறைவன் நம் மனக்குழப்பங்களை நீக்கி உங்கள் சாம்ராஜ்யாதிபதியாகவே நீடிக்கச் செய்வார். வாருங்கள், நடு நிசி தாண்டி விட்டது, இனியேனும் கொஞ்சம் ஓய்வெடுத்துக் கொள்ளுங்கள்."

பேச்சை முடித்துவிட்டு இருவரும் சயன அறைக்குள் நுழையும் நேரத்தில் யாரோ கதவைத் தட்டினார்கள். இந்த அகாலத்தில், அரசரின் சயன அறையின் கதவைத் தட்டுவதென்றால் அது சாமானியமான விஷயமே அல்ல. சற்றுப் பதற்றத்தோடே அகல்யா பாயி சென்று கதவைத் திறந்தார். வெளியே கிருஷ்ணம்மா அக்கா நடுக்கத்தோடு நின்று கொண்டிருந்தார்.

"என்ன கிருஷ்ணம்மா, இதென்ன? அகால நேரத்தில் அரசரின் சயன கிரஹத்தில் வந்து அவரை எழுப்புமளவு என்ன அகடியம் நடந்து விட்டது? பட்டணம் கொள்ளை போகிறதா என்ன?"

"மன்னிக்க வேண்டும் அரசி... சேனா துரந்திரர் வராகப்பையரே அரசரின் பேட்டி வேணுமென்று அந்தப்புர வாசலில் வந்து நின்று கொண்டிருக்கிறார். என்னவானாலும் என் பொறுப்பு. அரசரை ரூபு ரூபு சந்தித்து அறிவித்தாக வேண்டிய முக்கியச் செய்தி, போய்ச் சொல்லு என்று அவர் அழுத்திச் சொல்லுகையில் ஒரு சாதாரணப் பணிப்பெண், நான் வேறென்ன செய்ய முடியும் தேவி? தயை கூர்ந்து என்னை மன்னித்தருளுங்கள்!"

அதற்குள் ஆடைகளை சரி செய்து கொண்டு அறை வாயிலுக்கு வந்த அரசர் சரபோஜி அகல்யாபாயியின் தோளில் கைவைத்து அமைதிப் படுத்தினார்.

"பொறு அகல்யா... அனேகமாய் நாம் பேசிக் கொண்டிருந்த விஷயங்களின் தொடர்ச்சியாகத்தான் வராகப்பையரும் வந்திருக்கக் கூடும். நான் சென்று விவரம் கேட்டு வருகிறேன். நீ

அமைதியாக ஓய்வெடு. கிருஷ்ணம்மா, அரசியைப் பார்த்துக் கொள். வருகிறேன்."

அரசர் அந்தப்புரத்தின் முகப்பறைக்கு வந்தார். பீடத்தில் அமர்ந்திருந்த வராகப்பைய்யர் எழுந்து நின்று வணங்கினார்.

"ஹுஜூருக்கு வணக்கம். அகால வேளையில் தொந்தரவு தந்தமைக்கு மன்னிக்க வேணும். ஆனாலும் கைவசமிருப்பது சுபச் செய்திதான்" என்று கண்டனன் கற்பினுக்கு அணியை என்பதைப் போல அரசருக்கு ஆசுவாசமளித்தார்.

"சொல்லுங்கள்" சுருக்கமாகவே ஆமோதித்தார் அரசர். தானும் பீடத்தில் அமர்ந்து கொண்டு வராகப்பையரையும் அமரச் சொல்லி சைகை செய்தார்.

"அமரசிம்மரின் பெயரால் அளித்து வந்த ஓய்வூதியத் தொகையான இருபத்தி ஐந்தாயிரம் வராகனை அப்படியே அவரது மகனான பிரதாப சிம்மரின் பெயரில் அளிப்பது ஒன்றே கும்பினி தரப்பிலான மாற்றம். மற்றபடிக்கு மாற்று ஏற்பாடுகள் எதுவும் பேசப்படவில்லை என்பதை மக்லோட் துரையின் அலுவலகத்திலிருக்கும் நமது ஆட்கள் உறுதியாக சொல்கிறார்கள் அரசே. இதைச்சொல்லவே வந்தேன். தாங்கள் இனி எவ்விதக் கவலையும் கொள்ளத் தேவையில்லை..."

"ம்ம்... இப்போதுதான் அகல்யா பிரகதீஸ்வரரையும் சந்திரமௌலீஸ்வரரையும் வேண்டிக் கொள்ளச் சொன்னாள். இதோ, நல்ல செய்தியுடன் வந்து விட்டீர்கள். நாளையே வேலையை ஆரம்பித்துவிடலாம்."

"என்ன வேண்டுதல், எது தொடர்பான வேலை என்பதையெல்லாம் அடியேன் தெரிந்து கொள்ளலாமா அரசே?"

"பிரகதீஸ்வரர் கோவிலின் திருச்சுற்றில் நூற்றெட்டு லிங்க பிரதிஷ்டை செய்வதாக நான் வேண்டிக் கொண்டிருக்கிறேன். அகல்யா பிரகதீசருக்கு லட்சம் தாமரை மலர்களைச் சார்த்துவதாகவும், லட்ச தீபம் ஏற்றுவதாகவும் வேண்டிக் கொண்டிருக்கிறாள். லிங்கப் பிரதிஷ்டையோடு இன்னொரு விஷயமும் செய்யலாம் என்று இப்போது தோன்றுகிறது."

"அந்த இன்னொரு காரியத்தையும் அடியேனுக்கு தெரிவித்தருளுங்கள் பிரபு!"

“லிங்கப் பிரதிஷ்டையோடு சேர்த்து கோவிலில் இருக்கும் மற்ற மற்ற இமாரதிகளையும் பார்க்க வேண்டியிருக்கும். அப்படியே கோவிலின் சுவற்றில் நம் போன்ஸ்லே வம்ச வரலாற்றை கல்வெட்டாக செதுக்கி வைத்துவிடலாமென எண்ணுகிறேன்.”

அரசரின் மனதில் ஓடுவதை வராகப்பைய்யரால் புரிந்துகொள்ள முடிந்தது. போன்ஸ்லே வம்சத்தின் தஞ்சைக் கிளையில் அவர்தான் அதிகாரபூர்வ வாரிசு என்பதை வரலாற்றில் பொறித்து வைக்க விரும்புகிறார். இது ஒரு அருமையான திட்டம்தான். ஏற்கெனவே இந்தத் தலைமுறையைச் சேர்ந்த பாமர மக்கள் பலரும் பெரிய கோவிலையே மராத்திய மன்னர்கள்தான் கட்டியதாக நினைத்துக் கொண்டிருக்கிறார்கள். இப்போது இத்தகைய கல்வெட்டுகளையும் ஏற்படுத்திவிட்டால், வரும் தலைமுறைகள் கோவிலைக் கட்டிய சோழர்கள், திருப்பணி செய்த நாயக்கர்கள் எல்லோரையும் மறந்துவிடக் கூடும்.

“ஆகட்டும் பிரபு! எல்லாம் தங்கள் திருவுள்ளப்படியே செய்து விடலாம். இனியேனும் சற்று ஓய்வெடுத்துக் கொள்ளுங்கள். நான் உத்தரவு பெற்றுக் கொள்கிறேன்” என்றுரைத்து வணங்கிவிட்டுப் புறப்பட்டார் வராகப்பைய்யர். அரசரும் தனது அறைக்குத் திரும்பினார்.

29

ரெசிடெண்ட் துரையின் காதுக்கு தன் கோரிக்கை சென்று சேர்ந்துவிடும் என்றதுமே காரியம் பாதி ஜெயமானது போலிருந்தது சபாபதிக்கு. அடுத்த சில நாட்களிலே மீனாட்சியை அழைத்துக்கொண்டு வேலூருக்கு திரும்பிவிடலாம் என்ற நம்பிக்கையும் ஏற்பட்டது. “நீங்களும் உங்க வேலங்கள விட்டுட்டு என்கூட அலஞ்சுகிட்டிருக்கீங்களே மாமா. நீங்க வேணும்னா ஊருக்குப் போங்க, இனி மிச்சத்த நானே பாத்துக்கறேன்...” என்றான் சபாபதி

“என்ன மாப்புள்ள இப்படி சொல்லிட்டீங்க? இது உங்க காரியம் மட்டுமில்லியே, எங்க பொண்ணு வாழ்க்கையும்தானே?”

“அதுசரி. பொண்ணு வாழ்க்கை, குடும்ப மரியாதைனெல்லாம் உங்க தம்பி யோசிச்சா மாதிரியே இல்லியே... எவ்ளோ பொய், பித்தலாட்டம்... கடைசில எங்க பொழப்பையே சிரிப்பா சிரிக்க வச்சுபிட்டாரே...”

“சிறுசுலேர்ந்தே அவன் ஒரு தினுசுதான் தம்பி. வீட்டுக்கு அடங்கி நடந்ததே இல்ல. எங்க அம்மா செத்த ஒரே வருஷத்துக்குள்ள பாகத்த பிரிச்சுவிட்ற அளவுக்கு ஆக்கிபிட்டான். எங்கம்மாவுக்கு இந்தப் புள்ள மீனாச்சி மேல உசுரு. ஒரே பேத்தின்னுட்டு கொஞ்சிகிட்டே இருக்கும். சாடைலயும் எங்கம்மா மாதிரிதான் இருக்கும் அந்தப் புள்ள...” பேசும் போதே நற்குணத்திற்கு தொண்டை கரகரத்தது. மிகுந்த பிரயாசையுடன் அழுகையை அடக்கிக் கொண்டார். சபாபதிக்கும் நெஞ்சை அடைப்பது போலிருந்தது.

பேச்சை மாற்ற நினைத்தோ அல்லது இயல்பாகத்தான் தோன்றியதோ, நற்குணம் வேறொரு சந்தேகத்தைக் கேட்டார்.

“நீங்க பிராது கொடுக்கலாம்னு சொன்னதும் அரண்மனைலயே இருக்கற நியாயசபைலதான் கொடுக்கப் போறீங்கன்னு நினைச்சேன். நீங்க எதுக்கு இந்த செட்டக்கார துரைகிட்ட பிராது கொடுக்கலாம்னு நினைக்கறீங்கன்னு புரியலீங்களே மாப்புள்ள?”

“ஏதோ கடன் சிக்கல், இல்லாட்டி சொத்துத் தகராறா இருந்தா அரண்மனை நியாயசபக்கு போகலாம். இல்லாட்டி ராஜாகிட்டயே நேரடியாவோ பிராது கொடுக்கலாம். ஆனா இங்க நமக்கு பிரதிவாதியே அரண்மனையா இருக்கறப்ப அவங்க என்ன நியாயம் சொல்லிருவாங்க? ஒரு பொண்ண விலைக்கு வாங்கறப்ப அதை விக்க உரிமைப்பட்டவன் யாருன்றதகூட விசாரிக்காம வாங்கற ராஜாங்கத்துல எந்த நியாயத்த எப்படி எதிர்பார்க்க முடியும்?”

கொஞ்சநேரம் எதுவும் பேசிக்கொள்ளாமல் நடந்தனர். சபாபதி தொடர்ந்தான்,

“இந்த ரெசிடெண்ட் துரையோட வேலையே ராஜாங்கத்த கண்காணிக்கறதுதான். அதாவது மேற்பார்வை பாக்கறது. ராஜ குடும்பத்தோட செலவுகள்ளேர்ந்து ஆரம்பிச்சு, அவங்க கல்யாணம் கட்டுறதுலேர்ந்து சுவீகாரம் எடுக்கறது வரைக்கும் எல்லாத்தையும் இவங்கதான் தீர்மானிப்பாங்க. ராஜா செய்யற எந்தக் காரியத்தையும் கேள்வி கேக்கவும், இத செய்யலாம் கூடாதுன்னு சொல்லவும் கும்பினி சர்க்கார் சார்பா எல்லா உரிமையும் உள்ளவர் இந்த

துரைதான். கோட்டைக்குள்ள இருக்கற கும்பினி படைக்கு உத்தரவு கொடுக்கறவரும் இவருதான். அதுனாலதான் மாமா, ரொம்ப நம்பிக்கையோட இங்க வந்திருக்கேன். எப்படியும் இவங்க விசாரிச்சு, பொண்ண விடுதல பண்ணுங்கன்னு சொன்னா..,, கல்யாண மஹால்காரங்க நம்ம மீனாச்சிய வெளில விட்டுத்தான் ஆகணும்.''

இருவரும் தஞ்சை நோக்கி நடந்து கொண்டிருந்தனர். வழியில் தஞ்சபுரீஸ்வரர் கோவில் வந்ததும் நற்குணம் "சாமி கும்பிட்டுட்டுப் போவோம் தம்பி!" என்றார்.

எந்த சாமிய கும்பிட்டு என்ன பிரயோசனம் என்ற எரிச்சல் எழுந்தாலும் வயதில் பெரியவர் சொல்வதைத் தட்ட வேண்டாமே என்று சபாபதியும் உள்ளே நுழைந்தான். குளத்தில் இறங்கி, கைகால் கழுவிக் கொண்டு இருவரும் தஞ்சபுரீஸ்வரர் சன்னிதியை நோக்கி நகர்ந்தனர். சந்தியாகால பூஜைக்கான நேரம் அது.

சன்னிதியில் ஒரு நடுவயது மனிதர் ஊனுருகப் பதிகம் பாடிக் கொண்டிருந்தார். மாசில் வீணையும் எனத் தொடங்கும் அந்தப் பதிகத்தின் பத்துப் பாடல்களும் சபாபதிக்கும் தெரியும். அவனும் மனதுக்குள் அப்பாடல்களைப் பாடிக் கொண்டான்.

விறகிற் றீயினன் பாலிற் படுநெய்போல்
மறைய நின்றுளன் மாமணிச் சோதியான்
உறவு கோல்நட் டுணர்வு கயிற்றினால்
முறுக வாங்கிக் கடையமுன் நிற்குமே.

பதிகத்தின் கடைசிப் பாடல் முடித்ததும் அர்ச்சகர் கைமணி ஒலிக்க தீபாராதனை செய்து, வெளியில் வந்து எல்லோருக்கும் திருநீறு வழங்கினார். நெற்றியில் நீறு பூசிக் கொண்டே இருவரும் அன்னை ஆனந்தவல்லியின் சன்னிதிக்குச் சென்றனர். அந்த நடுவயது மனிதர் இங்கும் தன் இனிய குரலில் பாட ஆரம்பித்தார்.

கலையாத கல்வியும், குறையாத வயதும்,
ஓர் கபடு வாராத நட்பும்,
கன்றாத வளமையும்,
குன்றாத இளமையும்,
கழுபிணி இலாத உடலும்,
சலியாத மனமும், அன்பகலாத மனைவியும்,
தவறாத சந்தனமும்,
தாழாத கீர்த்தியும்,
மாறாத வார்த்தையும்,

தடைகள் வாராத கொடையும்,
தொலையாத நிதியமும், கோணாத கோலும்,
ஒரு துன்பமில்லாத வாழ்வும்,
துய்ய நின் பாதத்தில் அன்பும் உதவிப்
பெரிய தொண்டரோடு கூட்டு கண்டாய்;
அலையாழி அறி துயிலும் மாயனது தங்கையே,
ஆதி கடவூரின் வாழ்வே!
அமுதீசர் ஒரு பாகம் அகலாத சுகபாணி,
அருள்வாமி அபிராமியே...!

இங்கும் ஆனந்தவல்லி அம்மைக்கு சுடராட்டுக் காட்டி குங்குமப் பிரசாதம் அளித்தார் அர்ச்சகர். மாமனும் மருமகனும் நெற்றியிலணிந்து கொண்டு திருச்சுற்றை வலம் வந்தனர்.

பாடலில் வந்த கோணாத கோலும் எனும் வார்த்தையே சபாபதியின் மனதுக்குள் ரீங்காரமிட்டுக் கொண்டிருந்தது. ஒரு துன்பமில்லாத வாழ்வு எளிய உயிர்களுக்கு வேண்டுமெனில் அவசியம் இருக்க வேண்டியது கோணாத செங்கோல்தானே? என்றைக்கேனும் இங்கே அப்படிக் கோணாத கோல் ஆண்டிருக்கிறதா என்ன? சபாபதியின் மனதிலோடும் எண்ணங்களை அறியாதவராக நற்குணம் திடீரென பெருமூச்சுடன் பேச ஆரம்பித்தார்.

"ம்ம்... இந்த சாமி வரப்பிரசாதி தம்பி. உடம்பொறந்தான் ராவணன்கிட்ட தன் சொத்து சுதந்திரத்தயெல்லாம் இழந்த குபேரன் இந்த சாமிகிட்ட வந்து தஞ்சம் புகுந்தானாம். இந்த சாமிதான் அவருக்கு அஷ்ட ஐசுவரியத்தயும் கொடுத்தாராம். அம்மை மட்டுமென்ன? தஞ்சகன், தண்டகன், தாரகன்னு மூனு அசுரனுங்க இந்தப் பக்கத்துல அக்கிரமம் பண்ணிகிட்டிருந்தானுங்க. அம்மை பச்சக்காளி, பவளக்காளி, வடபத்திர காளி அப்படின்னெல்லாம் எட்டு காளியா வந்து அந்த அசுரனுங்கள வெட்டி சாச்சுபுட்டா. அப்புறம் சிவன் வந்து அவள சாந்தப்படுத்தி இப்படி ஆனந்தவல்லியாக்கினாராம். செத்தவனுங்களும் நல்ல சிவபக்தனுங்கதான்றதால தஞ்சகன் பேருல இந்தூர தஞ்சாவூர்னு ஆக்கினாராம். உங்கூருப் பக்கத்துல இருக்கற தாராசுரத்துக்கு தாரகாசுரன் பேர போட்டாராம். தண்டகம்பட்டுனு தண்டகன் பேருலயும் ஒரு ஊர் இருக்கு."

"ஓகோ.. இது ரொம்பப் பழைய காலத்து கோவில்னு சொல்லுங்க!"

“பின்ன? பெரிய கோவில் கட்ட சோழ ராஜா கல்லெடுத்து வரப்ப, இந்த எடத்துல வண்டியெல்லாம் தட்டி நின்னுருச்சாம். அப்புறம் இந்த சாமி ராசகுரு கருவூர்த்தேவரோட கனவுல போயி சொன்னாராம் – நாந்தான் இந்தூருக்கு சாமி, இங்க புதுசா கோவில் கட்டணும்னா என்கிட்ட உத்தரவு கேக்க வேணாமாடான்னு.. அப்புறம் ராசராசன் வந்து இந்தக் கோவில்ல ஒரு மண்டலம் விரதமிருந்து இந்த சிவனிட்ட உத்தரவு வாங்கிட்டுதான் பெரிய கோவில் வேலையே ஆரமிச்சாராம். அவ்ளோ சக்தியுள்ள சாமி தம்பி இது...!”

“அவ்வளவு சக்தியுள்ள சாமியும், அம்மனும் நம்ம மீனாச்சியையும் நல்லபடியா மீட்டுத் தரட்டும்.”

“நிச்சயமா... எல்லாம் நல்லபடியா முடியும் பாருங்க.”

கொடிமரம் தாண்டி வந்து இருவரும் நெடுஞ்சாண் கிடையாக விழுந்து வணங்கினார்கள். அந்த அம்மனின் பெயர்தான் இப்போது அவன் மனைவிக்கு சூட்டப்பட்டிருக்கிறது என்பதும், அவள் இப்போது தஞ்சைக்குள்ளேயே இல்லை என்பதும் சபாபதிக்கு தெரியாது. எல்லாம் வல்ல ஆனந்தவல்லி சமேத தஞ்சபுரீஸ்வரர் இந்தச் சிறு விவரத்தைக்கூட அவனுக்குத் தெரிவிக்கவில்லை.

30

ஆனந்தவல்லிக்கு ஓயாத தலைவலி வாட்டியெடுத்தது. இரவெல்லாம் அழுது கொண்டே படுத்திருந்ததில் சுரமும் சேர்ந்து கொண்டது. ஷாகாஜிபுரத்து மஹாலை காலி செய்துவிட்டு எல்லாப் பணியாளர்களும் திருவிடைமருதூர் அரண்மனைக்கே வந்துவிடும்படி ஆணை வந்திருந்தது. மஹாலின் சாமான்களை ஏற்றிப் போன மாட்டு வண்டியிலேயே, சுரத்துடன் கிடந்தவளையும் ஏற்றிவிட்டார்கள். அரண்மனையின் புழக்கடைத் தோட்டத்தில் வண்டி நின்றது அதிலிருந்து இறங்கியவளுக்கு மீண்டும் அழுகை கொப்புளித்தது. நான்கு நாட்கள் முன்பு அதே தோட்டத்தின் வழியாக ருக்மணியைத் தொடர்ந்து தான் வந்ததும், அரசி போல வேடமிட்டு அரை நாழிகை நேரம் நடித்ததும் பின்னர் நடந்த செயல்களுமே அலை அலையாய் அழுகையை எழுப்பின.

“சுரம் வந்த புள்ள, மேல மேல அழுது அழுது இன்னமும் ஏன் உடம்ப கெடுத்துக்கற? அறிவில்லயா? உள்ள போய் எதுனா மருந்த கேட்டு வாங்கி முழுங்கு” என்றார் கோபமும், பாசமுமாய் சொன்னார் வண்டியோட்டி வந்த கிழவர். அங்கே உரிபாறையில் தேங்காய் உரித்துக் கொண்டிருந்த ஒரு ஏவல் பெண்டை வண்டியோட்டியே கைகாட்டி அழைத்தார். கைவேலையைப் போட்டுவிட்டு ஓடி வந்த அந்தப் பெண்மணி, ஆனந்தவல்லியைப் பார்த்ததுமே நிலமையைப் புரிந்து கொண்டார். கிழவனாரின் பேச்சையும் காதில் வாங்கியபடியே அருகில் வந்த அப்பெண்ணும் “ஆமா, உள்ள வந்து நாலு வாய் கஞ்சித் தண்ணியோ கரச்ச சோறோ குடிச்சிட்டு செத்த நேரம் கண்ணமூடி படுத்து எந்திரிக்கா, எல்லாம் சரியாயிரும்...” என்று சொன்னபடியே இடதுபக்கம் தோள் கொடுத்துப் பிடித்துக் கொண்டாள். அப்பெண்ணின் உதவியோடு மெதுவாய் அரண்மனைக்குள் நுழைந்தாள் ஆனந்தவல்லி. சுவற்றையும், தூண்களையும் மாற்றி மாற்றிப் பிடித்துக் கொண்டு மெதுவாக நடந்து வந்தவள் உக்கிராண அறைக்கு முன்னால் உட்கார்ந்து விட்டாள். வெய்யிலில் போட்ட கீரைத் தண்டு போல வாடி வதங்கிப் போயிருந்தவளால் அதற்கு மேல் நடக்க முடியவில்லை.

தட்டில் எதையோ எடுத்துக் கொண்டு அந்த அறையிலிருந்து வெளியே வந்த யோகாம்பாள் இவளைப் பார்த்துவிட்டு பதறிப் போனவளாக அருகில் வந்தாள்.

“என்னடி ஆச்சு?” என்று கேட்டவாறே அவளருகில் குந்தி உட்கார்ந்தார். தன் கையிலிருந்த தட்டைக் கீழே வைத்துவிட்டு, அவள் முகவாயைப் பற்றியவர் இன்னமும் பதறினார்.

“என்னடி இது, இப்படி கொதிக்குது உடம்பு? என்ன ஆச்சு உனக்கு?”

ஒன்றும் பேசாமல் அவரது தோளில் சாய்ந்து கொண்டு மீண்டும் அழ ஆரம்பித்தாள் ஆனந்தி. சற்று அசைந்து நன்றாக உட்கார்ந்து கொண்டு அவளை அணைத்துப் பிடித்துக் கொண்ட யோகம், அவளை அந்த நிலையில் விட்டுப் போக முடியாது என்று உணர்ந்தார். அந்த இடம் வரை ஆனந்தவல்லியைத் தாங்கி அழைத்து வந்த பெண்ணோ, பாதியில் விட்டுவிட்டு வந்த வேலை நினைவுக்கு வர சத்தமில்லாமல் நகர்ந்து சென்று விட்டாள். அவள் நகர்ந்ததை கவனிக்காமல் யோகம் ஆனந்தியைத் தேற்றுவதிலேயே

மும்மரமாக இருந்துவிட்டு, சில நொடிகளுக்குப் பின்னர்தான் உதவிக்கு ஆள் வேண்டும் என்று உணர்ந்தவராய் குரலெழுப்பினார்.

“யாருடி அங்க, யாராவது இருக்கீங்களா?” உரக்கக் கத்தினார். இரண்டொரு நொடிகளுக்குப் பின்னரும் பதிலெதுவும் கேட்கவில்லை, யாரும் வரும் அரவமும் இல்லை. மீண்டும் சத்தமாக “யாராவது இருக்கீங்களா, சீக்கிரமா இங்க வாங்க!” என்றார்.

இப்போது கொஞ்சம் பேச்சரவமும், உடைகளின் சரசரப்பும், வளையொலியும் கேட்டன. இடைகழியின் மூலையிலிருந்து இரண்டு ஏவல் பெண்டுகள் எட்டிப் பார்த்தனர். அழுகைச் சத்தம் கேட்டதும் சற்று பரபரப்புடன் நடையை எட்டிப் போட்டு இவர்களின் அருகில் வந்தனர். நெருங்கி வந்தபின்னரே யோகம்பாளின் அணைப்பில் சுருண்டு கிடந்த நோயாளியைப் பார்த்தனர்.

“அவுஷதக் கொட்டடிக்கு ஓடிப் போயி இவளுக்கு அழுதழுது சுரமும், தலைவலியுமா இருக்குன்றத சொல்லி மருந்து வாங்கிட்டு வா. நீ முபதக் மகாலுக்குப் போயி கொஞ்சம் பால் கஞ்சி கேட்டு வாங்கிட்டு வா! சீக்கிரம் ஓடுங்க ரெண்டு பேரும்...” என்று இருவருக்கும் ஆளுக்கொரு வேலையேவினார் யோகம்.

இருவரில் மரகதத்திற்கு பதினைந்து வயது, அடுத்தவளான சந்திரம்மாவுக்கு பன்னிரெண்டு வயதுதான். இருவருமே நல்ல சிவந்த நிறம். தனியாகப் பார்க்கையில் மரகதம் மெலிந்த உடலினால் சற்று உயரமாகத் தெரிவாள். சந்திரம்மாவோ கொஞ்சம் இரட்டை நாடியான உடல்வாகுடன் இருப்பதால் குட்டையாகத் தெரிவாள். ஆனால் இருவரும் சேர்ந்து நடக்கும் போது ஒரே உயரம்தான் என்று தோன்றும். இருவருமே ஒரே வருடத்தில் இரண்டொரு மாத இடைவெளியில் அரண்மனைக்கு வந்து சேர்ந்தனர். அதனாலேயோ என்னவோ இரட்டையர் போல எப்போதுமே ஒட்டிக் கொண்டே அலைவது அவர்களின் வழக்கம். இப்போது யோகாம்பாள் ஆளுக்கொரு வேலை தந்ததும் வேண்டா வெறுப்பாகப் பிரிந்து சென்றனர். மரகதம் வைத்தியர் வேலாயுதம் பிள்ளையைத் தேடிக் கொண்டு வைத்திய சாலைக்குச் செல்ல, சந்திரம்மா அடுப்படியை நோக்கிப் போனாள்.

ஆனந்தவல்லியின் அழுகையை எப்படி நிறுத்துவது என்றே யோகத்திற்குத் தெரியவில்லை. திருவாதியிலிருந்து மீனாட்சி என்ற

பெயருடன் கல்யாண மஹாலுக்கு விற்கப்பட்ட அந்த சிறு பெண்ணை முதன் முறையாக ருக்மணி பாயியின் முன்னிலைக்கு தான் அழைத்துப் போன நாள் நினைவுக்கு வந்தது.

என்ன காரணத்தாலோ பார்த்ததுமே ருக்மணிக்கு இவள் மேல் ஒரு பாசம் விழுந்துவிட்டது. முதலில் அமரசிம்ம ராஜாவின் பரிவாரமெல்லாம் திருவிடைமருதூருக்கு வந்து ஒன்றாகத்தான் தங்கியிருந்தார்கள். ராணியர் நால்வரும் ஆட்சியிழந்து, செல்வாக்கிழந்து அலைந்து திரிவதில் இருக்கும் பொருமலையெல்லாம் ருக்மணி பாயியின் மீது காட்டத் துவங்கியிருந்த நேரம் அது.

மகாலிங்க ஸ்வாமியை அனுதினம் தரிசிப்பதும், புலவர்களையும், சங்கீத வித்வான்களையும் கூட்டி சதஸ் நடத்துவதுமாக அரசர் அமைதியான வாழ்வை மட்டுமே விரும்பினார். அந்த சதஸ்களில் கோஷாவுக்குப் பின்னால் ருக்மணி பாயியும் சென்றமர்ந்து அரசரின் ரசனையைப் பகிர்ந்து கொண்ட போது அரசியர் நால்வருக்கும் அவர் மீதிருந்த கசப்பு இன்னமும் கனத்தது. சில முறை இளைய அரசியான பார்வதி பாயி ருக்மணிக்குப் போட்டியாக சதஸ்களின் போது திரைக்குப் பின் வந்தமர்ந்ததுண்டு. பாட்டையோ பேச்சையோ தொடர்ச்சியாக கேட்க நேர்ந்தால் அரை நாழிகை நேரத்திலேயே தூங்க ஆரம்பித்து விடுவது அவரது வழக்கம். ஒரு முறை உளுந்தூர்பேட்டை முத்தம்பல வாத்தியாரின் ஆத்திச்சூடி புராணத்தைப் பற்றி அவையினர் சிலாகித்துக் கொண்டிருக்கையில் அரசியின் குறட்டை ஒலி சத்தமாகவே கேட்க ஆரம்பித்ததில் அரசர் எரிச்சலாகி சதஸையே ஒத்தி வைத்துவிட்டு எழுந்து விட்டார்.

உடனடியாக காவேரியின் வடபுறத்தில் இருக்கும் ஷாஹாஜிராஜபுரம் என்றும், திருவிசநல்லூர் என்றும் அழைக்கப்படும் சிறிய கிராமத்தில் ஒரு அழகிய மாளிகையைக் கட்டுவித்து, அதில் ருக்மணி பாயி சாகேப்பை குடியேற்றினார் அரசர். அது முதல் வாரத்தில் இரண்டு மூன்று நாட்களேனும் அரசர் அங்கு விஜயம் செய்வதும், அங்கேயே புலவர்களையும், சங்கீத வித்வான்களையும் வரவழைத்து ரசிப்பதுமாக அவர் வாழ்க்கை ஓடியது. அப்படி திருவிசநல்லூருக்குக் கிளம்பும் போது ஞாபகமாக இந்த மீனாட்சியை தன்னோடு கூட்டிக் கொண்டார் ருக்மணி பாயி. அப்போதுதான் இவளுக்கு ஆனந்தவல்லியென்று நாமகரணமும் செய்தார். அங்கே போனதும் இவளுக்கு தமிழ் எழுதப் படிக்கச் சொல்லித் தரவும் மன்னரிடம் சொல்லி ஏற்பாடு

செய்திருந்தாராம். சமஸ்கிருதம், மராத்தி, தெலுங்கு மொழிகளில் ருக்மணிக்கே நல்ல பாண்டித்யம் உண்டு. என்னவோ தமிழ் படிக்க மட்டும் அவருக்கு வணங்கவில்லை. எனவே இவளை விட்டு தமிழ் நூல்களைப் படிக்கச் சொல்லி கேட்டுக் கொள்வாராம். திருவிசநல்லூர் மாளிகை பற்றிய செய்திகளை இங்கே அரண்மனையில் அரசியர் தொடங்கி ஏவல் பெண்டுகள் வரை எல்லோருமே சற்று எரிச்சலோடுதான் பேசிக் கொள்வது வழக்கம். ஆனால் யோகத்திற்கு மட்டும் என்னவோ அந்தச் செய்திகள் எல்லாம் உள்ளூர இதமாக இருக்கும்.

இப்போதும் அன்னையென, மூத்த சகோதரியென தன்னை ஆதரித்து அன்பு காட்டிய எஜமானியை இழந்ததில் இந்தப் பெண்ணுக்கு இருக்கக் கூடிய துயரத்தின் அளவை யோகத்தால் நன்றாகவே புரிந்து கொள்ள முடிந்தது. இந்த துயரத்திலிருந்தும், சுரத்திலிருந்தும் இந்தப் பெண் தப்பிப் பிழைக்க வேண்டுமே என்று மகாலிங்கப் பெருமானையும், மூகாம்பிகையையும் மனதுக்குள் வேண்டிக் கொண்டாள் யோகாம்பாள்.

முதலில் சந்திரம்மா கஞ்சியோடு வந்தாள். ஆனந்தியை மெல்ல நிமிர்த்தி உட்கார வைத்து கஞ்சியை கொஞ்சம் கொஞ்சமாய் ஊட்டினாள். அடுத்து வேலாயுதம் பிள்ளை கொடுத்து விட்ட குளிகைகளுடன் மரகதமும் வந்துவிட, அதையும் முழுங்க வைத்தாள். அதற்குள் தான் வந்த வேலை அப்படியே நிற்பதை உணர்ந்தவளாய் மரகதத்தை மீண்டும் அழைத்தாள்.

"அந்தா... அந்த தாம்பாளத்துல நாலு மட்டை தேங்காய் எடுத்து வச்சிருக்கேன் பாரு, அத கொண்டு போய் பெரிய ராணி கிருஷ்ணம்மா பாயி சாகேப் அறைல கொடுத்துரு. அவங்க ஏன் தாமசம்னோ, நான் எங்கன்னோ கேட்டா, இந்த மாதிரி ஆனந்தவல்லிக்கு தேக சௌக்யமில்லைனு சொல்லு. அவங்களா கேட்டா மட்டும்தான் சொல்லணும், புரியுதா?"

சரியென்று தலையாட்டிவிட்டு, அந்தத் தாம்பாளத்தை எடுத்துக் கொண்டு அரண்மனையின் உட்புறம் சென்றாள் மரகதம். சந்திரம்மாவின் உதவியுடன் ஆனந்தியைத் தாங்கிப் பிடித்து நடத்தியவாறு உள்ளறை ஒன்றிற்கு கொண்டு சென்று, பாயை விரித்து அதில் படுக்க வைத்தாள்.

அன்றும் மறுநாளும் காய்ச்சல் இறங்கவே இல்லை. இரண்டாம் நாள் வைத்தியரையே அழைத்து வந்தும் பார்க்கச் செய்தாள்

யோகம். அவர் குளிகைகளை மாற்றித் தந்ததோடு, இழைத்துப் பற்றுப் போடச் சொல்லி இன்னொரு குளிகையும் தந்தார். சந்திரம்மாவும், மரகதமும் மாற்றி மாற்றி ஆனந்தியுடன் இருந்தனர். யோகம் சொன்னபடி பத்தியமும், வைத்தியர் சொன்னபடி மருந்துகளும் உள்ளே சென்ற நான்காம் நாள்தான் ஆனந்தியால் எழுந்தமரவே முடிந்தது.

அன்று இரவு வேலைகளையெல்லாம் முடித்துவிட்டு யோகம் வந்தபோது புன்னகையோடு வரவேற்றாள் ஆனந்தி.

"என்னாடி நீ இப்படி உடம்ப கெடுத்துக்கிட்டிருக்க? ஆண்டாண்டு தோறும் அழுது புரண்டாலும் மாண்டவர் மீண்டதில்லைனு கேள்விப்பட்டதில்லயா நீ? ராஜா போனதும், பாயிமார் போனதும் துக்கம்தான், இல்லங்கல. அதுக்காக நாம என்ன பண்ணிற முடியும்?"

யோகம் பேசப் பேச மீண்டும் ஆனந்தியின் முகம் கசங்கியது. ஆனால் அழுதால் தனக்குத்தான் ஆபத்து என்று உணர்ந்ததாலோ என்னவோ, மனதை அடக்கிக் கொள்ள பெரும்பாடுபட்டாள். பெருமூச்சுகளில் விசும்பலைக் கரைத்துவிட்டு மெல்லியக் குரலில் பதில் சொன்னாள்.

"இல்லக்கா... ருக்மணியம்மா மாதிரி ஒருத்தர இந்த சென்மத்துல நான் பாத்ததில்ல. எவ்ளோ அன்பு, என்னா அறிவு, என்னவொரு அடக்கம், தைரியம்... ஏயப்பா... ராஜா இறந்துட்டார்னு சொன்னதும் மயக்கம் போட்டு விளுந்தாங்களே, அப்பவே போயிடுவாங்கன்னு நினைச்சேன். ஆனா அப்படியொரு வைராக்கியத்தோடு எந்திரிச்சு, செட்டக்கார தொர கண்ணுல விரல விட்டு ஆட்டிபுட்டுல்ல போயி சேந்தாங்க மகராசி. அவங்க ஏவின வேலங்கள செஞ்சுகிட்டு அலைஞ்சப்பல்லாம் அவங்க நினைக்கறது நல்லபடியா நடக்கணும்னுதான் நானும் ஓடியாடிகிட்டிருந்தேன். ஆனா அவங்க மனசுப்படி சிதையில குதிச்சப்புறந்தான் ஐயோ நமக்கு இனி இந்த பூமில என்ன ஆதாரம்னு மனசு ஒடஞ்சு போச்சுக்கா..."

"பெத்த அப்பன் உன்னய ஏச்சுக் கொண்டு வந்து வித்துபுட்டு போனானே, அதுக்கப்புறமும் நீ பொழச்சு கிடக்கல்லியா? ஜீவிதம்ன்றது அப்படித்தாண்டி.. யாரு இருந்தாலும் இல்லாட்டியும் ஓடிகிட்டேதான் இருக்கும். உப்பும் தண்ணியும் உள்ள எறங்க,

எறங்க எப்பேர்ப்பட்ட துக்கமும் ஆறிப்புடும். இதுக்காக ஒடம்ப பாழாக்கிக்கக் கூடாது, புரிஞ்சுதா? இன்னும் ரெண்டொரு நாளைக்கு எந்த வேலயும் செய்யாத. உடம்பு நல்லா தேறட்டும். அப்புறம் நீ பாட்டுக்கு அங்க செஞ்ச வேலைய இங்க செஞ்சுகிட்டு கிட. இப்ப தூங்கு."

"சரிக்கா. மத்தியான்னம் ரொம்ப நேரம் தூங்கினதுல இப்ப தூக்கம் வர மாட்டேங்குது. நீங்க பாவம் ஒழச்சு களைச்சு வந்திருப்பீங்க, நீங்க படுங்க. நான் தூக்கம் வரப்ப படுக்கறேன்."

ஆமோதிப்பாய் தலையாட்டிவிட்டு, பாயில் சரிந்து படுத்தாள் யோகாம்பாள். அடுத்த சில நிமிடங்களில் சீரான சுவாசம் வந்தது. இரண்டொரு நிமிடத்தில் குறட்டை ஒலி வலுத்து, அந்த அறையில் ஆனந்தியை அமரவிடாமல் துரத்தியது. சற்று காலார நடந்து வந்தால்தான் தூங்க முடியும் என்று நினைத்தவளாய் எழுந்து நின்று புடவையை சரி செய்து கொண்டு அறையை விட்டு வெளியே வந்தாள்.

31

இந்த ஒரு மாதத்தில் அனேகமாய் தினமுமே ரெசிடெண்ட் துரையின் தோட்ட பங்களாவுக்குப் போய் சபாபதி காத்திருக்கிறான். இன்னமும் துரையின் நடவடிக்கை என்னவென்று தெரிந்து கொள்ள முடியவில்லை. நடவு நேரம் என்பதால் பத்து நாட்களுக்கு மேல் நற்குணத்திற்கு இருப்புக் கொள்ளவில்லை. வீறாப்பாய் "பொண்ணு கிடைக்கும் வரை உங்ககூடவே இருப்பேன்" என்று மாப்பிள்ளையிடமே சொல்லிவிட்டதால் வாய்விட்டு கேட்கவும் முடியாது மருகிக் கொண்டிருந்தார். எப்படித்தான் உணர்ந்து கொண்டானோ தெரியவில்லை, சபாபதியே "பரவால்ல மாமா, நீங்க போயி சாகுபடி வேலங்கள பாருங்க. இங்க நான் பாத்துக்கறேன்" என்று தைரியம் சொல்லி அவரை திருவாதிக்கு அனுப்பி வைத்தான். "உங்க மவளக்

கூட்டிகிட்டு வேலூருக்கு குடித்தனம் போடப் போவணும்னா திருவாதியத் தாண்டாம முடியுமா? வந்து உங்க வீட்டுல விருந்தாடிட்டுதான் போவோம், கவலப்படாம போங்க...” என்று அவரை உற்சாகப்படுத்த வேறு செய்தான்.

பத்து நாளுக்கொருமுறை மகர் நோன்புச் சாவடியில் கண்டிய ராஜமாதா இறங்கியிருந்த முகாமுக்குப் போய் தனது ரஜாவை நீட்டித்துக் கொண்டிருந்தான். இந்த முறை சூப்பிரண்டெண்ட் நாகமுத்து இதற்கு மேல் ரஜாக் கிடையாது என்று கண்டிப்பாகச் சொல்லி விட்டார். ராஜமாதா வரும் புதன் கிழமை மீண்டும் வேலூருக்குக் கிளம்பியாக வேண்டுமாம். எனவே இன்று முதலியிடம் முடிவாகக் கேட்டுவிட வேண்டியதுதான் என்ற முடிவுக்கு வந்திருந்தான்.

தவிரவும் துரை நேற்று வடக்குவீதி பங்களாவுக்குச் சென்றதாகவும், அரண்மனைக்குச் சென்று அரசரை சந்திக்கப் போவதாகவும் சொல்லியிருந்தார்கள். எனவே இன்றைக்கேனும் தனக்கு ஏதேனும் தகவல் இருக்கும் என்று திடமாக நம்பியபடியே உள்ளே தோட்டத்துக்குள் நுழைந்தான்.

வாயில் காவலுக்கு முறை வைத்து வரும் எல்லா காவலர்களுமே இப்போது சபாபதிக்கு பழக்கமானவர்கள்தான். எனவே வாயிலில் நின்றிருந்த காவலர்களிடம் ஒரு புன்னகையோடு வாயிலைத் தாண்டி, முதலியின் அலுவல் அறை வாசலுக்கே நேரடியாகப் போய் காத்திருக்குமளவு அவன் செல்வாக்கு வளர்ந்திருந்தது.

அவன் தலையைக் கண்டதும் முதலியின் அலுவலகப் பணியாள் ராமசாமி குடிக்கத் தண்ணீர் கொண்டு வந்து தந்தான். பிறகு முதலியிடம் சபாபதி காத்திருக்கும் செய்தியைச் சொன்னான்.

“ஐயா, அந்த வேலூர்க்காரரு வந்திருக்காருங்க...”

“யாரு, அந்த பொண்டாட்டிய தொலச்சுட்டு தேடறவனா?”

“ஆமாங்க.”

“ம்ம்ம்...” ஒரு பெருமூச்சு புறப்பட்டது முதலியிடமிருந்து. முந்தைய நாள் கோட்டைக்குள் போனதும் நடந்ததெல்லாம் ஒரு நொடி நெஞ்சுக்குள் ஓடியது. மக்லோட் அவரது வடக்கு வீதி பங்களாவில் ஓய்வெடுத்துக் கொண்டிருந்தபோது முதலியே நேரடியாக கலியாண மஹாலுக்குப் போயிருந்தார்.

"வரணும் வரணும் முதலி சாஹேப்... பெரிய மனுஷங்க பாதம்பட என் அலுவல் அறை ரொம்பப் புண்ணியம் பண்ணிருக்கணும்" என்று மோஹிதே மிகுந்த ஆரவாரமாக வரவேற்றார்.

"ஏதேது... ரொம்பப் பெரிய வார்த்தையெல்லாம் சொல்றீங்களே... ஒரு வியாச்சியம் ரெசிடெண்ட் துரையோட கவனத்துக்கு வந்திருக்குது. அதுபத்தி விசாரிச்சுட்டு வரச் சொன்னாரு. அதான் வந்தேன்."

முதலி பரமசிவன் கழுத்துப் பாம்பு என்று மோஹிதேவுக்கு நன்றாகத் தெரியும். எனவே அவர் வியாச்சியம், விசாரணை என்றெல்லாம் சொன்னதும் மோஹிதேவுக்கு படபடப்புத் தாங்கவில்லை. முடிந்தவரை பதற்றத்தைக் காட்டிக் கொள்ளாமல் "அதுக்கென்ன, சொல்லுங்க... என்ன விவரம்னாலும் தெரிஞ்சதச் சொல்றேன்" என்றார்.

"எட்டு வருஷத்துக்கு முன்னாடி திருவாதிலேர்ந்து மீனாட்சின்னு ஒரு பொண்ண உங்க மகாலுக்காக அவங்கப்பன் கிட்டேர்ந்து கிரயம் பண்ணி வாங்கிருக்கீங்க. அவளுக்கு அஞ்சு வயசுலயே கல்யாணமாயிருச்சாம். அவளுக்கு தாலி கட்டின புருஷன்னு ஒருத்தன் வந்திருக்கிறான். அவன் வேலூரிலே நம்ம கும்பினி சர்க்காரில் பாராக்காரனாக வேல பாத்துகிட்டிருக்கானாம். இப்பத்தான் ரஜா கிடைச்சு, பொஞ்சாதிய அழைச்சுகிட்டுப் போகலாம்னு ஆசையாக் கிளம்பி திருவாதிக்குப் போயிருக்கான். அங்க போனா உம் பொண்டாட்டிய அரண்மனைல வித்தாச்சுன்னாங்களாம்.

அவன் கொஞ்சம் படிச்சவன், பட்டினவாசி, விவரம் தெரிஞ்சவனா இருக்கறான். அரண்மனைக்கு வந்து நியாயசபை, சபா மஜ்கூரின்னெல்லாம் நேரத்த வீணடிக்காம நேரா ரெசிடெண்ட் துரையண்டையே வந்து பிராத கொடுத்துப்புட்டான். இப்ப மஹால் நிர்வாகம்தான் பிரதிவாதின்றதால நீங்கதான் உங்க தரப்ப சொல்லணும். இப்படி ஒரு பொண்ண வாங்கினது நிஜமா, அவ இப்ப எப்படி இருக்கா, அப்பனுக்கு விக்கற உரிமையிருக்கான்னு விசாரிக்காம நீங்க எப்படி கிரயம் பண்ணப் போச்சு, கிரய பத்திரம் இருக்கான்னு எல்லா விவரமும் எங்களுக்கு வேணும். பல வருஷத்துக்கு முந்தின சங்கதின்றதால நல்லா நினைவு படுத்திகிட்டு இதுக்கான பதில சொல்லுங்க."

நினைவுபடுத்திக் கொள்ளவே தேவையில்லாதபடி அந்தப் பெண் மீனாட்சியின் விவகாரம் அடிக்கடி மோஹிதேவின் அந்தராத்மாவைத் தொந்தரவு செய்து கொண்டிருந்த ஒன்றுதான். இருந்தாலும் தன் பேரில் பழி விழாதபடிக்கு எதை எப்படிச் சொல்லலாம் என்று யோசித்துக் கொள்ள மோஹிதேவுக்கு சிறிது நேரம் தேவைப்பட்டது. கண்களை மூடி, புருவ மத்தி சுருங்க, சிறிது நேரம் திட்டமிட்டுக் கொண்டபின் வாயைத் திறந்தார் மோஹிதே.

"என்னத்த சொல்றது முதலி, அந்தப் பொண்ண நாங்கதான் கிரயம் முடிச்சு வாங்கினோம். அவகிட்ட கூட வந்த ஆள் அவள பெத்த தகப்பன்தானான்னு கேட்டு உறுதிப்படுத்திகிட்டோம். ஆனா அந்தப் புள்ளைக்கு கலியாணம் ஆகியிருந்திருக்கும்னு அப்பத் தோணல. ஏன்னா பொதுவா பொம்பளப் புள்ளைங்களுக்கு ருதுவாகறதுக்குள்ளயும் கலியாணம் முடிச்சிருப்பாங்க. இவளுக்கு கலியாணம் பண்ண ஐவேஜி இல்லனுதான் கொண்டு வந்து விக்கறாங்க போலன்னு நெனச்சு கிரயம் பண்ணிப் போட்டோம்.

இப்ப இன்னொரு சிக்கல் என்னான்னா... அந்தப் பொண்ணு இப்ப இங்க நம்ம மஹால்ல இல்ல. முந்தய ராஜா அமரசிம்ம போன்ஸ்லேவ திருவிடைமருதூர் அரண்மனைக்கு அனுப்பிச்சாங்கல்ல, அப்ப அந்தப் பரிவாரத்தோட அந்தப் பொண்ணையும் அனுப்பியாச்சு.

நம்ம ராஜாவுக்கும், அமரசிம்ம ராஜாவுக்குமான பங்காளித் தகராறெல்லாம் உங்களுக்கே தெரியும். இப்பப் போய் ஒரு அடிமைப் பொண்ண திருப்பி அழைக்கணும்னா அது எந்த அளவுக்கு சாத்தியம்னு எனக்குத் தெரியல.

கிரயம் முடிச்சு ஒரு மாசத்துக்குள்ளேயே அந்தப் பொண்ணோட அம்மாவும், சாதி சனமும் இங்க திரண்டு வந்து கூச்சல் போட்டாங்க. அப்பவே கிரயத் தொகைய கொடுத்துட்டு புள்ளய கூட்டிட்டுப் போங்கன்னு சொன்னேன். அவங்க உடனே கையோட ஒரு வழி பண்ணியிருந்திருக்கலாம். அப்பல்லாம் விட்டுப் போட்டு இத்தன வருஷம் கழிச்சு வந்து பிராது கொடுத்தா தும்பை விட்டுட்டு வாலப் பிடிச்ச கதையா இல்ல இருக்கு?

அப்போதைக்கப்ப நான் சர்க்கேலுக்கு எல்லா விவரங்களையும் அனுப்பி வச்சிருக்கேன். அதுனால மேற்கொண்டு எதுனாலும் நீங்க சர்க்கேல், இல்லாட்டி மகாராஜாகிட்டதான் உத்தாரம் கேக்கணும். நான் வேறென்ன சொல்லக் கிடக்கு?"

"ஓ.. இவ்ளோ நடந்திருக்கா. சரி, நான் துரைகிட்ட சொல்றேன். இன்னிக்கு பேட்டியின் போது மகாராஜாவிடமே நேரடியாப் பேசிடலாம். அதுக்கப்புறம் என்ன செய்யறதுன்னு பாப்போம். அப்ப நான் உத்தரவு வாங்கிக்கறேன்" என்று முதலி வெளியேறினார்.

மக்லோட் மகாராஜாவின் பேட்டிக்கு கிளம்பும் முன்னரே முதலி இந்தத் தகவல்களை அவரிடம் சேர்ப்பித்துவிட்டார். ஆனால் அன்றைய சந்திப்பில் மகாராஜா சொன்ன ஒரு இனிய செய்தியில் மக்லோட் திக்குமுக்காடிப் போனார். நீலகிரியில் இருக்கும் வெள்ளையர்களின் குழந்தைகள் படிக்கும் உண்டு உறைவிடப் பள்ளிக்கு ராஜா நிதி உதவி செய்வதாக ஒப்புக்கொண்டார். தஞ்சாவூர்க் கிடங்கில் காய்ச்சும் சாராயத்தில் யானை, குதிரை வகையராவுக்குப் போக மீதமுள்ளதை விற்பனை செய்வதுண்டு. அதில் வரும் லாபத் தொகையை அப்படியே நீலகிரிப் பள்ளிக்கு மாதா மாதம் தருவதாக அரசர் ஒப்புக்கொண்டதை மக்லோடால் நம்பவே முடியவில்லை.

பனிப்பிரதேசமான இங்கிலாந்திலிருந்து இங்கே பிழைக்க வந்திருக்கும் வெள்ளையர்களுக்கு இப்பூமியின் வெயிலைத் தாங்கிக்கொள்ள இன்னமும் பழகவில்லை. அதிலும் கடுங்கோடையான பங்குனி சித்திரை மாதங்களில் கச்சேரிகளுக்கு ரஜா கொடுத்துவிட்டு, கலெக்டர் துரைகளும், நீதிபதிகளும் மலை வாசஸ்தலங்களைப் பார்க்க ஓடிவிடுவார்கள். அதே போல தங்கள் குழந்தைகளேனும் இந்த வெயிலில் வாடி வதங்காமல் இருக்கட்டும் என்பதற்காகவே நீலகிரி போன்ற மலைப்பிரதேசங்களில் உண்டுறையும் பள்ளிகளை ஏற்பாடு செய்து வருகின்றனர். அப்படியொரு பள்ளிக்கு சரபோஜி அரசரின் இந்த தாராளமான கொடை மக்லோடின் அடிமனதையும் குளிர வைத்துவிட்டது.

அதன் பிறகு பேச்சுவாக்கில் இப்படி ஒரு பிராது வந்திருப்பது பற்றி லேசாக மக்லோட் பேச ஆரம்பித்தபோது அரசரின் முகம் கடுத்துவிட்டது. "ஒருமுறை விலைக்கு வாங்கிய அடிமைகளை நாமாகப் பார்த்து விடுவிக்கலாமே தவிர அதை உரிமையாக எண்ணி யாரும் கேட்பது என்பது நமக்கு நல்லதில்லையே..." என்று இறுக்கமான குரலில் அரசர் சொன்னதுமே மக்லோட் பின்வாங்கி விட்டார்.

சரி.. இந்தக் கதையையெல்லாம் இவனுக்குச் சொல்லிக் கொண்டிருக்க வேண்டியதில்லை என்று முடிவு செய்தார் முதலி.

"சரி, அவன உள்ள வரச் சொல்லு" என்று ராமசாமிக்கு உத்தரவு கொடுத்தார்.

உள்ளே நுழைந்து அவரை வணங்கினான் சபாபதி.

"வாய்யா, சபாபதிப் பிள்ளை."

"ஐயா நேத்திக்கு துரை விசாரிச்சாருங்களா? என்ன சொல்றாங்க அரண்மனைல?"

"விசாரிச்சாரப்பா. கிரயப் பத்திரமெல்லாம் அரண்மனைல தெளிவா இருக்கு. கலியாணம் ஆனது ஆகாதது பத்தியெல்லாம் பேச்சே இல்ல. அந்த நேரத்துக்கு அவளுக்கு அப்பந்தானே ரட்சகனா இருந்திருக்கார்? உன் பொறுப்புல இருந்தவள ஒண்ணும் அந்த மனுஷன் கடத்திகிட்டுப் போய் வித்துப் போடலயே? ருதுவான பொண்ண, பொறுப்பா நீ இல்ல அழைச்சிட்டுப் போயிருக்கணும்னு அவங்க சொல்றாங்கப்பா. அவங்க பேசறது முரட்டு நியாயம்னு புரிஞ்சாலும்கூட இந்த விஷயத்துல இதுக்கு மேல ராஜாங்கத்த கட்டுப்படுத்த ரெசிடெண்டால ஆகாது. அதுனால இந்த விவகாரத்த விட்டுபுட்டு ஊரு போயிச் சேரு."

"மராத்தி ராஜாக்களோட ராஜாங்கத்துல நியாயம் கிடைக்காதுன்னுதானேங்க நான் கும்பினி சர்க்காரோட தயவ நம்பி வந்தேன். இப்ப இங்கயும் இப்படிச் சொன்னா நான் எங்க போவேன்?"

"தம்பி, உள்ள நிலவரத்த நான் சொல்லிட்டேன். இதுக்கு மேல இத்தினி நாள் பாத்து பழகின தோஷத்துக்கு ஒரு உபாயம் சொல்றேன். நீ நேரா மதராசப்பட்டினத்துக்கே போய் அங்க குவர்னர பாத்து, ஒரு புகார் கொடு. அவருக்குத்தான் இவ்வளவுக்கு மேலயும் தலையிட்டு எதுனா செய்யக் கூடிய அதிகாரம் உண்டு."

சபாபதிக்கும் அதுதான் சரியான வழி என்று தோன்றியது.

வேலூருக்குப் போய் அப்பாவிடம் கலந்து கொண்டு பின்னர் மதராசுக்குப் பயணிக்க வேண்டியதுதான் என்ற சிந்தனையோடு அவன் தோட்டத்தில் இருந்து வெளியேறினான்.

32

ஆனந்தவல்லி உள்ளறையிலிருந்து வெளியே வந்து தாழ்வாரத்தில் நின்று சுற்றுவட்டாரத்தை அவதானித்தாள். அரண்மனையின் அந்தக் கட்டு முழுவதும் பணிப்பெண்கள், அக்காமார்கள் போன்றவர்களுக்கு உரியது. பெரும்பாலான அறைகளில் சேடியர் தூங்குவது தெரிந்தது.

உறக்கமும், விழிப்பும் இறப்பும் பிறப்பும் போல என்று சொல்லப்படுகிறது. ஆனால் மரணம் தரும் பயத்தை உறக்கம் தருவதில்லை. மீண்டும் மறுநாள் காலையில் எழுந்துவிடுவோம் என்ற பரிபூரண நம்பிக்கையுடன், அன்றைய நாளின் களைப்பனைத்தையும் போக்கும் மருந்தென உறக்கத்தை தழுவுகிறோம். மரணத்தின் பின்னான பிறப்பைப் பற்றி யாருக்கும் அத்தனை நிச்சயம் இல்லை. எவ்வளவு ஆழ்ந்த பக்தி கொண்டவருக்கும் அடிமனதில்

இருக்கக் கூடிய ஐயம் இதுவாகத்தான் இருக்கும். அத்தனை பக்திப் பாடல்களிலும் அப்போதைக்கிப்போதே சொல்லி வைப்பதெல்லாம் உயிர் போகும்போது வந்து காப்பாயே என்ற மன்றாட்டைத்தான். மரணம் என்ற பெரிய உறக்கம் வந்து சேரும் வரை இந்த சிற்றுறக்கங்கள் மட்டும்தான் ஆறுதல். ஏதேதோ எண்ணியவளாக கண்கள் இருட்டுக்குப் பழகுவதற்காக காத்து நின்றாள்.

இடதுபுறம் திரும்பி புழக்கடைக்குச் செல்லும் நோக்கத்தோடு மெதுவாக நடக்கத் துவங்கினாள். அறைகளைக் கடந்து அடுத்த கட்டிற்குள் நுழைந்ததுமே தோட்டத்துக் காற்றை உணர முடிந்தது. அந்தப் பெரிய கூடம் முழுமையும் இரவுச் சமையலுக்கென கொண்டுவரப்பட்டு மீந்த பொருட்கள் சிதறிக் கிடந்தன. காய்கறிகள், விறகுக் குவியல், பழங்கள் என வகைதொகையில்லாத பொருட்களின் கதம்பமாய் இருந்தது கூடம். அடுப்படியில் இருந்த கோட்டை அடுப்புகளை அணைத்து ஒரு நாழிகை ஆனபோதும் இன்னமும் கொஞ்சம் அனலடிக்கவே செய்தது.

மெல்ல நடந்து தோட்டத்திற்குள் வந்தாள். சற்றுத் தொலைவில் அரண்மனையின் பின்புற வாசல் கண்ணில் பட்டது. அதைத் திறந்தால் காவேரியிலிருந்து அரண்மனைக்காகவே வெட்டிக் கொண்டுவரப்பட்ட ஓடை வந்துவிடும். அதிலிருந்துதான் அரண்மனையின் தேவைகளுக்கு நீர் மொண்டு வருவது வழக்கம். உள்ளே பாயிமார்கள் குளிப்பதற்கான சிறிய குளம் ஒன்றிருக்கிறது. அதற்கும் குழாய்களின் வழியாக இந்த ஓடையிலிருந்துதான் தண்ணீர் போகிறது. ஓடையில் இருக்கும் படித்துறை ஏவல் பெண்டுகளுக்கானது. சற்று நேரம் அங்கே உட்காரலாம் என்று தோன்ற, பின் வாயில் கதவைத் திறந்தாள் ஆனந்தி.

படித்துறையின் அருகிலேயே உடை மாற்றிக் கொள்வதற்கான அறையும் உண்டு. அங்கிருந்து தாழ்ந்த குரலில் பேச்சு சத்தம் கேட்டது. இந்த அகால வேளையில் யார் வந்து குளித்திருக்க முடியும் என்ற எண்ணத்தோடு அந்த அறைகளின் பக்கமாய் திரும்பினாள்.

அறையை நோக்கி நடந்தாள். அதன் அருகில் நெருங்க நெருங்க குரல்கள் அழுகையில் நனைந்து, பொருளற்ற வார்த்தைக் குழறல்களாகக் கேட்டது. ஒரே அறைக்குள்ளிருந்து இரண்டு குரல்கள் என்றதும் எதுவோ சரியில்லையே என்ற எண்ணம் ஆனந்திக்கு வலுத்தது. உடை மாற்றிக் கொள்வதற்கான அறை

என்பதால் கதவின் கீழும் மேலும் நிறைய இடைவெளியிருக்கும். கண்கள் இருட்டுக்குப் பழகியிருந்ததால் சற்று எம்பிப் பார்த்தவளுக்கு தூக்கி வாரிப் போட்டது. உத்தரத்தில் இருந்து இரண்டு சேலைகள் கட்டித் தொங்கவிடப் பட்டிருப்பது தெரிந்தது.

இப்போது உற்று கவனித்ததில் அவர்களின் பேச்சையும் புரிந்து கொள்ள முடிந்தது. சேலை தன் எடையைத் தாங்குமா என்று சந்திரம்மாவுக்கு சந்தேகம்.

“தட்டி மஹால் பக்கம் போனீங்கன்னா நல்ல தாம்புக் கயிறே கிடைக்குமே, அத விட்டுபுட்டு சீலத் துணியோட ஏண்டி மல்லு கட்றீங்க?” ஆனந்தியும் மெல்லிய குரலில்தான் சொன்னாள் என்றாலும் உள்ளே இருவரும் சமைந்து நின்றுவிட்டனர் என்பதை உணர முடிந்தது. சில நொடிகள் தாமதித்தும் அவர்கள் வெளியில் வருவதாகவோ, ஏனென்று கேட்பதாகவோ தெரியவில்லை.

“இப்ப கதவ தொறக்கப் போறீங்களா இல்ல நான் சத்தம் போட்டு ஆளுகள கூப்பிட்டு ஓடைச்சு தொறக்கவா?”

பதறிக் கொண்டு தாளை விலக்கி, கதவைத் திறந்தாள் மரகதம். உள்ளே இருவரும் சுரம் கண்டவர்கள் போல நடுங்கிக் கொண்டு நின்றிருந்தனர்.

“ரெண்டு பேரும் முதல்ல வெளிய வாங்க சொல்றேன்...”

“இல்லக்கா... இல்லக்கா. சத்தம் போடாதீங்க, ஆரும் வந்து இன்னும் மானக்கேடாகிறப் போவுது” என்று பதறினாள் மரகதம். இப்போதும் சந்திரம்மா வாயைத் திறக்கவில்லை. இருவரும் மெல்ல அறையை விட்டு வெளியே வந்தனர். ஆனந்தி உள்ளே போய் உத்தரத்தில் மாட்டியிருந்த இரு சேலைகளையும் முடிச்சவிழ்த்து எடுத்து தோளில் போட்டுக் கொண்டு வெளியே வந்தாள்.

“நடங்க ரெண்டு பேரும் உள்ள” என்றுவிட்டு முன்னால் நடந்தாள். பதிலின்றி அவளை பின் தொடர்ந்தனர் இருவரும்.

உள்ளறையில் யோகாம்பாள் அக்கா படுத்திருந்த அறைக்கு அடுத்த அறைக்கு இருவரையும் அழைத்துப் போய் உட்கார வைத்தாள். அறைக்கதவை தாளிட்டு விட்டு வந்து அவளும் பக்கத்தில் உட்கார்ந்தாள். யோகத்தின் குறட்டையொலிக்கு பயந்தே அந்த சாரியில் இருக்கும் அறைகளில் யாரும் படுத்து

தூங்குவதில்லை. எனவே யார் காதிலும் விழுமோ என்ற கவலையின்றி பேசலாம் என்பதால்தான் அங்கே அழைத்து வந்திருந்தாள்.

“ரெண்டு பேரும் ஒண்ணாவே சுத்துறீங்களேன்னு உசத்தியா நினைச்சுகிட்டிருந்தா, ஒண்ணா சேந்து உசுர விடலாம்னு பாக்கறீங்களே, அப்படி என்னதான் ஒவத்திரியம் வந்துருச்சு இப்ப?”

இருவரிடமும் சற்று அடங்கியிருந்த அழுகை மீண்டும் கிளம்பியது. பதிலெதுவும் வராததால் சற்று எரிச்சலானாள் ஆனந்தி. அதே நேரம் பாவம் சின்னஞ்சிறுசுகள், இப்படியொரு முடிவுக்கு போகுமளவு என்னவோ பெரிய அதிர்ச்சி நேர்ந்திருக்க வேண்டும் என்றும் தோன்றியதில் அவளே தன்னை சமாதானப்படுத்திக் கொண்டாள். சற்று அழுது தீர்த்த பின்னரேனும் இருவரும் பேசட்டும் என்று காத்திருந்தாள்.

இடைகழியில் சொருகப்பட்டிருந்த தீவர்த்திகளில் ஒன்றிலிருந்து மிக மிக லேசான வெளிச்சம் மட்டும் அறைக்குள் விழுந்தது. அழுவதே ஒரு தோல்விதான். அதனால்தானோ என்னவோ யாருக்கும் அடுத்தவர் முன் அழப் பிடிக்காது. அப்படியே அருகில் ஆளிருந்தாலும் இருட்டில் மூழ்கியிருந்தால் இன்னமும் வசதியாக அழுகையைத் தொடர முடியும். இருள் திரை அழுகையைப் பெருக்கிக் கொள்ள வசதியானது. அதனால் வெளிச்சம் வந்தால்தான் பேச்சும் வரும் என்று அவளுக்குத் தோன்றியது. எதுவும் பேசாமல் எழுந்து வெளியே போய் உள் கட்டிலிருந்து ஒரு சிறிய காடாத் திரி விளக்கை கொளுத்தி எடுத்துக் கொண்டு வந்து அறைக்குள் வைத்தாள். நினைத்தது போலவே வெளிச்சம் வந்ததும் மெல்ல மெல்ல அந்தச் சிறுமிகளின் அழுகையும் அடங்கி, வறண்டது.

ஆனந்திக்கு நேரெதிரில் இருவரும் முழங்காலைக் கட்டிக் கொண்டு உட்கார்ந்திருந்தனர். வெளிச்சத்தில் இருவரையும் சற்று உற்றுப் பார்க்க முயன்ற ஆனந்திக்கு அதிர்ச்சி காத்திருந்தது. சந்திரம்மாவின் உதடு ரத்தக் களறியாக இருந்தது. கைகால்களிலும் சிராய்ப்புகளும், கன்றிப் போன அடையாளங்களும் அனேகமாய் என்ன நடந்திருக்கும் என்பதை அவளுக்கு உணர்த்தின. அரண்மனையின் அந்தப்புரத்திற்குள் அடிமையென வந்த பெண்களுக்கு இதொன்றும் புதிதல்ல. இந்த சிறுமிகளுக்கு இதுதான் முதல் அதிர்ச்சியாக இருந்திருக்க வேண்டும்.

அதிலும் இங்கே திருவிடைமருதூர் அரண்மனையில் மஹால் மத்தியஸ்தம் பார்க்கும் மானோஜி ராவ் மிகக் கபடானவன். தஞ்சை அரண்மனையிலேனும் வஜிராத்மாக்கள் எனப்படும் அரச குடும்பத்தவர்களோ அல்லது உயர் அரச பதவியில் உள்ளவர்களோ மட்டும்தான் அந்தப்புரத்திலிருக்கும் பெண்களை அனுப்பி வைக்கச் சொல்லி கேட்பார்கள். இவனோ காசுள்ளவர்கள் யார் வந்து கேட்டாலும் அடிமட்டத்து ஏவல் பெண்டுகளை அனுப்பி வைத்து பணம் பண்ணுவதை ஒரு உபதொழிலாகவே வைத்திருக்கிறான். இங்கே இருக்கும் சில அக்காமார்களும் இதில் உடந்தை என்று ஆனந்தி கேள்விப்பட்டிருக்கிறாள். சில பெண்கள் திருவிசநல்லூருக்கு வந்து ருக்மணி பாயியிடம் முறையிடுவதுண்டு. அவரும் அரசரிடம் எடுத்துச் சொன்னதும் உண்டு. ஆனால் அரசர் விசாரிக்கும்போது வந்து நடந்ததைச் சொல்லும் தைரியம் இதுவரை எந்தப் பெண்ணுக்கும் வந்ததில்லை என்பதால் இந்த அநியாயம் தொடர்ந்து கொண்டுதான் இருக்கிறது போலும்.

“வெளிச்சத்துல ஒன்னய பாத்ததுமே என்ன நடந்திருக்கும்னு என்னால புரிஞ்சுக்க முடியுது. இதுக்காவா சாவ பாத்தீங்க?” என்று சந்திரம்மாவைப் பார்த்துக் கேட்டாள் ஆனந்தி.

“வேறென்ன பண்ணச் சொல்றீங்க்கா? இப்படி அசிங்கப்பட்டு போனதுக்கப்புறம் உசுர வச்சுகிட்டிருக்கறதுல என்னக்கா அர்த்தமிருக்கு?” என்று மெல்லிய குரலில் பதில் சொல்லும்போதே விசும்பினாள் மரகதம்.

“அடிப்போடி அறிவு கெட்டவளே... நாம வாழறதுக்கான மொத்த அர்த்தமும் காலுக்கு நடுவால இருக்கற ஒத்த ஓட்டைக்குள்ளரதான் ஒளிஞ்சிருக்கா என்ன?”

“என்னக்கா நீங்களே இப்படி பேசறீங்க? நம்ம அரண்மனைல இப்பத்தான் ரெண்டு ராணிங்க மாசத்தியானாங்க. அப்பேற்பட்ட புண்ணியாத்துமாங்க நடமாடின இந்த எடத்துல இன்னமும் இந்த அசிங்கப்பட்ட ஒடம்ப வச்சுகிட்டு நடமாடலாமாக்கா?” இப்போதுதான் சந்திரம்மா வாயைத் திறக்கிறாள்.

“இந்த பத்தினியா இருக்கறதுன்றதெல்லாம் பெரிய மனுஷனுங்க குடும்பத்து பொண்டுகளுக்குத்தான். பெரிய மனுஷனுக்கு வாழ்க்கப் பட்டவங்க எவ்வளவுக்கு எவ்வளவு புருஷனுக்கு விசுவாசமா இருக்காங்களோ அவ்வளவுக்கு அவங்க பெத்த புள்ளைங்களுக்கு மதிப்பும் மரியாதையும் கூடும். இப்ப நம்ம

பவானியம்மா சிதையேறினாத்தான் யுவராஜா பிரதாபசிம்மருக்கு மதிப்பு. அதுக்காவத்தான் இது மாதிரி சம்பிரதாயமெல்லாம் வச்சிருக்காங்க. நம்மள மாதிரி வயத்து பொழப்புக்கு அடுத்தவன அண்டியிருக்கறவங்களுக்கு இந்த மாதிரி கௌரவமெல்லாம் கெடயாது."

அந்தச் சிறுமியரின் முகத்தில் புரிந்ததற்கான அறிகுறியே இல்லை. சற்று நிறுத்திவிட்டு பேச்சை வேறு பக்கம் திருப்பினாள் ஆனந்தவல்லி.

"எனக்குக் கூடத்தான் அஞ்சு வயசுல கல்யாணமாச்சு.. என்ன பெத்த அப்பாரே என்னய கொண்டுட்டு வந்து தஞ்சாவூர் அரண்மனைல வித்து கிரயம் பண்ணிட்டு காச வாங்கி முடிஞ்சுகிட்டு போயிட்டாரு.. கல்யாணம் ஆன பொண்ணுக்கு சாஸ்திரப்படி புருஷந்தானே எஜமான்? எங்கம்மாவும், ஒறவு ஜனமும் வந்து இந்த மாதிரின்னு விஷயத்த சொல்லி முறையிட்டாங்களாம். அப்ப இந்த விவரம் தெரிஞ்சதும் அரண்மனக்காரங்க என்னய விடுதல பண்ணியிருக்கணுமில்ல? விடல...

மகா உத்தமிதான் நம்ம ருக்மணியம்மா... அவங்களுக்கு எங்கத நல்லாத் தெரியும். நியாயமா பாத்தா அவங்களாச்சும் என்னைய விடுதல பண்ணியிருக்கணுமா இல்லயா? அதுதான் இல்ல. சரி. ஒரு நா ருக்மணியம்மா விலக்காகி புழக்கடைல இருந்தப்ப ராஜா திருவிசநல்லூருக்கு வந்தாரு. வந்தவர சும்மா திருப்பியனுப்பலாமா? ஆகாதேன்னு என்னய சயன அறைக்கு அனுப்பிவிட்டாங்க அந்தம்மா.

மறுநாள் நானும் ஒங்கள மாதிரிதான் கெட்டு போயிட்டேன்னு அழுது புலம்பினேன். அதுக்கு அந்தம்மா என்ன தெரியுமா சொன்னாங்க? ராசான்னா மகாவிஷ்ணு அவதாரமாம். அதுனால சாதாரண ஜனத்துக்கு உள்ள நியாய அநியாயமெல்லாம் ராஜாவுக்கு இல்ல. அரண்மனக்குள்ள வந்துட்டா நீ ராஜாவோட சொத்துனுதான் அர்த்தம். அதுனால அவர திருப்திப்படுத்தறதுதான் ஒங் கடமன்னு ஒபதேசம் பண்ணினாங்க அந்தம்மா. செத்தவங்கள பத்தி பொல்லாங்கு பேசக் கூடாதுதான்..." சற்று நேரம் நிறுத்தினாள் ஆனந்தவல்லி. அடுத்தடுத்த முறைகளில் அமரசிம்மர் விஜயம் செய்தபோது ருக்மணியோடு தன்னையும் சேர்த்தே மஞ்சத்தறைக்கு வரச் சொன்னதையெல்லாம் இந்தச் சிறு பிள்ளைகள் முன் கடை

பரத்தி ஆகப் போவதென்ன? ஜனகரைப் போன்றவரென்று ஊருலகமெல்லாம் கொண்டாடும் அமரசிம்மர் கடைசி காலத்தில் யயாதியைப் போல மாறி தன்னையும் ருக்மணியையும் வதைத்த அவலத்தையெல்லாம் வெளியில் சொல்வதில் யாருக்கும் பயனில்லை என்று எண்ணியவளாய் தன் பேச்சை மடை மாற்றினாள்.

"அது சரி, சந்திரம்மாவுக்குத்தான் கற்பு போயிருச்சுன்னு நெனச்சு, சாவப் பாத்தா, சரி. ஒனக்கென்னடி கேடு வந்துச்சு? ரெண்டு சீலய மாட்டியிருந்தீங்களே உத்தரத்துல?" என்று தன் கடைசிக் கேள்வியை மட்டும் மரகதத்தை நோக்கிக் கேட்டாள் ஆனந்தி.

"சந்திராவ விட்டுட்டு என்னால இருக்கவே முடியாதுக்கா" என்று அப்பாவியாகச் சொன்னவளைப் பார்க்கையில் இரக்கம் பொங்கியது ஆனந்திக்கு.

"கிறுக்குப் புள்ளைங்களா இல்ல இருக்கீங்க? வேல செய்யறோம், அதுக்கு சோறு போடறாங்க. அதுக்கு மேல எதோ கொஞ்சம் காசு பணமெல்லாம் கூட சேத்துக்கலாம். அவ்ளோதான் நம்ம வாழ்க்க. அடுத்தவங்களுக்கு கெடுதல் பண்ணாம நம்ம வேலய செஞ்சுகிட்டு கிடப்போம். அதுக்கு மேல யோசிக்க ஒண்ணுமே இல்ல நமக்கெல்லாம். யுவராஜா பிரதாபர்தான் இனி இந்த அரண்மனைக்கு அதிகாரி. அவருட்ட பேசியாச்சும் இந்த மானோஜி பண்ற அநியாயத்துக்கு எதுனா பரிகாரம் பண்ண முடியுமான்னு யோசிப்போம். கிடந்து மனச போட்டு கொழப்பிக்காம படுத்து தூங்கப் பாருங்க..." என்றுரைத்துவிட்டு அவர்களுக்கும் பாயை விரித்து தலையணைகளைக் கொடுத்தாள். பிறகு மீண்டும் தனது அறைக்குச் சென்று யோகாம்பாளின் அருகில் படுத்தாள்.

ஒரு மகிழ்வான விஷயம் நடந்தால் உடனே அந்த நேரத்துக்கான மகிழ்வில் திளைப்போமே தவிர வேறெதையும் சிந்திப்பதில்லை. ஆனால் துயரமான நிகழ்வென்றால் அதைத் தொட்டு இதைத் தொட்டு நமக்கு நடந்த பல்வேறு துக்ககரமான சம்பவங்கள் எல்லாம் வரிசையாய் நினைவில் வந்து அணிவகுக்கும். ஆனந்தவல்லி என்கிற மீனாட்சிக்கும் அன்றைய இரவு அப்படித்தான் ஆனது.

இன்று சந்திரம்மாவுக்கு நடந்த அநீதியும், என்றோ தனக்கு நடந்த அநீதியும் எல்லாமும் ஒன்றின் மேல் ஒன்றாக மீண்டும்

மீண்டும் அவள் மனதுக்குள் சுழன்றன. இதோ, நம்மருகில் படுத்திருக்கும் யோகத்தக்காவுக்கும் இப்படி ஏதேனும் ஒரு அதிர்ச்சி என்றோ நடந்திருக்கும்தானே? பெண் பிறப்பு எடுத்து வந்தாலே வாழும் வாழ்க்கையில் அதிர்ச்சிகளுக்கு பஞ்சமேது? பவானி பாயிக்கும் மற்ற ராணியருக்கும் ருக்மணியம்மா மீது அமரசிம்மர் கொண்ட காதல் அதிர்ச்சி. ருக்மணியம்மாவுக்கு தன் மீதான அமரசிம்மரின் அந்திமக் கால திடீர் மோகம் அதிர்ச்சி. தனக்கோ ருக்மணியம்மாவும் சுயநலவாதியாக சில சமயங்களில் மாறுவார் என்று கண்ட அதிர்ச்சி.

மனம் எங்கெங்கோ தாவி தனக்கு நேர்ந்த முதல் அதிர்ச்சியில் போய் நின்றது. அமரசிம்மரின் குழுவில் ஒருத்தியாக தஞ்சை அரண்மனையிலிருந்து திருவிடைமருதூருக்கு கிளம்புவதற்கு முந்தைய நாளில்தான் அப்பன் தன்னை ஒரேடியாக விற்றுவிட்ட செய்தியே அவளுக்குத் தெரிய வந்தது. நான் தஞ்சாவூரிலிருந்து வர மாட்டேன், என் அப்பா திரும்பி வந்து தேடுவார் என்று அப்பாவியாக அடம்பிடித்துக் கொண்டு நின்றாள். இதோ அருகில் படுத்து உறங்கும் யோகாம்பாள் அக்காதான் அவளின் கதியென்ன என்பதை புரியும்படியாகச் சொன்னாள். இனி அம்மாவைப் பார்க்கவே முடியாது என்கிற அதிர்ச்சியை அந்தப் பன்னிரெண்டு வயதில் அவளால் தாங்கவே முடியவில்லை. அன்றும் அழுதழுது கரைந்தவளை ருக்மணியம்மாவே நேரில் வந்து பார்த்துப் பேசி சமாதானம் செய்தார்கள். அழுதழுது, தேறி மீண்டும் அழுது சோர்ந்து என்று போகும் இந்த வாழ்வில் தனக்கென என்னதான் மீதம் என்று யோசித்தாள்.

என்றேனும் ஒரு நாள் இந்த அரண்மனை பாயிமார்கள் திருவாதியிலிருக்கும் பஞ்சநதீஸ்வரர் கோவிலுக்குப் போக வேண்டுமென்று தோன்றிக் கிளம்பினால், அன்று பாயிமார்களின் கருணையும் தன் பக்கம் இருந்தால், அவர்களிடம் உத்தரவு பெற்றுக் கொண்டு ஓடோடிப் போய் அம்மாவைப் பார்த்துவிட்டு வரலாம். அந்த சின்ன ஒளிக்கீற்று தந்த நம்பிக்கையைக் கூட பெரிதாக்கிக் கொள்ள விரும்பாமல் மன ஆழத்தில் புதைத்துவிட்டு கண்களை மூடித் தூக்கத்தைப் பிடிக்க முடியுமா என்று துழாவினாள் ஆனந்தவல்லி.

33

பெரிய நாயக் கொத்தன் இந்த முறை மிகுந்த உற்சாகத்தோடு ஊர் திரும்பியிருந்தான். வழக்கமாய் ஊருக்குள் ஏதேனும் திரிசமன்கள் செய்து காசு சேர்த்துக் கொண்டு திருச்சினாப்பள்ளிக்கோ அல்லது திருவாரூருக்கோ சென்று சத்திரத்தில் தங்கிக்கொண்டு அந்தக் காசை சூரை விட்டுவிட்டுத்தான் மீண்டும் வருவது வழக்கம். அல்லது திருவாதிக்குள்ளேயே சின்னக்கண்ணு உட்பட ஏழெட்டு வாடிக்கையான தாசிகளிடம் காணிக்கை செலுத்திவிட்டு வெறுங்கையாகத்தான் வீடு வந்து சேருவான்.

குத்தகைக்கு எடுத்திருந்த நிலத்தின் சாகுபடி வேலைகளாகட்டும், வீட்டிலிருக்கும் கன்று காலிகள் ஆகட்டும் எல்லாவற்றையும் கட்டிக் காப்பது எப்போதுமே பரிமளத்தின் தலைப் பொறுப்புத்தான். எனவே எப்போது

வந்தாலும் அவனுக்கு சோறும், கூரையும் காத்திருக்கும் என்ற உறுதி உண்டு. மேய்ச்சலுக்குப் போகும் மாடுகளை நீளமான கயிற்றால் பிணைத்து அதை முளையில் கட்டி வைப்பார்கள். அந்த முளையை மையமாகக் கொண்டு ஒரு சுற்றுவட்டப் பாதையில் உள்ள புற்களை அந்த மாடு மேய்ந்து முடிந்தபின், அவிழ்த்து இன்னொரு இடத்தில் முளையடித்துக் கட்டுவார்கள். கொத்தனைப் பொறுத்தவரையில் பரிமளம் அந்த முளை போன்றவள். என்ன செய்தாலும், எங்கு சுற்றினாலும் அவனுக்கு சில மாதங்களுக்கு ஒரு முறையேனும் அவளைச் சென்று பார்த்துவிட வேண்டும்.

மகளை விற்றதற்குப் பின்னர் பரிமளம் முகம் கொடுத்தே பேசாவிட்டாலும் கூட கொத்தனின் பழக்கவழக்கங்கள் மாறிவிடவில்லை. கொத்தனின் இருசி குணத்தை திருவாதி சுற்றுவட்டாரம் முழுக்க அறிந்து விட்டிருந்தது. இப்போதெல்லாம் அவனது வாய்ச்சாலத்தை யாரும் நம்புவதில்லை. அதிலும் மீனாட்சியை விற்று காசு பார்த்தபோது பரிமளம் தெருவைக் கூட்டி பஞ்சாயத்து வைத்ததில் அவனது பெயர் ரொம்பவுமே அசிங்கப்பட்டுத்தான் போனது. கடந்த முறையே மிகவும் சிரமப்பட்டுத்தான் ஒரு ஏமாளியைப் பிடிக்க வேண்டியிருந்தது. இதே புதுத் தெருவில் ராமதாஸ் நாயுடுவுக்கு சொந்தமாக இருந்த மனையை தன்னுடையது என்று பொய் சொல்லி திருமானூர்க்காரர் ஒருவருக்கு விற்றுக் காசு புரட்டுவதற்குள் கொத்தன் தலையால் தண்ணீர் குடிக்க வேண்டிப் போனது. அந்தக் காசை எடுத்துக் கொண்டு நீடாமங்கலம் பக்கம் போனவன் எட்டு மாதங்களுக்குப் பிறகு இப்போதுதான் திருவாதிக்கு திரும்பி வந்திருக்கிறான். நீடாமங்கலத்தில் மாடசாமியின் சகவாசத்திலும், அன்னத்தின் தயவிலும் பணத்திற்கு குறையில்லை என்றாலும் பரிமளத்தைப் பார்க்க வேண்டுமென்ற ஆவல் அவனை இழுத்து வந்துவிட்டது.

வழக்கமாய் உள்ளூரில் சம்பாதித்து வெளியூருக்கு சென்று செலவழிக்கும் பழக்கம் உள்ள அவன், இம்முறை அதிசயமாக வெளியூரிலிருந்து சம்பாதித்த தொகையில் பரிமளத்திற்கு நல்ல புடவைகள் இரண்டும், அவள் எப்போதாவது ஆசைப்பட்டு கேட்கும் உண்டி வகைகளையும் வாங்கி வந்திருந்தான். எல்லாவற்றையும் தலைச்சுமையாக தூக்கிக் கொண்டு, ஆற்றைக் கடந்து தெருவுக்குள் ஏறினான்.

ஆவலோடு வீட்டை நோக்கி வந்தவனுக்கு தன் வீடு பூட்டப்பட்டிருப்பதையும், வீட்டு வாசலெல்லாம் சமீபத்தில் ஆள்

புழங்கிய அடையாளமே இல்லாமல் புல்லும் செத்தையுமாக மண்டியிருப்பதையும் பார்த்து வியப்புத் தாங்கவில்லை. ஒருவேளை வீட்டில் ஒண்டியாளாக இருப்பதில் மருகி, மாடு கன்றுகளையும் ஓட்டிக் கொண்டு கண்டியூருக்கு அவள் அப்பன் வீட்டிற்கே போய்விட்டாளா என்ன என்று குழம்பினான். எப்போதும் அக்கா அக்காவென்று பரிமளத்தின் தலைப்பைப் பிடித்துக் கொண்டே திரியும் சிலம்பாயியிடம் விவரம் கேட்கலாம் என்று அவள் வீட்டை நோக்கி நடையைப் போட்டான்.

சிலம்பாயியின் வீட்டுத் திண்ணையில் அவள் மாமியார் செல்லத்தம்மாள் உட்கார்ந்து உரலில் வெற்றிலையை இடித்துக் கொண்டிருந்தார். அவருக்கு கண் பார்வை கொஞ்சம் மங்கல் என்பதால் கண்களைச் சுருக்கி, கைகளை நெற்றியில் வைத்து வெளிச்சத்தை மட்டுப் படுத்திக்கொண்டு தன் வீட்டு வாசலில் வந்து நிற்பவனை ஏறிட்டுப் பார்த்தார்.

“யாரய்யா அது? கொத்த கள்ளரா?”

“ஆமாங்க ஆயி... நானேதான். உங்க மருமவள எங்க காணம்?”

“அந்த கூறு கெட்ட குப்பாயியவா கேக்கற? வீட்டுக்குள்ள என்னத்த போட்டு உடச்சுகிட்டு கிடக்காளோ தெரியலயே... நீ வந்த காலோட நிப்பானேன்? அப்படி உக்காரப்பா... ஆமா... ஏன், என்ன விஷயமா அந்தத் தொர மவள தேடுற தம்பி? ”

“ஒண்ணுமில்ல ஆயி... எங்கூட்டுக்குப் போனேன். பரிமளத்தை காணம். கண்டியூருக்குதான் போயிருக்கா, எதுனா சேதி சொன்னுச்சான்னு கேக்கலாம்னுதான் ஆயி, எங்கன்னு கேட்டேன்” என்றவாறே எதிர்த் திண்ணையில் உட்கார்ந்தான்.

“இதுக்கு அவள கூப்பிடணுமாக்கும்? ஆமா... கடசியா நீ போன கார்த்தியலுக்குத்தானே வீட்ட விட்டுக் கிளம்பின? எட்டு மாசமுருக்குமில்ல? எங்கெல்லாம் போயிருந்த, என்ன சேதி?”

“ஏனாயி, நானென்ன காசி ராமேசரமா போயிட்டு வரேன், கத கதயா சொல்லறதுக்கு... எம்பொழப்பு நாறப் பொழப்புன்றது தெரிஞ்ச கததானே? என் வாய ஏன் கிளறறீங்க? பரிமளம் எங்கன்னு சொன்னீங்கன்னா நான் நடய கட்டுவேன். நாப்பது மைல் நடந்து வந்தவன் இன்னும் கண்டியூருக்கு வேற நடக்கணுமேனு திகில்ல இருக்கேன்... நீங்கென்னடான்னா என் வாயக் கிளறிகிட்டு இருக்கீங்களே...”

"நாப்பது மைல்னா நீடாமங்கலம் பக்கமா போயிருந்த?"

கிழவியின் கேள்வியில் திக்கென்று ஆனாலும் பதில் ஏதும் சொல்லாமல் மௌனமாக இருந்தான். அவளே தொடர்ந்தாள்.

"அங்க அன்னம்மான்னு ஒருத்தி ராமரு கோவிலுக்கு பொட்டுக் கட்டிக்கிட்டவ இருக்காளாமே, ரொம்ப அளவா இருப்பாளாமே, அவள பாத்தியா கொண்டியா?"

இந்த கிழத்தின் வாயில் கொள்ளிக்கட்டைய வைத்துத்தான் சுட வேணும் என்று நினைத்துக் கொண்டான் கொத்தன்.

வாய் தவறி விழுந்த தொலைவைக் கொண்டே புள்ளி வைத்துக் கோலம் போடும் சாமர்த்தியமெல்லாம் இந்த காவிரிக்கரை கிழடுகளுக்கு கை வந்த கலை. வம்பு கேட்பதற்காக மட்டுமே திறக்கும் இந்த வாயிலிருந்து தனக்கான வார்த்தைகள் எதுவும் வராது என்று தோன்றியது. சிலம்பாயி வந்து தனக்கான தகவலைச் சொல்லிவிட மாட்டாளா என்ற ஆவல் மீதூற அடிக்கடி வீட்டுக்குள் பார்வையைச் செலுத்திக் கொண்டே செல்லத்தம்மாளின் சொல்லம்புகளை சமாளித்துக் கொண்டிருந்தான்.

"ஏனாயி, நானே பொழப்பு தேடி ஊரூரா அலைஞ்சு சாடி உருக்கொலஞ்சு வந்தா நீங்க என்னமோ பொட்டு கட்டினவ, பொடவ கட்டுனவன்னு எதெதயோ பேசி நையாண்டி பண்ணிகிட்டிருக்கீங்க. சரி வுடுங்க, நான் நேர கண்டியூருக்கே ஒரு நட போயிக்கறேன். களுத கெட்டா குட்டிச்சொவருன்றாப்பல அங்க இல்லாம வேற எங்க போயிரப் போறா இவ" என்று திண்ணையிலிருந்து எழுவது போல பாவனை செய்தான்.

"அட இரப்பா... பொசுக்கு பொசுக்குனு கோவிச்சுகிட்டா எப்படி? வருசத்துக்கு பத்து மாசம் ஊரூரா தெருத்தண்டற ஒன்னய மாதிரி ஆளுககிட்டத்தானே ஊருலகத்துக் கதையெல்லாம் விசாரிச்சு தெரிஞ்சுக்க முடியும்? இந்தா இருக்கானே எம்மொவன்... கணேசன், அவன் என்னத்த கண்டான்? நம்ம திருவாதிக்குள்ள இருக்கற கடத்தெருவையே வருசத்துக்கொருதரம் தீவாளி பொங்கலுக்கு போய், வாய பொளந்துகிட்டு வேடிக்க பாத்துட்டு வருவான். அவனிட்ட நீடாமங்கலத்து அன்னத்தை பத்தியோ இல்லாட்டி திருவாரூர் கொண்டி வம்சத்து தாசிங்களையோ பத்தி சேதி கேக்க முடியுமா? செக்கு மாட்ட வண்டில பூட்டி, ரா முழுக்க முத்தத்துலயே சுத்தி சுத்தி வந்த செட்டி கதையாத்தான் போவும்.

உன்ன மாதிரி நல்லா சாலக்கான ஆளா இருந்தா, எப்படியும் பொளைக்கலாம்...ம்ம்."

கபடான சன்னச் சிரிப்போடு பேச்சை வளர்த்துக் கொண்டிருந்த செல்லத்தம்மாளோடு நேரத்தை வீணடிப்பதில் பொருளில்லை என்று தோன்றியது கொத்தனுக்கு. அவன் நிஜமாகவே திண்ணையிலிருந்து இறங்க நினைத்து காலை அழுத்த ஊன்றியபோது உள்ளிருந்து சிலம்பாயி வந்து சேர்ந்தாள். தேடப் போன பச்சிலை காலில் தட்டியது போல இருந்தது கொத்தனுக்கு. வந்தவள் ஒரு சொம்பில் மோரைக் கொண்டு வந்து அவன் முன்னால் வைத்தாள்.

அவளது இறுகிய முகத்தைப் பார்க்கையில் என்னவோ வித்தியாசமாகப்பட்டது கொத்தனுக்கு.

"மோரக் குடிங்கண்ணே...!"

"இருக்கட்டும்மா. எங்க உங்க அக்காள வீட்டுல ஆளக் காணோம்? பொறந்தூட்டுக்கு சீராடப் போயிட்டாளா?" என்று வலிய வரவழைத்த சிரிப்போடு கேட்டான்.

"ஆமா... சீராடறாங்க. நீங்க மொதல்ல மோரக் குடிங்கன்றேன்ல?"

கைப்புத் தட்டியிருந்த அவளது குரலுக்கு அடங்கி சொம்பை எடுத்து ஒரு சொட்டு மீதமில்லாமல் மோரைக் குடித்து முடித்தான்.

"நீங்க போன ரெண்டு மாசத்துக்கெல்லாம் என் பொண்டாட்டிய அனுப்புங்கன்னு உங்க மாப்புள்ளயும், அவரு வீட்டாளுங்களும் வந்து நின்னாங்க. தனியா ஒத்தப் பொம்பளயா அக்கா என்ன பதில சொல்லும்? உங்க அண்ணார வரச் சொல்லி கூப்பிட்டு உட்டாங்க. அவரும் வந்து கைல கால்ல உளுந்து சமாதானம் பண்ணினாரு. மாப்புள்ளத் தம்பி தங்கமானவரு. எப்படியும் எம் பொண்டாட்டிய மீட்டுக்கத்தான் செய்வேன்னு தஞ்சாவூருக்கே போனாரு. கூடவே உங்க பெரியண்ணனும் போனாரு. செட்டக்கார துரையப்பாத்து பிராது கொடுத்து, நடயா நடந்தாராம் மாப்புள்ள. கடசீல துரை ராஜாங்கத்து முடிவுல தலயிட முடியாதுன்னு உதுத்து விட்டுட்டாராம். மாப்புள்ள திரும்பவும் திருவாதி வந்து உங்கண்ணன் வீட்ல விவரத்த சொல்லிட்டு, எப்படியும் நான் சென்னப் பட்டினத்துக்கே போயி குவர்னர் துரைய பாத்தாச்சும் பிராது கொடுத்தே தீருவேன்னு சொல்லிட்டு கிளம்பினாராம். அன்னிக்கு பொளுது சாய உங்கண்ணன் இங்க வந்து இந்த சேதிய சொல்லிட்டுப் போனாரு.

அக்கா ரா முழுக்க தூங்காம கொள்ளாம அப்படியே உக்காந்திருந்தாங்க. நான் மறுநா காலைல போனப்ப எம்புள்ளய முழுசா வாரிட்டு போயிட்டாங்களே சிலம்பாயி... காச்சல்லயோ, பேதிலயோ புள்ள செத்தா வேற கத. இப்படி பெத்தவன நம்பி முழுசா வாரிக்கொடுத்துட்டேனேடின்னு கதறினாங்க. அதான் மாப்புள்ள இன்னும் பிராது கொடுப்போம்ன்றாரேக்கா, பொறுமயா இருங்கன்னேன்... என்னத்தடி பிராது. அது விவரமில்லாத புள்ள. பக்கத்துல இருக்கற தொரயே தட்டிக் கழிச்சுபுட்டான்னா பட்டணத்து தொர வந்தா நம்ம புள்ளய மீட்டுத் தரப் போறாரு... அத்தோடு இங்கேர்ந்து பட்டணத்துக்கு பறந்தா போகும் அந்த தம்பி? இங்கேர்ந்து கும்மோணம் போவணும். அங்க மாமன்காரரு இருக்காரு. அப்புறம் எப்படியும் வேலூருக்குப் போயி அவங்கப்பார பாத்து சேதி சொல்லணும். அவங்கல்லாம் இப்படி அடுத்தவன் வீட்டுப் புள்ளைக்காக அலைய ஒப்புவாங்களா? விட்றா இந்தக் களுதைய, வேற ஒரு களுதைய பாத்து கட்டி வைக்கறோம்னு அமத்திப்புடுவாங்கடி... எம்புள்ளதான் காத்துல வச்ச கற்பூரங் கணக்கா கரைஞ்சு போயிட்டுதே... ராசாமாருங்களுக்கும், ராணிமாருங்களுக்கும் ஊழியம் பண்ணிகிட்டு கிடக்கத்தான் அவளுக்கு விதிச்சிருக்கான்னு புலம்பிகிட்டு கிடந்தாங்க."

கொத்தனிடம் எந்த சலனமும் இல்லை. தலையைக் குனிந்து உட்கார்ந்து கேட்டுக் கொண்டிருந்தான். சிலம்பாயி அவனைப் பார்க்காமல் எங்கோ குத்திட்டுப் பார்த்தபடி சொல்லிக் கொண்டிருந்தாள். அதிசயமாய் செல்லத்தம்மாளின் வாய்கூட அடைபட்டிருந்தது. வெற்றிலையை இடிப்பதும், வாயிலிடுவதும், துப்புவதும் தவிர பேச்சில் எதுவும் கலந்து கொள்ளாமல் அமைதியாக இருந்தார் அந்தம்மாள்.

"அன்னிக்கு முளுக்க பச்சத் தண்ணி பல்லுல படல. நானும் வலுவந்தமா நீராகாரம், மோரு, பலகாரம்னு எதெதயோ கொடுத்துப் பாத்தேன். ரவைக்கு கொஞ்சம் போல ரசத்துல கரைச்ச சோறக் குடிச்சாங்க. ராத்திரி நானும் துணைக்கு உங்கூட்டுலயேதான் படுத்தேன். பக்கத்துல படுத்தவங்க மறுநா கண்ணு முழிக்கல" அழுகை ஆளை உலுக்க, கேவல்களோடு அழ ஆரம்பித்தாள் சிலம்பாயி.

கொத்தன் தலை குனிந்தவாக்கிலேயே அரை நாழிகை உட்கார்ந்திருந்தான். ஒரு சொட்டுக் கண்ணீரில்லை. ஒரு வார்த்தையும் பேசவில்லை.

கொஞ்ச நேரம் அங்கே அமைதி நிலவியது. நான்கு பிள்ளைக்காரியான சிலம்பாயியால் எவ்வளவு நேரத்திற்கு துக்கம் கொண்டாடிவிட முடியும்? அவள் மெல்லத் தேறிக்கொண்டு எழுந்து சமையலை முடித்தாள். பெரியவன் முருகய்யனிடம் ‘அப்பாவை வெரசா வீட்டுக்கு சாப்பிட வரச்சொல்லு’ என்று சொல்லியனுப்பினாள். கணேசனின் குரல் வாயில் பக்கம் கேட்டதும் கொத்தனையும் சேர்த்து சாப்பிடச் சொல்லலாம் என்று எண்ணியபடி வாயிலுக்குவந்து எட்டிப் பார்த்தவளுக்கு வியப்பு.

ஒரு பக்கத் திண்ணையில் வழக்கம் போல செல்லத்தம்மாள் லேசாய் சரிந்து உட்கார்ந்தபடியே குறட்டை விட்டுக் கொண்டிருந்தார். எதிர்த் திண்ணையில் இரண்டு சீலைகளும், பட்சணப் பொட்டலங்களும் மட்டும்தான் இருந்தன.

34

கண்டி ராஜமாதாவின் சவாரி திரும்பி வருவதற்காகக் குறித்திருந்த நாளில் வேலூர் கோட்டை வாயிலின் மேல் மாடத்தில் ஆவலோடு நின்றிருந்தார் சோலையாப் பிள்ளை. மகனும் மருமகளும் வந்து சேர்ந்ததும் வீட்டில் ஆலம் சுற்றி உள்ளே அழைப்பதற்கு பக்கத்து வீட்டு லட்சம் பாட்டியிடம் சொல்லி ஏற்பாடு செய்திருந்தார். லட்சுமி என்ற பெயர் லட்சம் ஆகி, லட்சத்தம்மாள் ஆகி, இப்போது லட்சம் பாட்டியாகிவிட்டது. பாட்டியின் கணவர் ஒட்டுத் திண்ணையில் சுகவாசியாக காலம் கழித்து வருபவரானாலும் வீட்டின் அதிகாரம் என்னவோ இன்னமும் பாட்டியின் கையில்தான். மருமகளுக்கே பேரன் பிறந்த பின்னரும்கூட பாட்டியின் ராஜ்யம் கொடி கட்டிப் பறந்துகொண்டிருந்தது. ஆலம் எடுக்கணும் என்று சோலை கேட்டதுமே பாட்டி உற்சாகம் ஆகிவிட்டாள்.

“அதுக்கென்ன பிள்ளைவாள், எடுத்துட்டா போச்சு. இத்தன மைல் தாண்டி வந்த உடனே அந்தப் பொண்ண அடுப்பூத சொல்லவேண்டாம். நாளைக்கு ரெண்டு வேள சாப்பாடும் எங்க வீட்டுலயே வச்சுக்கலாம்” என்று விருந்துக்கும் சொல்லிவிட்டாள். நேற்றே தன் வீட்டு வேலைக்காரப் பெண்ணை அனுப்பி வீட்டை துப்புரவாக்க சொல்லி, இன்று காலையிலேயே மருமகளை கோலம் போட அனுப்பி வைத்து என்று பாட்டியின் உற்சாகம் அவருக்கு சுமையை குறைத்தது. நல்லத்தாயி இல்லையே என்ற குறை மனதின் ஓரம் நமநமத்துக் கொண்டிருந்தாலும்கூட சமாளித்துக் கொண்டார்.

கருக்கிருட்டு கலையும் முன்னரே வீட்டு வாசலில் காவிக் கரையிட்டு கோலமிட்டு, நிலைப்படியில் மாவிலை கொத்தை சொருகி, வீடு முழுவதும் மாக்கோலமிட்டு என பம்பரமாய் சுற்றி வீட்டில் திருவிழா களையை உருவாக்கிவிட்டாள் பாட்டியின் மருமகள். கூடத்தில் சாமி விளக்கு பிறையில் காமாட்சி விளக்கைப் புளியிட்டு தேய்த்து வைத்திருந்தாள். குளித்துவிட்டு, விபூதி மடலை எடுக்க அங்கே போன சோலைக்கு அந்த வெண்கல விளக்கு பொன்னிறத்தில் மின்னியதைப் பார்த்தபோது நெஞ்சு தழுதழுத்துவிட்டது. பழக்கத்தில்கூட உறவுகளை உருவாக்கிக் கொள்ள முடியும் என்ற பட்டணவாசத்தின் புதிய இலக்கணத்தை எண்ணி மனம் கனிந்தவராக கோட்டை வாயிலுக்குக் கிளம்பினார்.

மேலிருந்து பார்த்துக் கொண்டிருந்தவர் சற்று நேரத்தில் தூரத்தில் வண்டிகளும், குதிரைகளும், நடந்து வரும் ஆட்களும் நெருங்குவதைப் பார்த்ததும் உற்சாக மிகுதியில் கீழே இறங்கினார். பின்னர் கூட்டத்தில் மகனை தேட வேண்டியிருக்குமே என்று உணர்ந்தவராய் மீண்டும் மாடத்தின் மேலேறி நின்று கொண்டார். மேலிருந்து கூர்ந்து பார்த்துக் கொண்டிருந்தவர் ஊர்வலத்தில் நான்காவது வரிசையில் சபாபதியை கண்டு கொண்டார். உடனே வேகமாக கீழிறங்கி வந்து அவனை நோக்கிப் போனார்.

நடைக் களைப்பினாலோ என்னவோ சபாபதி சுரத்தின்றி இருப்பது போலத்தெரிந்தது சோலைக்கு. அவனருகில் சென்றபின்னரும்கூட சிரமப்பட்டு சிந்திய புன்னகைதான். ஆவலோடு அருகில் போனதும் மகனை அணைத்துக் கொள்ள வேண்டும் போல பரபரத்த கைகளை அடக்கிக் கொண்டார். அப்படியெல்லாம் பையனைக் கொஞ்சி அவருக்கு பழக்கமில்லை என்பது முதல் காரணம். இரண்டாவது பெரிய கூட்டத்திற்கு

நடுவில் இருக்கிறோம் என்ற சங்கோஜம். கைகளை பரபரவென தேய்த்துக் கொண்டவர், சபாபதியின் தோளை மட்டும் பற்றி சற்று இழுத்து நிறுத்தினார்.

"வாடாப்பா.. நல்லபடியா வந்து சேர்ந்தியே.. மருமவ எங்க, வண்டி எதுலயும் ஏத்தி விட்ருக்கயா? கண்டி மகாலுக்குப் போனதும் உங்க சூப்பிரெண்டுகிட்ட நாலு வார்த்த சொல்லிட்டு, நாம கிளம்பிறலாம்."

மீனாட்சியை சேடியர் வரும் வண்டி எதிலேனும் ஏற்றி விட்டிருப்பான் என்ற நம்பிக்கையில் அவர் பேசுவது புரிந்தாலும் நடைக்களைப்பிலிருந்த சபாபதி ஒன்றும் சொல்லாமல் மையமாய் தலையசைத்தான். உள்ளே நுழைந்ததுமே தகப்பனுக்கு அதிர்ச்சி அளிக்க அவன் விரும்பவில்லை. இப்போது அவர் கேள்வி மேல் கேள்வியாக அடுக்கினால் இத்தனை பேருக்கு நடுவில் குடும்பக் கஷ்டத்தை அவிழ்த்துக் கொட்டவும் முடியாது. எனவே மௌனமாய் ஊர்வலத்தோடு நடந்தான். சோலையும் அவன் தோளிலிருந்து கையை எடுக்காமலேயே அவனோடு சேர்ந்து நடந்தார்.

அவர்களின் வீடு இருந்த பஜனை கோவில் தெரு முக்கில் ஊர்வலத்திலிருந்து பிரிந்து திரும்பிய சபாபதியைப் பார்த்துக் குழம்பினார் சோலை.

"ஏண்டா இங்கயே திரும்புற, கண்டி மஹாலுக்கு போவேணாமா?"

"வேணாம், வூட்டுக்குப் போலாம்பா..."

"என்னடா உளறுற? அந்தப் புள்ள மீனாச்சியயும் கூட்டிகிட்டு சேர்த்தியாத்தான் நீ வூட்டுக்குள்ள நுழையணும். உனக்கு நடக்க அலுப்பா இருந்தா நீ இங்கயே பஜன கோவில் திண்ணைல ஒக்காரு. நாம் போயி அந்தப் புள்ளய கூட்டிட்டு வரேன். கூட வேற யாரும் வந்திருக்காங்களா?"

"அப்பா... அப்பா... மொதல்ல நீங்களும் எங்கூட வாங்க, கோவில் திண்ணைல ஒக்காந்து எல்லா விவரமும் சொல்றேன்."

"அதுக்கில்லடா, மீனாச்சி..." அவரை முடிக்கவிடாமல் குறுக்கிட்டான் சபாபதி, "மீனாச்சி, காமாச்சி யாரும் வல்ல. வாங்க விவரமா சொல்றேன்..." என்றபடி அவர் கையைப் பற்றி இழுத்தான். தெருவின் ஆரம்பத்திலேயே பஜனை கோவில் நின்றிருந்தது. கோவில் என்று சொன்னாலும்கூட உண்மையில் அது

ஒரு சிறிய வீடுதான். நாட்டு ஓடு வேய்ந்த தாழ்ந்த கூரை. உள்ளே கூடத்தில் நடுவிலிருக்கும் அலமாரியில் பெரிய பாமா ருக்மணி சமேத கிருஷ்ணர் படம் உண்டு. சுற்றிலும் வெண்ணெய்த் தாழியிலிருந்து உருட்டி விழுங்கும் கிருஷ்ணர், கோபியரின் பானைகளை உடைக்கும் கிருஷ்ணர், ஒரு காமதேனு, ஒரு வெங்கடாஜலபதி இப்படியாக நிறைய சிறிய படங்கள் உண்டென்றாலும் பிரதான பூஜை நடுவிலிருக்கும் பெரிய கிருஷ்ணருக்குத்தான். வாரா வாரம் சனிக்கிழமை இரவுகளில் நாம சங்கீர்த்தனம் நடக்கும். கிருஷ்ணருக்கு துளசிமாலை சார்த்தி, தீபாராதனை காட்டி, சுண்டல், சர்க்கரைப் பொங்கல் என்று ஏதேனும் பிரசாதம் கொடுப்பார்கள். ஏகாதசி, திருவோணம் என்று ஒரு காரணத்தையும் விடாமல் ராமா, கிருஷ்ணா, கோவிந்தா என்று கிருஷ்ணரின் காதுகளைக் கிழிப்பார்கள்.

பூட்டிக் கிடந்த கோவிலின் அகலமான திண்ணையில் உட்கார்ந்தான் சபாபதி. திகைத்துப் போயிருந்த சோலையும் அவனருகில் உட்கார்ந்தார்.

நீண்ட பயணத்தில் இளைத்துக் கருத்திருந்தான் சபாபதி. சென்று எட்டு மாதங்களுக்குப் பிறகு திரும்பி வந்திருக்கிறான். அணிந்திருக்கும் அங்கி, வேட்டியிலெல்லாம் நீர்க்காவி ஏறியிருக்கிறது. தலை எண்ணெய்ப் பசையின்றி வறண்டு செம்பட்டை நிறத்திற்கு வந்திருக்கிறது. அவனைப் பார்க்கையில் எப்போதும் ஊற்றெடுக்கும் பரிவில் சோலைக்கு லேசாக கண்ணீர் துளிர்த்தது. நடந்து நடந்து கண்டு கண்டாக வீங்கியிருந்த காலை லேசாக உட்கார்ந்தவாக்கிலேயே அவன் கைகளால் அமுக்கி விட்டுக்கொள்வதையும் சோலை கவனித்தார். வீட்டுக்குப் போய் நல்ல பொறுக்கும் சூட்டில் வெந்நீர் வைத்து, கைப்பிடி உப்பைப் போட்டு அதில் காலை வைக்கச் சொல்லவேண்டும் என்று நினைத்துக்கொண்டார்.

ஏதேதோ யோசித்துக் கொண்டிருந்தவருக்கு சட்டென பொறி தட்டியது. கண்டிய ராஜ மாதாவோ மாதக்கணக்கில் தஞ்சையில் தங்கியிருந்தார். இவன் திருவாதிக்குப் போனதும் சோபனம் நடத்தியிருப்பார்களோ? அதற்குப் பிறகும் இவன் அங்கே போய் வந்து கொண்டுதான் இருந்திருப்பான். அதில் ஒருவேளை அந்தப் பெண் கருவுற்றுவிட்டிருக்கக் கூடுமோ? அதுதான் பெண்ணை இவனோடு அனுப்பவில்லையோ என்று மனதுக்குள் பரபரவென கற்பனைக் கோட்டை கிளைத்து எழுந்தது சோலையா பிள்ளைக்கு.

"ஏண்டாப்பா, ஒருவேள அந்தப் புள்ள முழுகாம ஏதும் இருக்காளா? அதான் அம்மா வூட்டுலயே விட்டுட்டு வந்திருக்கயா? எதுனாலும் சட்டுபுட்டுனு சொல்லுடா..." என்று பரபரத்தார்.

வலித்த காலை அமுக்கி விட்டுக் கொண்டிருந்த சபாபதிக்கு சோலை திடீரென படபடவென கேள்விகளை அடுக்கியதில் முதலில் எதுவும் விளங்கவில்லை. ஒரு சில கணங்களுக்குப் பிறகு அவர் சொன்னதைப் புரிந்து கொண்டவன் அவரது கற்பனை ஓடும் திசையை எண்ணி அதிர்ந்தான். உண்மையில் தான் கடந்த ஏழு வருடங்களாக கண்ணால்கூட பார்த்திராத தன் மனைவி வயிற்றில் தன் வம்ச வாரிசு வளர்கிறதோ என்று இவருக்கு பரபரப்பு வேறா என்று கசப்புடன் எண்ணியவன் ஏளனமாய் ஒரு புன்னகை செய்தான்.

"அப்பா... தயவு செஞ்சு கொஞ்சம் பொறுங்க. நான் ஒவ்வொன்னா சொல்றேன். அதுக்கு முன்னாடி இன்னொரு விஷயம் கேக்கணுமே... மவனும் மருமவளும் வராங்கன்னு சொல்லி வூட்டுல யார் யாரையெல்லாம் கூப்பிட்டு வச்சிருக்கீங்க? விருந்து கிருந்துன்னு ஒண்ணும் ஏற்பாடு பண்ணிடலயே..."

"ஆரையும் கூப்பிடல. பக்கத்து வீட்டு லட்சம் பாட்டிகிட்ட மட்டும் சொன்னேன்."

"அதுவே போதுமே, பாதி வேலூருக்கு சேதி சொன்னாப்பலதான்."

"டேய், பெரியவங்கள அப்படியெல்லாம் மரியாத கொறவா பேசாத. நமக்கு அவங்க வூட்டுலதான் சாப்பாடுன்னு சொல்லிட்டாங்க தெரியுமா? காலைல பாட்டியோட மருமவ வந்து வீடு முழுக்க கோலம் போட்டு, தோரணம் கட்டி திருநா மாதிரி அலங்கரிச்சு வச்சிருக்கு. காமாட்சி வெளக்ககூட மினு மினுன்னு தேச்சு பூஜ மாடத்துல வச்சிருச்சு அந்தம்மா. அந்த வெளக்க ஏத்தவேண்டிய மகராசியத்தான் காணோம். ப்ப்ச்ச்... நீ என்னடான்னா வெறுங்கைய வீசிகிட்டு வந்து நிக்கற. வெவரமாவும் எதயும் சொல்ல மாட்டேன்ற..."

"என்னத்தன்னு சொல்றதுப்பா. எனக்கு வாய்ச்ச மாமனார் இருக்கானே அந்தாள் ஒரு குடிகெடுக்கறவன்னு தெரியாம கால உள்ள விட்டுட்டோம். இப்ப அவஸ்தப் படறோம். நாம வேலூருக்கு கெளம்பி வந்து நாலு வருஷம் கழிச்சுத்தான் மீனாச்சி பெரிய மனுஷியாகியிருக்குறா. அதுக்கப்புறம் ஒரு ரெண்டு வருஷம் களிச்சு ஒரு நாள் மாமி அவங்க அம்மா வூட்டுக்கு போயிருக்கறாங்க.

அந்த சமயம் பாத்து இந்தாள் மீனாச்சிய தஞ்சாவூருக்கு போகலாம் வான்னு கூட்டிட்டுப் போயி மராத்திக்கார ராஜாவோட அரண்மனைல கொண்டு போயி வித்துபுட்டான்."

"ஆஆ... என்னாடா சொல்ற? அடுத்தவனுக்கு கட்டி கொடுத்த புள்ளய, அதுவும் புஷ்பவதியான புள்ளைய எப்படிடா அவன் கிரயம் பண்ணுவான்? அரண்மனைல இதெல்லாம் கேக்க நாதியில்லயா?"

"இல்லப்பா. கேக்க நாதியே இல்ல. ராஜாவுக்கு ஆள ராஜ்யமில்ல. எல்லாத்தையும் கும்பினிக்காரங்களே பாத்துக்கறாங்க இல்ல? அதான் தனியா கல்யாண மஹால்னு ஒரு மஹால் கட்டி அங்க பூரா வப்பாட்டிமார குடியேத்தி கூத்தடிச்சுகிட்டிருக்கானுங்க. ஒரு பக்கம் கோவில், பூஜை புனஸ்காரம், தீர்த்த யாத்திரைனு போக வேண்டியது. இன்னொரு பக்கம் போக மாளிகைன்னு பொண்ணுங்கள பண்டம் மாதிரி உபயோகிக்க வேண்டியது.

சேதி தெரிஞ்சதும் மாமியும், பெரிய மாமாவும் சொந்த பந்தத்தையெல்லாம் கூட்டிகிட்டு போய் அரண்மனைல நியாயம் கேட்டுப் பாத்திருக்காங்க. கொடுத்த காச கட்டட்டு புள்ளய மீட்டுக்கோங்கன்னு அரண்மனக்காரங்க சொல்லியனுப்பியிருக்கானுங்க."

"அடப்பாவிங்களா..."

"யார நொந்துக்கறதுன்னு தெரியல எனக்கு. எப்படியும் கும்பினிக்காரங்க நியாயம் சொல்லுவாங்கன்னு ரெசிடெண்ட் மக்லோட் துரைகிட்ட பிராது கொடுத்தேன். நடையா நடந்தும் ஒரு பதிலும் இல்ல. கடசீல மைனர் புள்ளைக்கு அப்பாதான் ரட்சகரா இருந்திருக்கார், அதுனால அவர் கிரயம் பண்ணினது செல்லும்னு துரை சொல்லிட்டாரு."

கேட்கக் கேட்க சோலையாப் பிள்ளை இடிந்து போனவராக தலையில் கை வைத்து உட்கார்ந்துவிட்டார்.

"இதென்னடா இது... கும்பினிக்காரங்க எதயும் பொறுப்பா, முறையா செய்வாங்கன்னு நம்பிகிட்டிருக்கறது தப்பா? அவங்களும் இப்படி வலுத்தவனுக்கு ஒரு சொல்லும், எளச்சவனுக்கு ஒரு சொல்லும்னு இருந்தாங்கன்னா நம்மள மாதிரி ஜனம் எத நம்பி வாழறது?"

“எனக்கு இன்னமும் நம்பிக்கை இருக்குதப்பா. அங்க இருந்த துபாஷி ஒருத்தர், பச்சயப்ப மொதலின்னு அவரும் அதான் சொன்னாரு.”

“என்னத்த சொன்னான் அந்த மொதலி?” சோலையின் குரலில் எரிச்சல் மண்டியது.

“மதராச பட்டினத்துக்குப் போயி, குவர்னர் துரைக்கே பிராது கொடுத்துப் பாரு, அவரு கண்டிப்பா நியாயம் சொல்லுவாருன்னு சொன்னாரு.”

“அது சரி, ஒனக்கு ஒரு கல்யாணம் பண்ணினதும் போதும், நாம இப்படி அல்லாடறதும் போதும். இதுக்கு மேலியும் நாம எங்கயும் அலய முடியாது. பேசாம கிட. ஓம் மாமன், அந்த திருவாழத்தான நம்பினதுக்கு இப்படி ஒரு ஏமாத்துக் கூட்டத்துல நம்மள இழுத்து விட்டவரைக்கும் போதும். இனி இந்த பட்டணத்துல நம்மள சுத்தி இருக்கறவங்கதான் நமக்கு ஒறமொற எல்லாம். வேலூர் சுத்துவட்டாரத்துலயே நல்ல அயனான சம்பந்தம் பாத்து, என் கண்ணார ஒனக்கு கல்யாணத்த பண்ணி வைக்கறேன். அந்தப் புள்ளைக்காக நாம தொலச்ச பணம் போதும், இதுக்கு மேல வாழற காலத்தையும் தொலைக்க வேணாம். எந்திரிச்சு மெதுவா நடந்து வூட்டுக்கு வா. பயணம் முடிச்சுட்டு வந்து எண்ணெ தேச்சு முழுகினா கெளம்பி வந்த இடத்து ஒறவு விட்டுப் போயிரும்னு சாஸ்திரம் சொல்வாங்க. இப்ப வூட்டுக்கு வந்ததும் அதுக்காகவே நல்லா எண்ணெய தேச்சு குளிரக் குளிர தல முழுகு. நம்ம பிடிச்ச சனியெல்லாம் இத்தோட போவட்டும். லட்சம் பாட்டி வூட்ல பருப்பும், பாயசமுமா சமச்சு வச்சுகிட்டு காத்துகிட்டிருக்காங்க. சாப்புட்டுபுட்டு மத்த கதைய பேசலாம். ம்ம்... எந்திரிடான்னா” என்று அதட்டியவாறே திண்ணையிலிருந்து இறங்கி நின்றார் சோலை.

எதிர்ப்புறமாகத் திரும்பி நின்றபடி வேட்டியைப் பிரித்து உதறி கட்டிக் கொண்டு, வீடு நோக்கி நடக்கத் தொடங்கினார். இதற்கு மேல் இப்போதைக்கு அப்பாவிடம் ஏதும் பேச முடியாது என்று சபாபதிக்குத் தோன்றியது. அவருக்கும் பாவம் ஒரே நாளில் எவ்வளவு அதிர்ச்சியைக் கொடுத்திருக்கிறோம். அவர் கோபமடங்க நேரமெடுக்கும் தானே? கொஞ்சம் விட்டுத்தான் பிடிக்க வேண்டும் என்று எண்ணியபடி, திண்ணையில் கையை ஊன்றி எழுந்தான் சபாபதி.

35

சோலையா பிள்ளை, தெரு முனையில் திரும்பும் போதே பஜனை மடத்தில் உச்ச ஸ்தாயியில் கூக்குரல் கேட்டது. காவிரிக்கரையில் பிறந்து வளர்ந்த சோலைக்கு இசையில் ஊறித் திளைத்த மென்மையான காதுகள். இங்கு வந்த நாள் முதலாய் இந்த பஜனை மண்டலியினர் அந்தக் காதுகளுக்கு செய்து வரும் சோதனைகள் கொஞ்சநஞ்சமன்று. இந்த பாரத தேசத்திலேயே சேர்ந்திசையின் இனிமை என்பதே சற்றுமில்லாத பஜனை என்பது இந்த பஜனை மடத்தில் மட்டும்தான் சாத்தியமாக இருக்க முடியும். பதினெட்டு பேர் பாடினால், அத்தனை பேரும் வெவ்வேறு சுருதிகளில் கத்துவார்கள். டோலக், மிருதங்கம், கஞ்சிரா வாசிப்பவர்களின் தாள ஞானமோ இன்னும் பல மடங்கு அதிகம். வீதியில் ஆலங்கட்டி

மழை பெய்வதில்கூட இதை விட இன்னும் சற்று அதிகமான தாள ஒருமை இருந்துவிடக் கூடும்.

இந்தத் தெருவில் குடி வந்த நாளிலிருந்தே சோலையாவுக்கு மிகப் பெரிய தலைவலி இந்த பஜனை கோஷ்டிதான். வீடு தெற்கு பார்த்த வாசல் கொண்டது என்பதால் நல்ல காற்றோட்டம். கோட்டைக்குள்ளே நல்ல தண்ணீர் ஊறும் கிணறுகள் இருப்பதும் இந்தப் பகுதியில்தான். வீட்டுக் கிணறு சற்று அதிகப்படி ஆழம்தான் என்றாலும் இதுவரை எந்தக் கோடையிலும் வறண்டதே இல்லை. அக்கம்பக்கத்தவரும் நல்ல ஒத்தாசை. எல்லாம் நன்றாக அமைந்தாலும் திருஷ்டிப் பொட்டு போல இந்த பாட்டுக் கோஷ்டி பாடாய் படுத்துகிறார்கள்.

பாடுபவர்கள் எல்லோரும் பெரும்பாலும் அறுபது வயதைத் தாண்டியவர்கள். கும்பினி வேலைக்காக வெளியூரிலிருந்து குடியேறியவர்களின் அப்பா, தாத்தா, மாமனார் வகையறாக்கள்தான் இதில் பெரும்பான்மை. பஜனைக் கோவிலைக் கட்டியது வேலூர்க்காரர்களாக இருக்கலாம். ஆனால், இன்று பெரும்பான்மையாக அதை பயன்படுத்துவோர் எல்லோருமே இந்த வந்தேறிகள்தான். வயசாளிகள் என்றாலும் வசதியானவர்கள் என்பதால் சுண்டல், சர்க்கரைப் பொங்கல், பாயசம் என்று அவரவர் வீட்டிலிருந்து பிரசாதங்கள் தயாரித்துக் கொண்டு வந்துவிடுவார்கள். அவற்றை தாராளமாய் விநியோகிக்கவும் செய்வார்கள் என்பதால் தெருவாசிகள் இந்த நாராசத்தை சகித்தே ஆக வேண்டியிருக்கிறது. இவர்களால் ஆன பெரும்பயன் சோலையா பிள்ளை பஞ்சாங்கம் பார்ப்பதில் தேர்ந்ததுதான். தினமுமே காலையில் பஞ்சாங்கத்தை எடுத்துப் பார்த்து அன்று எந்த விசேஷமும் இல்லைதானே என்பதை உறுதிப்படுத்திக் கொள்வார். ஏகாதசி, திருவோணம் என்று ஏதேனும் விசேஷ நாட்கள் தென்பட்டால் அன்று சீக்கிரமே சாப்பாட்டுக் கடையை முடித்துக்கொண்டு காதில் பஞ்சடைத்துப் படுத்து விடுவார். இன்று கச்சேரியில் வேலை கொஞ்சம் அதிகப்படியானதால் இந்த கானாம்ருதத்தை அருந்தியே ஆக வேண்டிய கட்டாயம். தலைவிதியை நொந்துகொண்டே தெருவில் வேகமாய் நடந்து சென்று தன் வீட்டை அடைந்தார்.

சாத்தியிருந்த கதவின் அருகில் சென்ற பின்னரே அது பூட்டப்பட்டிருப்பதைக் கண்டார். கடந்த நான்கு நாட்களாகவே

அவருக்கும் சபாபதிக்கும் நடுவில் புகை மூட்டமாய் ஒரு துவந்தம் நடந்து கொண்டிருந்தது. அந்தச் சின்னக் குடும்பத்தில் இருப்பதோ இரண்டே இரண்டு பேர்கள்தான். அவர்களும் பேசிக் கொள்ளவில்லை என்பதால் வீட்டில் சூனியம் குடி கொண்டிருந்தது. அவரவர் சொல்வதே அவரவருக்கு சரி என்று தோன்றியது. நடுவில் இருந்து, இருபக்கமும் ஊடாடி சமாதானம் செய்வித்திருக்க வேண்டிய ஆத்மா மேலிருந்து பார்த்து தவித்துக் கொண்டிருக்கக்கூடும்.

தஞ்சை சவாரிக்கு சென்று வந்த எல்லா ஊழியர்களுக்குமே ஒரு வாரம் ரஜா அளிக்கப்பட்டிருந்தது. எனவே இன்னும் மூன்று நாட்களுக்கு சபாபதி வேலைக்குச் செல்ல வேண்டியதில்லை. அப்பா பிள்ளை இருவருக்குமே ஓரளவு அடிப்படைச் சமையல் கைவரும் என்பதால் சாப்பாட்டுக்கு கவலையில்லை. முதலிரண்டு நாட்களுக்கு வெந்நீரில் குளிப்பதும், சாப்பிட்டுத் தூங்குவதுமாக இருந்தவன் மெல்ல மெல்ல வேலைகளைச் செய்ய ஆரம்பித்துவிட்டான். மதியம் சாப்பிட வந்தபோது கூட சோலை அவனிடம் பேசவில்லை. ஆனால் இப்போது இந்த அகால வேளையில் எங்கே போயிருப்பான் என்று புரியாமல் நின்றார்.

திகைத்து நின்றிருந்தவரின் பின்புறம் விரைந்த காலடி ஓசை கேட்டது. மூச்சு வாங்க அவரருகில் வந்து நின்றவன் கையிலிருந்த துணிப்பையை அக்குளில் இடுக்கிக் கொண்டு, வேட்டித் தலைப்பிலிருந்து தாக்கோல் எடுத்துப் பூட்டைத் திறந்தான். உள்பக்கமாக கதவைத் தள்ளித் திறந்தவன் உள்ளிருந்த இருட்டைப் பார்த்தபடியே பேச ஆரம்பித்தான்.

“வீட்டுக்குள்ளயே அடஞ்சு கிடக்க முடியல. சோறெல்லாம் ஆக்கி வச்சுட்டு, அந்தி விளக்கும் ஏத்தி வச்சபிறகு காலார நடந்துட்டு வருவோம்னு எறங்கினேன். அப்படியே கோட்ட முளுக்க லாத்திட்டு வந்தேன். இவ்ளோ நேரமாயிருச்சுன்னு உறைக்கல.” பேசிக்கொண்டே மெல்ல காலெடுத்து வைத்து இருளுக்குள் நுழைந்தான்.

தன்னிடம் நேராகப் பேசுவதில் அவனுக்கு இருக்கும் தயக்கத்தை உணர்ந்தவராக சோலையும் இருட்டிற்கே பதில் சொன்னபடி அவன் பின்னால் உள்ளே நுழைந்தார். “நானும் ஒன்னும் ரொம்ப நேரம் காத்து கிடந்துறல. வேலய ஏறக்கட்டிட்டு வரவே

நேரமாகிருச்சு. வந்து நின்னு பூட்ட பாக்குறதுக்குள்ள நீயும் பின்னாடியே வந்துட்ட."

கூடத்தில் சாமி பிறையில் ஏற்றி வைக்கப்பட்டிருந்த விளக்கின் வெளிச்சம் முத்துப் போல தொலைவில் தெரிந்தது. அந்த வெளிச்சத்தை நோக்கிப்போன சபாபதி கையிலிருந்த துணிப்பையை தாழ்வாரத்தின் இறவானத்தில் சொருகி விட்டு, சாமி பிறையிலிருந்து இன்னொரு கை விளக்கை ஏற்றி எடுத்துக்கொண்டு வந்தான். இருவரும் அமைதியாக முற்றத்தில் இருந்த அண்டாவிலிருந்து தண்ணீர் மொண்டு கைகால் கழுவினர். பின்னர் சமையலறைக்குள்ளிருந்து சபாபதி சாப்பாட்டுப் பாத்திரங்களை எடுத்து வந்து கூடத்தில் வைத்தான். சோலையும் வந்தமர இருவருமாய் அவரவர் தட்டில் எடுத்துப் போட்டுக் கொண்டு சாப்பிட ஆரம்பித்தனர். இருவரும் அமைதியாய் சாப்பிட்டு முடித்தனர். சபாபதி மௌனமாய் சாப்பிட்ட இடத்தையும், பாத்திரங்களையும் சுத்தம் செய்ய ஆரம்பித்தான். சோலை கை கழுவி விட்டு வந்து கூடத்தில் இருவரின் பாய்களையும் உதறி விரித்து, தலையணைகளையும் எடுத்து வைத்தார்.

அடுக்களையை ஒழித்து வைத்துவிட்டு ஒரு சொம்பில் குடிக்க நீர் எடுத்துக் கொண்டு வந்து தலைமாட்டில் வைத்துவிட்டு தன் படுக்கையில் உட்கார்ந்தான் சபாபதி.

அதற்குள்ளாக படுத்திருந்த சோலை திரும்ப எழுந்து உட்கார்ந்து கொண்டு அந்த மங்கிய வெளிச்சத்தில் சபாபதியின் முகத்தை உற்றுப் பார்த்தார். அந்த அரை இருட்டில் கூட அவரை நேர் கொண்டு பார்ப்பதைத் தவிர்த்தான் சபாபதி.

"ஏன் எந்திரிச்சுட்டீங்க? படுக்க வேண்டியதுதானேப்பா?"

"அதுக்கு முன்னாடி ஒரு சில விஷயங்கள உன்கிட்ட வாய்விட்டுப் பேசிறலாம்னு பாக்கறேன் சபாபதி. வீட்டுக்குள்ள அடஞ்சி கிடக்க அலுத்துப் போய் காலார நடக்கப் போனவன் கக்கத்துல பை எதுக்கப்பா இடுக்கிக்கிட்டு போகணும்? அத எதுக்கு இறவானத்துல சொருகி பத்திரப்படுத்தணும்?"

"நாளக்கு காலைல சொல்லிக்கலாம்னு நினச்சேன். இப்பவே பேச்ச எடுத்துட்டீங்க.." என்று சொல்லிவிட்டு மேற்கொண்டு பேசத் தயங்கியவனாக கை நகங்களை ஆராய்ந்தான் சபாபதி.

"ஓ... நாளக்கி காலைல நல்ல நேரம் பாத்து வச்சிருக்கயாக்கும்.. பரவால்ல.. ராத்திரிக்கு ராகு காலமில்லன்னு சொல்லுவாங்க. இப்பவே சொல்லுடாப்பா..."

"நான் பட்டணம் போகலாம்னு இருக்கேன்."

"சரி, எப்பக் கௌம்பறதா உத்தேசம்?"

"நாளக்கித்தான். கர்னல் ஈஸ்டண்ட மதராச பட்டணத்துக்கு மாத்திட்டாங்கல்ல? அவரு வூட்டு தட்டுமுட்டு சாமான்கள ஏத்திகிட்டு போக எட்டு ரெட்ட மாட்டு வண்டிகள கும்பினில ஏற்பாடு பண்ணிருக்காங்க. என் கூட்டுக்காரன் வையாபுரியோட வண்டியையும் சத்தம் பேசிருக்காங்க. அவனோட வண்டிலயே நானும் போயிடலாம்னு இருக்கேன். நடந்து போறதுன்னா நாள் கணக்குல இல்ல ஆவும். வண்டில போறதுன்னா.. நாள மறுநாளே பட்டணம் போய் சேந்துரலாம். காலு வலி மேலு வலின்னு அவதியில்ல" மீண்டும் மேற்கொண்டு பேசத் தயங்கியவனாக அமைதியானான் சபாபதி.

"பட்டணம் பாக்கப்போற, சரி. அதுக்கு வேட்டி, துண்டுன்னு எடுத்து மூட்ட கட்டினாலோ இல்லாட்டி கட்டு சோத்துக்கு எதுனா கிளறினாலோ நியாயம். நீ என்னமோ இத்துனூண்டு பைய எறவானத்துல சொருகறியே, அதுக்கும் உன் பிரயாணத்துக்கும் என்ன சம்பந்தம்னு புரியலயே!"

இதற்கு மேல் தள்ளிப் போட முடியாது. நேரடியாக உடைத்துப் பேசிவிட வேண்டியதுதான் என்ற முடிவுக்கு வந்து வாயைத் திறந்தான் சபாபதி. "அப்பா, மீனாச்சிய விடுதல பண்ணச் சொல்லி தஞ்சாவூர் ராஜாவுக்கு உத்தரவு போடக்கூடிய சத்துள்ளவர் குவர்னர் துரைதான். அதுனால அவருகிட்டயும் ஒரு பிராத கொடுத்து பாத்துரலாம்னுட்டுதான் பட்டணம் போறேன். அதுக்குத்தான் பத்திரம் எளுதற ஆதியப்ப மொதலிகிட்ட சொல்லி பிராத எளுதி வாங்கிட்டு வந்து வச்சேன். என் சூப்பிரெண்டுகிட்டயும் ரஜா சொல்லிட்டேன்."

"ம்ம்ம்... பார்ரா... எல்லா ஏற்பாட்டையும் பண்ணிபுட்டு, எம்புட்டு அமுக்கமா இருந்திருக்க. இன்னிக்கு மட்டும் நான் இன்னும் கொஞ்சம் தாமசமா வந்திருந்தேன்னா, நீ எனக்கு முன்னாடியே கதவ தொறந்து வச்சிருந்தயானா இப்பக்கூட என்கிட்ட இத நீ சொல்லியிருக்க மாட்ட இல்லயா? காலைல

கௌம்பறப்பவாச்சும் சொல்றதா இருந்தியா இல்லாட்டி சத்தமில்லாம சவாரி விட்றலாம்னு இருந்தியா?"

"நிச்சயமா சொல்லிட்டுத்தான்பா கௌம்பிருப்பேன். ஓங்ககிட்ட மறைக்கனும்னு ஒண்ணுமில்ல. ஆனா, பேச்ச ஆரம்பிச்சா சண்டையாகிருமோன்னுதான் தயங்கிகிட்டிருந்தேன்."

"சண்டையென்ன சண்டை? ஒனக்கு நல்லது கெட்டத எடுத்து சொல்லக்கூடியவன் நான் ஒருத்தந்தானே இருக்குறேன்? நாஞ்சொல்றத நீ ஏன் புரிஞ்சுக்க மாட்டேன்ற சபாபதி? காசு பணத்த விரயம் பண்ணினா சம்பாதிக்கலாம். காலத்த விரயம் பண்ணினா திரும்ப சம்பாதிக்க முடியுமா? ஒன்னய காலாகாலத்துல குடியும் குடித்தனமுமா பாக்கணும்னு நான் ஆசப்படறது ஒரு குத்தமா? அந்த ரத்தனம் பயல நம்பின பாவத்துக்கு நாம ஒரு பொதகுழில மாட்டிகிட்டோம்னு அன்னிக்கு திருவாதிக்கு வந்தப்பவே புரிஞ்சுருச்சு. இருந்தாலும் அந்தப் புள்ளயோட பால் வடியற மொகத்துக்காக இத்தினி வருஷம் பொறுமையா இருந்தாச்சு.

பெத்த புள்ளய, அதும் இன்னொருத்தனுக்கு அக்கினி சாச்சியா கைபுடிச்சு கொடுத்த புள்ளய காசுக்கு வித்திருக்கான், இதக் கேக்க அந்த சீமயில நியாயவான்னு யாருமில்ல. சரி, போனது போவட்டும். அது நம்ம தலையெளுத்துன்னு பொறுத்துகிட்டு போவ வேண்டியதுதான். நம்மள மாதிரி வலுவத்தவனுக்கு எங்க போனாலும் நியாயமெல்லாம் கிடைக்காது. அப்படியே அந்தப் பொண்ணு நமக்கு கெடச்சாலும்...." பெற்ற மகனிடம் இது போன்ற விஷயங்களை எப்படிப் பேசுவது என்று புரியாமல் சில கணங்கள் மௌனமாய் இருந்தார் சோலையா பிள்ளை. ஆனால், அவன் கானல் நீரின் பின்னால் போகாமல் இருப்பதன் பொருட்டு எத்தனை ரசக்குறைவாக இருந்தாலும் பரவாயில்லை என்று வெளிப்படையாக பேசிவிட முடிவெடுத்தார்.

"அரண்மனைக்குள்ள போற பொண்ணுங்க எல்லாரும் அங்க இருக்கறவங்களுக்கு பொதுவானவங்கதான். தாசிங்க மாதிரின்னு வச்சுக்கவேன். அதுனால அவ வெளிய வந்தாலும் ஒம்பொண்டாட்டியா இருக்கறதுக்கு தகுதியானவளா இருக்க முடியாது சபாபதி..."

"அப்பா... இதயெல்லாம் நானும் யோசன பண்ணாம இல்ல. ஆனா அவள மீறி நடந்த எந்த விஷயத்துக்கும் அவள

பொறுப்பாக்க முடியாதில்லயா? அவங்கப்பன் பண்ணின தப்பால, அரண்மனைக்குள்ள போயி மாட்டிகிட்டா. அங்க என்ன நடந்திருந்தாலும் அதெல்லாம் கெட்ட கனவு மாதிரி நெனச்சுக்க வேண்டியதுதான். அதுக்காகவெல்லாம் அவள கைவிட்ற முடியாது. தவிரவும் ஊர் வாயப் பத்தியும் கவலப்பட வேண்டியதில்ல. நாம இங்க எம்புட்டோ மைல் தூரத்துல இருக்கோம். திருவாதிலயும் தஞ்சாவூருலயும் நடந்த சங்கதியெல்லாம் வேலூர்ல யாருக்கும் தெரியப்போறதுமில்ல."

"ரொம்பவும் யோச்சிருக்கற போல... சரி, ஒருவேள அவளுக்கு எதுனா கொழந்த குட்டின்னு உண்டாகிருந்தா? அதுங்களையும் ஓம்புள்ளங்களாவே ஏத்துக்கிறலாம்னிருக்கயா? இல்லாட்டி அனாதையா உட்டுட்டு வான்னு அவள சொல்லப் போறியா?"

"அப்பா, மேல மேல ஊகத்துலயே பேசிகிட்டிருந்தா இதுக்கொரு முடிவே இருக்காது. எனக்கு மொதல்ல அவள ஒரு மொறயாச்சும் நேருக்கு நேரா பாக்கணும். அதுக்கப்புறம் அவ என்ன நெனக்கறாளோ அதும்படி செஞ்சுக்க வேண்டியதுதான்."

"அப்ப இந்த விஷயம் தீர்மானமாகற வரைக்கும் நீ இப்படியே பிரம்மச்சாரியா சுத்தப் போற... கடசீ காலம் வரைக்கும் நான் சொந்தமா பொங்கித் தின்னுக்க வேண்டியதுதான். இல்லயா?"

"எனக்கு என்னத்த சொல்லுறதுன்னு தெரியலப்பா. என்னால மீனாச்சியத் தவிர இன்னொருத்திய பொண்டாட்டியா நெனச்சே பாக்க முடியல. இத்தனைக்கும் அவள சின்னப் புள்ளயா பாத்ததுதான். மொகம்கூட தெளிச்சியா மனசுல இல்ல. ஆனா அந்த பாசத்த மாத்திக்க முடியாதுப்பா..." கடைசி வார்த்தைகளை சொல்லும்போதே அவன் குரல் நெகிழத் தொடங்க, சட்டென விசும்ப ஆரம்பித்தான்.

மகனின் கண்ணீரைப் பார்த்தபிறகு மேற்கொண்டு எதுவும் பேசும் உரமில்லை சோலைக்கு. அவரது மனைவி நல்லத்தாயி எப்போதுமே தெம்பும், திடமுமாய் இருந்தவள் இல்லை. தலைப்பிரசவத்தில் சபாபதி பிறந்த போதே அவள் விண்ணுலக வாசல் வரை போய்தான் திரும்பி வந்தாள் என்று மருத்துவச்சி சொன்னாள். நல்லவேளையாக தலைச்சனே ஆண் பிள்ளையாகவும் ஆனதில் சோலையாப் பிள்ளை மனம் நிறைந்துவிட்டார். அதன்பிறகு நல்லத்தாயியை உள்ளங்கையில் வைத்துத்தான் தாங்கி வந்தார். மாதத்தில் பாதி நாட்கள் அவர் சமையல்தான் வீட்டில்.

உட்கார்ந்த இடத்திலிருந்தே திட்டம் சொல்வது மட்டும்தான் அவளால் ஆனது. சபாபதியும் வளரும்போதே பொறுப்புடன் வளர்ந்தான். பத்துப் பன்னிரண்டு வயதுக்கெல்லாம் தண்ணீர் நிரப்புவது, காய்கறி நறுக்குவது, அம்மி, ஆட்டுரலில் அரைப்பது, தேங்காய் உரித்து உடைத்துத் துருவுவது என எல்லா சுற்று வேலையும் அம்மாவுக்கு செய்து தருவான்.

அவன் இருக்கும் பலத்தில்தான் அவர்களைத் தனியே விட்டுவிட்டு இந்த வேலூர்க் கோட்டைக்கு வேலைக்கு வந்தார் சோலை. சில வருடங்களில் அவருக்கு பொருளாதாரத்தில் நல்ல வளர்ச்சி. இன்னும் சில வருடங்கள் நல்லத்தாயி மட்டும் உயிரைக் கையில் பிடித்துக் கொண்டிருந்திருந்தால் சோலை நினைத்தது எல்லாம் கைகூடியிருக்கும். மகனுக்கு கல்யாணம் பண்ணிவைத்து, மகன், மருமகள், மனைவி என எல்லோரையும் வேலூருக்கே அழைத்து வந்து பாங்காய் வாழ வேண்டுமென்ற அவரது ஆசைக் கனவு கடைசி வரையிலும் கனவாகவேதான் இருக்கும் போலிருக்கிறது.

“சரி சரி, பொட்டப் புள்ள போல கண்ண கசக்காதே. படுத்து தூங்கு. ஒண்ணாசைய நான் கெடுத்ததா இருக்க வேணாம். பட்டணத்துக்குப் போ. அங்கேர்ந்து அப்படியே கல்கத்தா வேணும்னாலும் போயி வைஸ்ராய்க்கும் ஒரு பிராது கொடுத்துப் பாரு. எனக்கென்ன வந்துச்சு. சொல்றத சொல்லிட்டேன். கேக்கறது கேக்காதது உன்னிஷ்டம். கட்டிக் கொடுத்த சோறும், சொல்லிக் கொடுத்த சொல்லும் எத்தினி நாளுக்கு வரும்? நீயே பட்டுத் தெரிஞ்சுகிட்டு வா, இப்ப படுத்து தூங்கு” என்று சொல்லிவிட்டு, அத்தோடு பேச்சு முடிந்தது என்பதாக படுத்துக் கண்ணை மூடினார். சற்று நேரத்தில் சபாபதியின் விசும்பல் சத்தம் தேய்ந்தது. சோலையும் தூக்கத்தில் ஆழ்ந்தார்.

36

ராய வேலூரின் கோட்டைக்கு வடகிழக்கு திசையில் பாலாற்றங்கரையில் இருந்தது அந்தப் பொன்னியம்மன் கோவில். அதைச் சுற்றியிருக்கும் பிரதேசத்தில் இப்போதுதான் வீடுகள் முளைத்து வருகின்றன. எங்கு பார்த்தாலும் குட்டை மரங்களும், புல்வெளியுமாக பரந்து கிடந்தது. எப்போதோ சபாபதி சொன்ன அடையாளங்களை வைத்துக்கொண்டு நடந்து நடந்து ஒரு வழியாக வையாபுரியின் வீட்டைக் கண்டுபிடித்துவிட்டார் சோலையா பிள்ளை.

இரட்டை ஆலமரங்களுக்குப் பின்னால் இருக்கும் சிறு குளத்தைப் பார்த்ததும்தான் சரியான இடத்திற்கு வந்திருக்கிறோம் என்ற நம்பிக்கையே வந்தது. குளத்தின் மேலக்கரையில் இருந்தது வையாபுரியின் வீடு.

ஓலைக் கூரை வேய்ந்த அந்தப் பழைய வீட்டின் சுவர்களுக்கெல்லாம் சுண்ணாம்பும், காவியுமாகப் பட்டை அடித்து ஒரு மாமாங்கம் ஆகியிருக்கும் போல. அங்கங்கு லேசாய் காவியும், வெள்ளையும் ஒட்டிக் கொண்டிருந்தது. ஆனால் தரையோ வழவழவென்று சாணிப்பாலில் மொழுகி பசுமஞ்சள் நிறத்தில் பொலிந்தது. அத்தரையில் வெண்ணிற நாகமென நெளிந்த கோல இழைகள் தனிச் சோபையை அளித்தது. பெண்கள் இருந்து நிர்வகிக்கும் வீடென்றால் அவரைப் பந்தலாக இருந்தாலும் பாங்காகத்தான் இருக்கும் போல என்று பெருமூச்சுடன் நினைத்துக் கொண்டார்.

இருட்டான குகை போலத் தெரிந்த வீட்டின் உட்புறத்தில் ஒரு பர்லாங்க் தொலைவில் கொல்லைக் கதவு திறந்திருப்பதும், அங்கே வெளிச்சத்தில் மனிதர்கள் நடமாடுவதும் தெரிந்தது.

“வையாபுரி… ஏஏ வையாபுரி…” என்று குரல் கொடுத்துவிட்டு அந்தத் திண்ணையில் உட்கார்ந்தார் சோலை. நடந்து வந்த களைப்புக்கு குளத்து நீரின் குளுமையைப் பூசிக் கொண்டு வீசிய காற்று இதமாக இருந்தது. சில நொடிகள் கவலையெல்லாம் மறந்து கண்மூடி அந்த இனிமையில் திளைத்தார். அதற்குள் வீட்டுக்குள்ளிருந்து வரும் விரைந்த காலடி ஓசைகள் கேட்டு கண் திறந்து பார்த்தார்.

வையாபுரி அரையில் ஒரு நாலு முழம் வேட்டியும், தோளில் ஒரு சிறு துண்டுமாக வந்தான். சாப்பிட்டுக் கொண்டிருந்திருப்பான் போலும். அவசரமாய்க் கையலம்பி விட்டு வந்திருக்கிறான் என்பது உதட்டோரம் மிச்சமிருந்த சிறு பருக்கையால் தெரிந்தது. ஐயோ பிள்ளையை அவசரப்படுத்திவிட்டோமோ என்று அவருக்கு குறுகுறுத்தது.

“சாப்பிட்டுகிட்டிருந்தயோ? நிதானமா சாப்ட்டுட்டு வரதுதானேப்பா? என்ன அவசரம்?”

“அவசரமொன்னும் இல்ல மாமா, கடசி வாய் அள்ளி போட்டுகிட்டிருந்தேன் அப்பத்தான் ஒங்க கொரல் கேட்டுது. நானே வந்து உங்கள பாக்கணும்னு நெனச்சிருந்தேன்” என்று நிறுத்தினான். சில கணங்களுக்கு நீண்ட அந்த சங்கடமான மௌனத்தைக் கலைக்க நினைத்தவராய் சோலை, “ஏன் நிக்கற? உக்காந்து சொல்லு…” என்று எதிர்த் திண்ணையைக் காட்டினார்.

“நானே வந்திருக்கணும் மாமா. ரெண்டு நாளா எப்படி உங்ககிட்ட பேசறதுன்னு யோசிச்சு யோசிச்சே தள்ளிப் போட்டுகிட்டிருந்தேன்.”

“நீ திரும்பி வந்து ரெண்டு நாளாயிருச்சா?” மெல்லத் தனக்குள்ளென சொல்லிக் கொண்டார் சோலை. அது தெரிந்திருந்திருந்தால் இன்னும் சீக்கிரம் வந்திருக்கலாமே என்று அவர் எண்ணுவது புரிந்தது. “நேத்திக்கு ஏகாதசிங்கவும்தான் நீங்க சத்த வண்டிய ஓட்டிகிட்டு கௌம்பிப் போய் வள்ளிசா ஒரு மாசம் ஓடிருச்சுன்னு மனசுலபட்டுச்சு. சரி, நீயாச்சும் திரும்பி வந்துட்டயா, இல்ல உங்க வீட்டுக்காவது எதுனா தகவல் சொல்லி விட்டுருக்கயான்னு கேட்டுப் பாக்கலாம்னு வந்தேன்.”

உற்சாகமான செய்தியென்றால் அவனே ஓடோடிப் போய் சொல்லியிருப்பான். சோர்வுறச் செய்யும் செய்தியை எப்படிச் சொல்வது என்று எண்ணி எண்ணியே தள்ளிப் போட்டுக் கொண்டிருந்தான் வையாபுரி. அவன் அம்மாகூட போய் அந்த மனுஷனுக்கு விவரத்த சொல்லிட்டு வாடா என்று நச்சரித்துக் கொண்டேதான் இருந்தாள் என்றாலும் தள்ளிப் போட்டுக் கொண்டே இருந்தான்.

மனத்திடம் குறைந்தவர்கள் எப்போதும் சிறிய இக்கட்டுக்களைக்கூட ஒத்திப் போட்டுக் கொண்டே வருவார்கள். ஏதேனும் நல்வாய்ப்பாகத் தானாகவே அந்த சிக்கல்கள் தீர்ந்துவிடாதா என்ற அற்ப நம்பிக்கையில் நாட்களைக் கடத்துவதும், தம்மை மீறி அந்தச் சிக்கல்கள் கடந்து சென்றபின் ஆசுவாசமடைவதும் அவர்களின் வழக்கம். வையாபுரியும் அத்தகையவனே. ஆனாலும் இன்று இந்த சிக்கல் தீர வேண்டுமெனில் அவன் பேசியே தீர வேண்டுமெனும் நிலையில் இருந்தான். திக்கித் திணறி ஒரு வழியாக நடந்ததைச் சொல்லி முடித்தபோது வெயில் இறங்கி அந்தி சாய்ந்திருந்தது.

“நாங்க இங்கேர்ந்து நேரா பட்டணத்துக்கு வெளில இருக்கற பட்டாளத்து பாசறைக்குப் போனோம். அங்க சின்னதா ஒரு மலையிருக்கு. அத நம்மாளுங்க பரங்கிமலைன்றாங்க. செட்டக்காரங்க வேறென்னவோ வாய்ல நுழையாத பேராச் சொல்றாங்க. மலயச் சுத்தி பட்டாளத்துக்காரங்களுக்கான வீடுங்க நிறைய இருக்கு. அதுலதான் ஈஸ்டன் துரைக்கு ஒரு பங்களாவ ஒதுக்கியிருக்காங்க. அதுல சாமானுங்கள எறக்கி, அடுக்கி வச்சோம். சபாபதியும் எங்களோட நின்னு ஒத்தாச பண்ணினான்.

அப்புறம் பக்கத்துல பல்லவன்தாங்கல்ன்ற ஊருல எங்க சித்தப்பா வீடிருக்கு அங்க போய் தங்கினோம். மறு நாளுதான் சபாபதி இந்த பிராது பத்தி சொல்லி, என்னையுங் கூட்டிகிட்டு கோட்டைக்கு கூட்டிட்டு போனான். குவர்னர் எல்பின்ஸ்டன்னு ஒரு துரை. அவர பாக்க அனுமதி வேணும்னு கேட்டு காத்துக் கெடந்தோம். ஒரு நாள் ரெண்டு நாளில்ல, எட்டு நாளாச்சு அவர பாக்க அனுமதி கிடைக்க. அது கூட அங்க இருக்கற கோவிந்த மொதலின்ற துபாஷிக்கு பங்கா போடுறவன சிநேகம் பிடிச்சு, அவன் மூலமா மொதலிய கரைச்சுத்தான் அனுமதி வாங்கினோம். எங்க முன்னிலைலயே மொதலி சபாபதியோட பிராத படிச்சு, குவர்னருக்கு தர்ஜமா பண்ணியும் சொன்னாரு. கேட்டுகிட்டிருந்த குவர்னர் ஒண்ணுமே பேசாம எந்திரிச்சு, குதிர சவாரிக்கு நேரமாச்சுன்னு கௌம்பிட்டார்."

"அது சரி... ஆள்றவங்களுக்கு ஜனங்களோட பாடு பத்திலாம் என்ன கவல? நாம காயம்பட்டு ரத்தம் கொட்டினாலும் சரி, அழுது கண்ணீர் விட்டாலும் சரி, ஏன் செத்தே விழுந்தாலும் அவங்க யாரும் மதிக்க மாட்டாங்க... இங்க உள்ள மராட்டி ராஜா, நவாப்பு, நாயக்க ராஜான்னாலும் சரி, செட்டக்கார தொரைன்னாலும் சரி எல்லாரும் இந்த விஷயத்துல ஒண்ணுதான்... அதத்தான் இந்தப் பயகிட்ட தலப்பாடா அடிச்சுகிட்டேன், கேக்கலயே... இப்ப இன்னும் எத்தினி நாளு அங்க காத்திருக்கப் போறானாம்? எப்பத்தான் இங்க திரும்பி வரதா உத்தேசமாம் ஓங் கூட்டாளிக்கு?"

"அத எப்படி சொல்றதுன்னு தெரியல மாமா..." என்று மென்று விழுங்கியவனை உற்றுப் பார்த்தார் சோலை. இன்னமும் பெரிய கெட்ட செய்தி எதோ அவனிடம் இருப்பது புரிந்தது. "சரி, நீ நிதானமா என்ன நடந்ததுன்னு சொல்லு. தொர எந்திரிச்சுப் போனாரு... அப்புறம்" என்று எடுத்துக் கொடுத்தார்.

"அதுக்கப்புறம் மொதலி சபாபதிய சமாதானம் பண்ணி, நாளைக்கு வா தொரகிட்ட கேட்டு வைக்கறேன்னு சொன்னாரு. அதுக்கப்புறம் ரெண்டு மூணு நாளைக்கு நாங்க ரெண்டு பேருமா கோட்டைக்கும், ஊருக்குமா அலஞ்சோம். அதுக்கப்புறம் என் சித்தப்பா என்னய கண்டமேனிக்கு திட்டி, வெட்டியா ஊரு சுத்தாதேன்னு கண்டிச்சு சொல்லிட்டாரு. அவருக்கு அந்த நேரம் பாத்து உடம்பு வேற சரியில்லாம போச்சா, நாந்தான் அவரு மாடு கன்னையெல்லாம் கவனிக்க வேண்டியதா போச்சு!"

வையாபுரி தயங்கித் தயங்கி ஏதேதோ பேசுவதில் சோலையா பிள்ளையின் பீதி அதிகரித்தது. மேற்கொண்டு எதுவும் பேசாமல் மூச்சைப் பிடித்துக் கொண்டு கவனித்தார்.

"ஆனாக்க சபாபதி மட்டும் தெனமும் விடாம போய் மொதலிய பாத்து விசாரிச்சுகிட்டே இருந்தான். ஒரு நாள் மொதலி சபாபதிகிட்ட நாளைக்கு குவர்னர் கிண்டி காட்டுக்குள்ள இருக்கற நாயக்கர் பங்களாவுக்கு போறாரு. அங்க வா, கண்டிப்பா உன் பிராது பத்தின உத்தரவ வாங்கிரலாம்னு சொன்னாராம். அன்னிக்கு மட்டும் ரொம்ப உற்சாகமா எப்படியும் இன்னிக்கு நியாயம் கெடச்சிரும்னு நம்பிக்கையோட கெளம்பி கிண்டிக்குப் போனான். அப்புறம் அவன நான் பாக்கவே இல்ல..."

"என்ன, என்ன சொன்னே?" சோலை பதற்றமானார். தான்தான் ஏதோ தப்பாக காதில் வாங்கியிருக்க வேண்டும் என்று நிச்சயித்துக் கொள்ள விரும்பி மீண்டும் அதையே கேட்டார்: "கடசீல என்ன தம்பி சொன்ன?"

"அன்னிக்கு வெள்ளிக் கிழம. ரொம்ப உற்சாகமா கெளம்பிப் போனான். அன்னிக்கு ராத்திரி அவன் திரும்பி வரலன்றதுகூட எனக்கு மொதல்ல பெருசா தெரியல. எங்கயாவது கோவிலுக்கு கீவிலுக்கு போயிருப்பான், இருட்டிருச்சேன்னு அங்கயே படுத்து தூங்கிட்டான் போல. அடுத்த நாள் வந்துருவான்னு நெனச்சி வுட்டுட்டேன். அடுத்த நாளும் முழுசா ஓடினதும் பயமா போச்சு. அதுக்கடுத்த நாள் கெளம்பிப் போய் அந்த மொதலிய விசாரிச்சேன். குவர்னர் பிராத தள்ளுபடி பண்ணிட்டதாச் சொன்னாராம். சபாபதி சத்தமா கத்திப் பேச ஆரம்பிச்சதும் பக்கத்துல இருந்த ஜவானுங்கள விட்டு அவன வெளில அனுப்பச் சொன்னாராம். அவனுங்க கொஞ்சம் மொரட்டுத்தனமா அவன அடிச்சு வெளில தள்ளிருக்காங்க..."

"அடப் பாவிங்களா..." பதறினார் சோலை.

"மொதலி சொல்றாரு இந்த குவர்னரே போன மாசம் பட்டணத்து சுத்துப்பட்டு ஊருங்கள்ளேர்ந்து 12 பொண்ணுங்கள வாங்கி தஞ்சாவூர் ராஜாவுக்கு 8 பொண்ணுங்களயும், ஆற்காட்டு நவாப்புக்கு 4 பொண்ணுங்களயும் வித்திருக்காராம். இதெல்லாம் கம்பெனிக்கு உட்படாம தனிப்பட்ட முறைல துரைங்க பண்ணுற வியாபாரமாம். அப்படியாப்பட்ட நியாயவான்கிட்ட உங்கூட்டாளி வந்து நியாயம் கேட்டா.. எப்படிப்பான்றாரு. கோட்டைக்கு

வெளில எதுனா கோவில் குளம்னு சுத்திகிட்டிருப்பான், தேடிக் கூட்டிட்டு ஊரு போய்ச் சேருன்னாரு...”

“என்னப்பா இது... இப்படி சொல்றே...”

“என்ன மாமா செய்யுறது? நானும் அந்தப்பக்கம் திருவொற்றியூர்லேர்ந்து ஆரம்பிச்சு இந்தப் பக்கம் திருப்போரூர் வரைக்கு எல்லா கோவில், மடம்னு தேடிப் பாத்துட்டேன் மாமா. அவனக் காணல. மனசு பொறுக்காம எங்கயாவது போயிருப்பான், கொஞ்சம் சமாதானம் ஆனதும் அவனே வந்துருவான், நீங்க தைரியத்த விட்றாம இருங்க.”

“ஐயோ... எங்க போயி என்ன பாடு படறானோ தெரியலயே... எந்தத் தெசைல போயி தேடுவேன், யாரக் கேப்பேன்?” கண்ணீர் வழிய பதறியவரைப் பார்க்க வையாபுரிக்குப் பரிதாபமாகத்தான் இருந்தது. என்ன சொல்லித் தேற்றுவது என்று புரியாதவனாய் மௌனமாய் அமர்ந்திருந்தான்.

அதற்குப் பிறகு எதுவும் பேசாமல் மௌனமாய் கண்ணீர் பெருக்கியவாறு அமர்ந்திருந்தார் சோலை. தன் மேல் துண்டை எடுத்து அவ்வப்போது கண்களைத் துடைத்துக்கொண்டார். வெளியே அந்தி மேலும் மேலும் இருண்டுகொண்டே இருந்தது. வையாபுரியின் அம்மா வாசல் மாடப் பிறையில் வைப்பதற்கான அகல் விளக்குகளை ஒரு தட்டில் வைத்து ஏந்தி வந்தாள். இரு பிறையிலும் ஒவ்வொரு விளக்கை வைத்துவிட்டு, மீண்டும் ரேழிக்குள் போய் நின்று கொண்டாள். அங்கிருந்து வையாபுரியைப் பார்த்துக் கொண்டே சோலையிடம் பேசினாள். “நானும் ரெண்டு நாளா சேதிய உங்க காதுல போடச் சொல்லி சொல்லிகிட்டேதான் இருந்தேன். இவந்தான் இந்தா அந்தான்னு இழுத்தடிச்சுகிட்டு கெடக்கான். சில நேரம் கிரகம் இப்படித்தான் படுத்தும். நேரம் நல்லானா பய தானா திரும்பி வந்துருவான். நீங்க நம்ம சத்துவாச்சேரி ஜோசியர் ராமய்யர ஒரு நட போய்ப் பாருங்க, எந்த தெசைல பய இருக்கான், எப்பத் திரும்புவான்னு புட்டு புட்டு வச்சுருவார். இவங்கப்பா வர நேரந்தான், இருந்து சாப்ட்டுட்டு போங்க. டேய், சொல்லேண்டா...” என்று கடைசி வரியை மட்டும் வையாபுரிக்காகச் சொன்னாள்.

அந்த அம்மாள் நீளப் பேசி முடிப்பதற்குள் தன்னை சுதாரித்துக் கொண்டுவிட்ட சோலை, மேல் துண்டால் முகத்தை அழுந்தத் துடைத்துக்கொண்டு, “இருக்கட்டும்மா, இன்னொரு நாள் சாப்பிடறாப்பல வரேன். இப்பக் கௌம்புனாத்தான் சரியாருக்கும்”

“இருட்டிருச்சே மாமா, வழி வேற சரியில்ல, பூச்சி பொட்டிருந்தாக்கூட தெரியாது...”

“பரவால்ல தம்பி, முன் நிலாக் காலந்தானே, அப்படியே நிதானமா போயிரலாம்.”

அதற்குள் மீண்டும் வையாபுரியின் தாயார் குறுக்கிட்டாள் “அந்த லாந்தர் வெளக்க கொளுத்தி மாமா கைல கொடுடா, நாளைக்குப் பகல்ல போய் வாங்கிட்டு வந்துக்கலாம்” என்றாள்.

“நல்ல யோசனம்மா. நீங்க இருங்க மாமா, இந்தா வரேன்” என்று வேகமாய் உள்ளே போனான் வையாபுரி. சில நிமிடங்களில் ஒரு லாந்தர் விளக்கைக் கொளுத்தி அதன் கைப்பிடியைப் பிடித்து தூக்கி வந்து சோலையிடம் தந்தான்.

“சரிப்பா, நான் வரேன், நான் வரேன்மா...” என்று சொல்லிக் கொண்டு பெருமூச்சுடன் அந்த வீட்டிலிருந்து இறங்கினார் சோலை. மெல்ல நடந்து வந்து ஆற்காடு போகும் ராஜபாட்டையை நெருங்கினார். அதிலேறி வலப்புறம் திரும்பி வேலூர்க் கோட்டையை நோக்கி நடக்கத் துவங்கினார். சிறிது நேரத்தில் ராய வேலூர் கோட்டையின் சுவர்கள் கண்ணில் பட ஆரம்பித்தது. பதினைந்து வருடங்களுக்கு முன்பு இந்த வேலூர் கோட்டைக்கு வேலை தேடி வந்த நாட்கள் நினைவுக்கு வந்தன. அப்போது சில வருடங்கள் உழைத்துப் பணம் சேர்த்துக் கொண்ட பின் நல்லாத்தாயியையும், சபாபதியையும் தருவித்துக் கொண்டு சுகமாக வாழக் கனவு கண்டார். நல்லத்தாயி கிடையாய் கிடந்து இறந்து போன பின்னர் மனதை மாற்றிக் கொண்டார். அதன் பின்னர் சபாபதிக்கு திருமணம் செய்துவைத்து, மகனையும் மருமகளையும் வரவழைத்து, அவர்கள் குடியும் குடித்தனமுமாக இருப்பதைப் பார்த்து நிறைவாய் வாழப் போகிறோம் என்று நினைத்துக் கொண்டிருந்தார். சில வருடங்களுக்குப் பின் சபாபதியை மட்டும் அழைத்துக் கொண்டு வந்தார். மருமகளுக்காக காத்திருந்தது போய் இப்போது மகனையே இழந்துவிட்டு, அவன் என்று திரும்பி வருவானோ என்று காத்திருக்க வேண்டியதாகிவிட்டது. வையாபுரியின் அம்மா சொன்னது போல அந்த சத்துவாச்சேரி ஜோசியரை ஒரு நடை போய் பார்த்துவிட வேண்டியதுதான் என்று நினைத்துக்கொண்டே அகழிப் பாலத்தைத் தாண்டி கோட்டைக்குள் நுழைந்தார்.

●●●

www.ingramcontent.com/pod-product-compliance
Lightning Source LLC
LaVergne TN
LVHW101419051026
849519LV00005BC/1814